എന്റെ ബ്രണ്ണൻ കാലം

INSIGHT PUBLICA

Brennen Press

Insight Publica in association with Brennen Press

Nadakkavu, Kozhikode, Kerala, 673011
www. insightpublica. com
e-mail: insightpublica@gmail. com
Ente Brannan Kaalam
Author: **N. Prabhakaran**
Cover design : zainul Abid
(Malayalam)
Hard Back Edition: February 2025

Printed and Published by
InsightinPublica Printers & Publishers Pvt. Ltd.
ISBN: 978-93-5517-735-3
₹350

എന്റെ ബ്രണ്ണൻ കാലം

എൻ. പ്രഭാകരൻ

INSIGHT PUBLICA®

1952 ഡിസംബർ 30-ന് കണ്ണൂർ ജില്ലയിലെ പറശ്ശിനിക്കടവിൽ ജനിച്ചു. അച്ഛൻ: എൻ. കുഞ്ഞമ്പു, അമ്മ: എ. കല്യാണി. മാടായി എൽ.പി. സ്കൂൾ, ഗവ ഹൈസ്കൂൾ മാടായി, പയ്യന്നൂർ കോളേജ്, ഗവ. ബ്രണ്ണൻ കോളേജ് എന്നിവിടങ്ങളിൽ വിദ്യാഭ്യാസം. ഗവ. ബ്രണ്ണൻ കോളേജ് മലയാളവിഭാഗത്തിൽ അധ്യാപകനായിരുന്നു. 'ഒറ്റയാന്റെ പാപ്പാൻ' എന്ന ചെറുകഥ മാതൃഭൂമി ആഴ്ചപ്പതിപ്പ് വിഷുപ്പതിപ്പിനോടനുബന്ധിച്ച് നടത്തിയ കഥാ മത്സരത്തിൽ ഒന്നാം സ്ഥാനം നേടി. (1971). 'പുലിജന്മം' എന്ന നാടകത്തിന് ഏറ്റവും മികച്ച നാടകരചനയ്ക്കുള്ള കേരളസംഗീത നാടക അക്കാദമി പുരസ്കാരം (1987). 'പുലിജന്മ'ത്തിനു തന്നെ ചെറുകാട് അവാർഡും കേരള സാഹിത്യ അക്കാദമി അവാർഡും (1988). 'പിശാൻ' എന്ന ചെറുകഥയ്ക്ക് ഏറ്റവും മികച്ച കഥയ്ക്കുള്ള കഥ (ന്യൂ ദൽഹി) അവാർഡ് (1994) ചെറുകഥാരംഗത്തെ സംഭാവനകളെ മുൻനിർത്തി പാട്യം ഗോപാലൻ സ്മാരക അവാർഡ്(1995) 'രാത്രിമൊഴി' എന്ന കഥാസമാഹാരത്തിന് കേരള സാഹിത്യ അക്കാദമി അവാർഡ് (1996) 'മായാമയൻ' എന്ന കഥാസമാഹാരത്തിന് വി. കെ. ഉണ്ണികൃഷ്ണൻ സ്മാരക അവാർഡ് (2000). 'തീയൂർ രേഖകൾ' എന്ന നോവലിന് മുന്നാട് ഇ.എം.എസ്.സ്മാരക ട്രസ്റ്റിന്റെ പ്രഥമ ഇ.എം.എസ് സ്മാരക അവാർഡ് (2005), യു. പി. ജയരാജ് അവാർഡ് (2007). 'ജീവന്റെ തെളിവുകൾ' എന്ന നോവലിന് മേലൂർ ദാമോദരൻ സാഹിത്യ പുരസ്കാരം (2008). 'ജനകഥ' എന്ന നോവലിന് മലയാറ്റൂർ അവാർഡ് (2009) 'തെരഞ്ഞെടുത്ത കഥകൾ'ക്ക് വൈക്കം മുഹമ്മദ് സ്മാരക ട്രസ്റ്റിന്റെ പ്രഥമ വൈക്കം മുഹമ്മദ് സ്മാരക സാഹിത്യ അവാർഡ് (2009) 21-ാമത് മുട്ടത്തുവർക്കി സാഹിത്യ അവാർഡ് (2012), പത്മരാജൻ പുരസ്കാരം (2017) പി.സാഹിത്യപുരസ്കാരം (2024) എന്നീ അംഗീകാരങ്ങൾ നേടിയിട്ടുണ്ട്. 2019-ൽ Diary of a Malayali Madman എന്ന നോവൽ ക്രോസ് വേഡ് ബുക് അവാർഡ് നേടി, 2022-ൽ കേരളസാഹിത്യ അക്കാദമിയുടെ ഫെല്ലോഷിപ്പ് നേടി. കഥകൾ ഇംഗ്ലീഷ്, ജർമൻ, ഹിന്ദി, ഉർദു, തമിഴ്, തെലുങ്ക്, കന്നട എന്നീ ഭാഷകളിലേക്ക് പരിഭാഷപ്പെടുത്തപ്പെട്ടിട്ടുണ്ട്.

ഭാര്യ: റീന. മക്കൾ: സുചേത്, സച്ചിൻ,

വിലാസം: കനി, ധർമടം, Pin: 670106.

email: nprabhakaranwrite@gmail.com

എൻ. പ്രഭാകരൻ

ഉള്ളടക്കം

ആമുഖം

എന്റെ ആത്മകഥയുടെ ആദ്യഭാഗം, 'ഞാൻ മാത്രമല്ലാത്ത ഞാൻ' ഇതിനകം കുറെയധികം വായനക്കാരുടെ കൈകളിൽ എത്തിച്ചേർന്നുകഴിഞ്ഞു. ആ പുസ്തകത്തിന് ലഭിച്ച നൂറു കണക്കിന് അനുകൂല പ്രതികരണങ്ങൾ എന്നെ ആഹ്ലാദിപ്പിച്ചു എന്ന് പറയാനാവില്ല. കാരണം എഴുതുമ്പോഴും പിന്നീടും ആഹ്ലാദം എന്ന വാക്ക് ചേർത്തുവെച്ചുകൂടാത്ത പുസ്തകമാണത്. 'ഞാൻ മാത്രമല്ലാത്ത ഞാൻ' വായിച്ചിട്ടുള്ള എല്ലാവർക്കും ഞാൻ പറഞ്ഞതിന്റെ അർത്ഥം വ്യക്തമായി മനസ്സിലാവും.

ഇപ്പോൾ ആത്മകഥയുടെ രണ്ടാം ഭാഗവുമായാണ് ഞാൻ വായനക്കാരുടെ മുന്നിൽ നിൽക്കുന്നത്. പ്രി-ഡിഗ്രിക്കു ശേഷം1970 മുതൽ 77 വരെയുള്ള എന്റെ വിദ്യാർത്ഥി ജീവിതകാലത്തിന്റെ അവസാനത്തെ രണ്ടു വർഷക്കാലം ഞാൻ കേരളാ യൂനിവേഴ്സിറ്റിയുടെ കാര്യവട്ടം കാമ്പസ്സിലെ ഗവേഷണ വിദ്യാർത്ഥിയായിരുന്നു. ആ ഭാഗം മാറ്റിനിർത്തുകയും 1981 മുതൽ 2006 വരെയുള്ള ബ്രണ്ണൻ കോളേജിലെ എന്റെ അധ്യാപക ജീവിതം ഉൾപ്പെടുത്തുകയും ചെയ്തതാണ് ഈ ഭാഗം. ഒന്നാം ഭാഗം എഴുതിക്കഴിഞ്ഞപ്പോൾത്തന്നെ എന്റെ ആത്മകഥ പൂർത്തിയാവണമെങ്കിൽ ഇനിയും രണ്ടു ഭാഗങ്ങൾ കൂടി വേണ്ടിവരുമെന്ന് എനിക്ക് ബോധ്യപ്പെട്ടു കഴിഞ്ഞിരുന്നു. ഞാൻ ഓർമകൾ വീണ്ടെടുക്കുകയും കുറിച്ചുവെക്കുകയും ചെയ്യുന്ന ജോലി അന്നേ ആരംഭിച്ചതാണ്. ഇപ്പോഴിതാ രണ്ടാം ഭാഗം പൂർത്തിയാവുകയാണ്. ഒന്നാം ഭാഗം കൊണ്ട് അവസാനിപ്പിക്കരുതെന്ന് സ്നേഹപൂർവം നിർദ്ദേശിച്ച എല്ലാവർക്കും നന്ദി. ഈ ആമുഖം അവസാനിപ്പിക്കുന്നതിനു മുമ്പ്, 2022 ഡിസംബർ 26-ന് വാട്സ്

ആപ്പിൽ അയച്ചു കിട്ടിയ ഒരു വോയ്സ് മെസ്സേജ് താഴെ പകർത്തിവെക്കേണ്ടതുണ്ട്. ഇപ്പോൾ അലബാമ യൂനിവേഴ്സിറ്റിയിലെ അസോസിയേറ്റ് ഡീനായ രാജേഷ് കാന ആണ് ഈ മെസ്സേജ് അയച്ചിരിക്കുന്നത്.

“നമസ്കാരം,

സുഖമെന്നു വിചാരിക്കുന്നു. എന്റെ പേര് രാജേഷ്, ഓർമ്മയുണ്ടോ എന്നറിയില്ല. ശ്രുതി, ദ്യുതി എന്നീ രണ്ടു ഗ്രൂപ്പുകളിൽ പുസ്തകങ്ങൾ വായിക്കുന്ന ഒരു വളണ്ടിയറാണ്. മാഷുടെ ‘തീയൂർ രേഖകൾ’, ‘മായാമനുഷ്യർ’ എന്നീ നോവലുകൾ വായിച്ചപ്പോൾ നമ്മൾ തമ്മിൽ സംസാരിച്ചിട്ടുണ്ട്. ഓർമയുണ്ടോ എന്നറിയില്ല. ഇപ്പോൾ ഞാൻ മെസ്സേജ് ഇടാൻ കാരണം, ‘ഞാൻ മാത്രമല്ലാത്ത ഞാൻ’ രണ്ടു ഗ്രൂപ്പുകളിലായിട്ട് ഇപ്പോൾ വായിച്ചു തീർന്നതേയുള്ളൂ. വല്ലാത്ത ഒരു വായനാനുഭവമായിരുന്നു ഈ പുസ്തകം. ഏറെ വിങ്ങലുണ്ടാക്കിയ ഒരു പുസ്തകം. പ്രത്യേകിച്ചും കുട്ടനെക്കുറിച്ച് പറയുന്ന ഭാഗങ്ങൾ. ഒരുപാട് ചിന്തിക്കുകയും കുറേ റിഫ്ളക്റ്റ് ചെയ്യിക്കുകയും ഒക്കെ ചെയ്ത പുസ്തകം. പല പല സ്റ്റെയ്ജസിലൂടെ വായിക്കുന്നവരൊക്കെ കടന്നുപോയിട്ടുണ്ടാവും എന്നാണ് എനിക്ക് തോന്നുന്നത്. എനിക്ക് എന്റെ അനുഭവത്തിൽ നിന്ന്.... വായിക്കുന്ന സമയം വല്ലാത്ത അനുഭവമായിരുന്നു. അവസാനഭാഗത്ത് സ്കിസോഫ്രേനിയയെക്കുറിച്ചു പറയുന്നതൊക്കെ വല്ലാത്ത എഴുത്തായിട്ട് തോന്നി. പിന്നെ എനിക്കു തോന്നുന്നത്, മാഷുടെ ലാളിത്യവും സത്യസന്ധതയുമൊക്കെ ഈ പുസ്തകത്തിൽ പൂർണമായി കാണുന്നുണ്ട്. നമ്മള് വടക്കേ മലബാറുകാർക്കു മാത്രം കിട്ടുന്ന ഒരു എളിമയുണ്ടല്ലോ, എന്തായാലും, മാഷുടെ എഴുത്തിൽ അത് ശരിക്കും പ്രതിഫലിക്കുന്നുണ്ടെന്നു തോന്നുന്നു;പല ഭാഗത്തും പ്രത്യേകിച്ച് സ്കിസോഫ്രേനിയയെക്കുറിച്ച് പറയുന്ന ഭാഗത്ത്. നമ്മള് സാധാരണ പല സ്ഥലത്തും കാണുന്നത്, സിനിമയിലായാലും എഴുത്തിലായാലും, ഇതിന്റെ മാരകമായ കുറച്ചുകൂടി ഡിസ്റ്റോർട്ടഡ് ആയ രൂപമാണല്ലോ. മാഷ് ഒരു പ്രത്യേക തലത്തിലൂടെ, ഒരു മന:ശാസ്ത്രജ്ഞന്റെ കണ്ണിലൂടെ നോക്കിക്കാണുന്ന അനുഭവമായിട്ടാണ് എനിക്കു തോന്നിയത്. അദൃശ്യമായ ഒരു സ്കിസോഫ്രേനിയ ഉണ്ടല്ലോ. ഞാനിത് പറയാൻ കാരണം, ഞാനൊരു ന്യൂറോ സയന്റിസ്റ്റും സൈക്കോളജിസ്റ്റും ആണ്. ന്യൂറോസയൻസിൽ ഗവേഷണം നടത്തുന്ന സമയത്ത് എന്റെ പ്രധാന വിഷയം ഓട്ടിസം സ്പെക്ടർ ഡിസ്ഓർഡർ ആണ്. എന്നാലും സ്കിസോഫ്രേനിയയെക്കുറിച്ചും അറിയാം. ചില സ്റ്റഡീസിലൊക്കെ കൊളാബറേറ്റ് ചെയ്തിട്ടുമുണ്ട്. പാരനോയ്ഡ് സ്കിസോഫ്രേനിയ പോലുള്ള അസുഖങ്ങൾക്കൊക്കെ പല പല കാരണങ്ങളുണ്ടെന്നു തോന്നുന്നു. 16, 18 വയസ്സു വരെയുള്ള പ്രായത്തിൽ നമുക്കിത് ഡിറ്റക്റ്റ്

ചെയ്യാൻ പറ്റാത്ത അവസ്ഥയിലായിരിക്കും. വ്യക്തമായ ലക്ഷണങ്ങളൊന്നും ആ സമയം വരെ കാണിക്കില്ല. സ്കിസോഫ്രേനിയ മാനിഫെസ്റ്റ് ചെയ്യുന്നത് ഈ സമയത്താണ്. അദൃശ്യനായ ഒരു കൊലയാളി എന്നു പറയുന്ന രീതിയിലാണ് ഈ രോഗം വരുന്നതും പുറത്തേക്കു വരുന്നതും. എനിക്ക് തോന്നുന്നത് മാഷ് അത് വളരെ സൂക്ഷ്മമായി നോക്കിക്കണ്ട് അവതരിപ്പിച്ചിട്ടുണ്ട് എന്നാണ്. പിന്നെ വേറൊരു വശം എനിക്ക് വളരെ നല്ലതായി തോന്നിയിട്ടുള്ളത്, നമ്മള് കെയർ ഗിവേഴ്സ് എന്നു പറയുന്നവരുടെ, കുടുംബവും സുഹൃത്തുക്കളും ഒക്കെയുള്ള ആ സർക്കിളിന്റെ വേദനകളും വിഷമങ്ങളും ഇതിൽ വന്നിട്ടുണ്ടെന്നതാണ്. ആരും അറിയാതെ പോകുന്ന സംഗതിയാണത്.

ഇങ്ങനെയുള്ള ഒരെഴുത്ത് വേറെ എവിടെയും കണ്ടിട്ടില്ല. അസുഖത്തെക്കുറിച്ചു പറയുമ്പോൾ സാധാരണ അതിന്റെ തിയററ്റിക്കൽ ആയിട്ടുള്ള വശങ്ങളെക്കുറിച്ച് അല്ലെങ്കിൽ രോഗിയുടെ സിംപ്ടങ്ങളെക്കുറിച്ച് പറയുകയാണ് ചെയ്യുക. മാഷ് ഇതിന്റെ രണ്ടിന്റെയും ഇടയിലുള്ള ഒരു പാതയിലൂടെ കടന്നു പോവുന്നതായി തോന്നി. എന്തായാലും വളരെ സന്തോഷം തോന്നി എഴുത്തിനെക്കുറിച്ച്; ഒരുപാട് തോന്നി. അത് എഴുത്തിന്റെ പവർ ആണ്. ഇതിന്റെ രണ്ടാമത്തെ ഭാഗം വരാൻ സാധ്യതയുണ്ടെന്നു തോന്നുന്നു. അതിനു വേണ്ടി കാത്തിരിക്കുന്നു."

ഡോ. രാജേഷ് അയച്ച ഈ സന്ദേശത്തിലെപ്പോലെ വിശദമായിട്ടല്ലെങ്കിലും പലരും 'ഞാൻ മാത്രമല്ല ഞാൻ' എന്ന പുസ്തകത്തോട് വളരെ അനുകൂലമായി പ്രതികരിക്കുകയുണ്ടായി. എന്നെ വളരെ അടുത്തറിയാവുന്ന ചിലരുടെ പ്രതികരണം വളരെ വൈകാരികമായിരുന്നു.

അനുകൂലമായി മാത്രമല്ല, നിർദ്ദയമായ വിമർശനത്തിന്റെ ഭാഷയിലും പലരും പ്രതികരിക്കുകയുണ്ടായി. ഇതൊരാത്മകഥയാണോ, അനിയന്റെ മനോരോഗത്തെയും ആത്മഹത്യയെക്കുറിച്ചും എഴുതിവെക്കുന്നത് ആത്മകഥയാണോ, സ്കിസോഫ്രേനിയയൊക്കെ സാധാരണമല്ലേ, അതിനെപ്പറ്റിയൊക്കെ ഇത്ര വിസ്തരിച്ചെഴുതേണ്ട ആവശ്യമെന്താണ്, ഒരെഴുത്തുകാരന്റെ ആത്മകഥയിൽ അയാളുടെ എഴുത്തുജീവിതവുമായി ബന്ധപ്പെട്ട കാര്യങ്ങളല്ലേ വരേണ്ടത് അല്ലാതെ ഇതൊക്കെ എന്തിനാണ്എന്നൊക്കെ അഭിപ്രായപ്പെട്ടവരുണ്ട്. ഈ വിമർശനങ്ങളൊന്നും എന്നെ ബാധിച്ചില്ല. എന്നിൽ അല്പമായ ക്ഷോഭമോ വിഷാദമോ ഒന്നും ഉണ്ടാക്കാൻ അവയ്ക്ക് പറ്റിയില്ല. അതാണ് വാസ്തവം. നിർബന്ധമായും ചെയ്തിരിക്കേണ്ടതെന്ന് ജീവിതത്തിന്റെ ഒരു ഘട്ടത്തിൽ തോന്നിയ കാര്യം ഞാൻ ചെയ്തു. അതിനെ മറ്റുള്ളവർക്ക് അല്പവും മനസ്സിലാക്കാൻ പറ്റുന്നില്ലെങ്കിൽ അത് അവരുടെ പ്രശ്നം.

ഞാൻ അതിൽ വിഷമിക്കുകയോ അതേപ്പറ്റി അഭിപ്രായം പറയുകയോ ചെയ്യുന്നത് അനാവശ്യമാണ്.

ഇപ്പോൾ നിങ്ങളുടെ കയ്യിലുള്ളത് എന്റെ ആത്മകഥയുടെ രണ്ടാം ഭാഗമാണെന്നു പറഞ്ഞല്ലോ. ഇതിന്റെ പല ഭാഗങ്ങളും എന്റെ എഫ്. ബി പോസ്റ്റുകളായി വന്നവയാണ്. അവ വന്നു തുടങ്ങിയപ്പോൾത്തന്നെ ആത്മകഥയിൽ എന്തും എഴുതിനിറക്കുന്നതെന്തിനാണ്, നിസ്സാര സംഗതികളൊക്കെ കുത്തിനിറച്ചാൽ ഒരാത്മകഥയുടെ ഭംഗി മുഴുവൻ പോവില്ലേ എന്നൊക്കെ ചിലർ ചോദിക്കുകയുണ്ടായി. എഴുതുമ്പോൾ ഞാൻ തന്നെ ചെറിയ തോതിൽ, നന്നേ ചെറിയ തോതിൽ എഡിറ്റിംഗ് നടത്താറുണ്ട്. ഓർമപ്പിശകുകൾ ഏതെങ്കിലും ആരെങ്കിലും ചൂണ്ടിക്കാണിച്ചാൽ അപ്പോൾത്തന്നെ തിരുത്താറുമുണ്ട്. അതിലപ്പുറം പോയി വായനക്കാരുടെ താൽപര്യം പരിഗണിച്ച് എഴുത്തിന്റെ രീതിയിലോ ഉള്ളടക്കത്തിലോ ഒരു മാറ്റവും വരുത്താറില്ല. ആ ശീലം വളരെ നേരത്തേ രൂപപ്പെട്ടതാണ്.. ഇനി അതു മാറ്റാനാവില്ല. മാറ്റേണ്ടതുണ്ടെന്നു തോന്നുന്നുമില്ല

'ഫെയ്സ്ബുക്കി'ലെഴുതിയ കുറിപ്പുകൾ ആവശ്യത്തിന് വിപുലീകരിച്ചും ഉള്ളടക്കത്തിന്റെ മൊത്തം ഘടനയുമായി അവയെ പൊരുത്തപ്പെടുത്തുന്നതിന് ആവശ്യമായ ചെറിയ കൂട്ടിച്ചേർക്കലുകൾ വരുത്തിയുമാണ് ഇതിൽ ഉപയോഗിച്ചിട്ടുള്ളത്. ആദ്യത്തെ ഏതാനും അധ്യായങ്ങൾ കഴിഞ്ഞ് കുറിപ്പുകൾ ഓരോന്നോരോന്നായിത്തന്നെയാണ് എടുത്തു ചേർത്തിരിക്കുന്നത്. എഴുതുമ്പോൾ ഞാൻ അനുഭവിച്ച സ്വാതന്ത്ര്യം വായനക്കാർക്കും കൈവരുന്നതിന് അത് സഹായകമാവുമെന്നു കരുതുന്നു.

ഗൗരവമുള്ള അനുഭവം ഏതാണ്, ഏതാണ് സില്ലി ആയ അനുഭവം എന്നൊക്കെ ഓരോരുത്തർക്കും സ്വന്തം നിലയ്ക്ക് നിശ്ചയിക്കാം. പക്ഷേ, ആത്മകഥയുടെ ഉള്ളടക്കം ഇന്നതായിരിക്കണം എന്നു ശഠിക്കാൻ ആർക്കും അധികാരമില്ല. ജീവിതത്തിലെ ഏത് നിസ്സാരമായ അനുഭവത്തിലും നമുക്കും മറ്റുള്ളവർക്കും അറിയേണ്ടതായ പലതും ഉണ്ടാവും. കഥയേക്കാൾ കൗതുകവും അത്ഭുതവും ഉണ്ടാക്കുന്ന പലതും സാധാരണ ജീവിതത്തിൽതന്നെ ഉണ്ടാവുകയും ചെയ്യും. ഇക്കാര്യത്തിലൊന്നും അന്തിമമായ തീർപ്പിനുള്ള അധികാരം ആർക്കും ഇല്ല.

അധികാരഭാവത്തിൽ തന്നെ സമീപിക്കുന്ന ആരെയും ഒരു കൃതി അതിന്റെ ഉള്ളിലേക്കു പ്രവേശിക്കാനനുവദിക്കില്ല. നോവൽ, കഥ, കവിത ഇവയെക്കുറിച്ചെല്ലാം ഉറപ്പേറിയ ചില നിശ്ചയങ്ങൾ ഉള്ളിൽ

കൊണ്ടുനടക്കുന്നവരുണ്ട്. ആ നിശ്ചയങ്ങൾക്ക് വഴങ്ങാത്ത ഒന്നിനെയും അവർ അംഗീകരിക്കില്ല. വായനക്കാരിൽ ചിലരുടെ ഇത്തരം ശാഠ്യങ്ങൾ കൊണ്ട് സാഹിത്യത്തിന് ഒന്നും സംഭവിക്കില്ല. നഷ്ടം അവർക്കു മാത്രമാണ്.

ചില കാര്യങ്ങളിൽ ഇത്രയും വാശിയുള്ളവർ തന്നെ പൊതുസമ്മതി കൈവരിച്ചു കഴിഞ്ഞ ഒരു കൃതിക്കുമുന്നിൽ വിനീതരായി മൗനം പാലിച്ചു നിൽക്കുന്നതും കാണാം. സ്വന്തമായി അഭിപ്രായം രൂപീകരിക്കാനും അത് പറയാനുമുള്ള അധൈര്യത്തെയാണ് ഇത് കാണിക്കുന്നത്.

മറ്റുള്ളവരുടെ തീർപ്പുകൾക്ക് വഴങ്ങിക്കൊടുത്തുകൊണ്ടുള്ള എഴുത്ത് എഴുത്തല്ല. എഴുത്തുകാരൻ/ എഴുത്തുകാരി സ്വാതന്ത്ര്യം കൈവിടുന്നതോടെ എഴുത്ത് എഴുത്തല്ലാതായിത്തീരും. ഇക്കാര്യം എഴുത്തുകാർ മാത്രമല്ല, വായനക്കാരും മനസ്സിലാക്കണം. അസ്വാതന്ത്ര്യം മറ്റുള്ളവർ അടിച്ചേൽപ്പിക്കുന്നതായാലും അറിഞ്ഞും അറിയാതെയും സ്വയം കെട്ടിവെക്കുന്നതായാലും വായനക്കാർ അതിൽ നിന്ന് മോചനം നേടുക തന്നെ വേണം. അത് സാധ്യമാവുന്നില്ലെങ്കിൽ അവരുടെ വായന വെറും അഭ്യാസമായി മാറും.

എൻ. പ്രഭാകരൻ

അധ്യായം 1

അമ്പരപ്പും പിന്നെ ആഹ്ളാദവും തന്ന ആദ്യനാളുകൾ

1970 ആഗസ്ത് മാസം രണ്ടാമത്തെ ആഴ്ചയിലെ ഒരു ദിവസമായിരുന്നു അതെന്നാണ് ഓർമ. ഞാൻ ബ്രണ്ണൻ കോളേജിന്റെ നോട്ടീസ് ബോർഡിൽ ആ വർഷം മലയാളം ബി. എ. യ്ക്കുള്ള ഇന്റർവ്യൂവിന് തിരഞ്ഞെടുക്കപ്പെട്ടവരുടെ ലിസ്റ്റ് നോക്കിക്കൊണ്ടിരിക്കെ തൊട്ടുപിന്നിൽ നിന്നിരുന്ന നിറം മങ്ങിയ ഷർട്ടും മുണ്ടും ധരിച്ച കൗമാരപ്രായക്കാരൻ, 'എന്തിനാ അപേക്ഷിച്ചത്?' എന്ന് പരിഭ്രമം കൊണ്ടു ചിതറിപ്പോയ ശബ്ദത്തിൽ ചോദിച്ചു. 'മലയാളത്തിന്,' എന്നുള്ള എന്റെ മറുപടി അവനെ വല്ലാതെ സന്തോഷിപ്പിച്ചു. പേരും നാടും പറഞ്ഞ് സ്വയം പരിചയപ്പെടുത്തിയ യു. വി. കുമാരൻ (നാട് കടമേരി, വടകര) പിന്നീട് പലപ്പോഴും ക്ലാസിൽ എന്റെ തൊട്ടടുത്തു തന്നെ ഇരിക്കുന്ന ആളായി. 1970-ൽ ബ്രണ്ണനിൽ വെച്ചു തുടങ്ങിയ സൗഹൃദം തരിമ്പും കുറവില്ലാതെ ഇന്നും തുടരുന്നു.

തനി നാട്ടിൻപുറത്തുകാരനായ കുമാരൻ തന്റെ വിനയവും അച്ചടക്കവും വകതിരിവുമുള്ള പെരുമാറ്റത്തിലൂടെ തന്നെയാകണം എം. എൻ. വിജയൻമാഷുടെ വിശ്വസ്തനായി. കംപ്യൂട്ടറും ഫോട്ടോസ്റ്റാറ്റ് മെഷീനും ഒന്നുമില്ലാതിരുന്ന അക്കാലത്ത് കുമാരനും ബ്രണ്ണൻ മലയാളവിഭാഗത്തിലെ തന്നെ മറ്റൊരു വിദ്യാർത്ഥിയായ കൃഷ്ണദാസും ചേർന്നാണ് വിജയൻ മാഷ് പലേടത്തുനിന്നായി ക്ലേശിച്ചു തേടിപ്പിടിച്ച കേസരിയുടെ ലേഖനങ്ങൾ മുഴുവൻ പകർത്തിയെഴുതിയത്. പുസ്തകരൂപത്തിലാക്കാൻ

ഏൽപിച്ചിടത്തു നിന്ന് ആ പകർപ്പ് കാണാതായി എന്ന വിവരം വരുന്നത് അല്പം വൈകിയാണ്.

കാണാതായതല്ല, കേസരിയുടെ സാഹിത്യവിമർശനങ്ങൾ സമാഹൃത രൂപത്തിൽ പുറത്തുവന്നാൽ തങ്ങളുടെ പദവി ഇടിഞ്ഞുതാഴുമെന്നു ഭയന്ന ചില വമ്പൻ നിരൂപകന്മാർ ഇടപെട്ട് അത് നശിപ്പിച്ചതാണെന്നു തന്നെ വിജയൻമാഷ് കരുതിയിരുന്നു. എന്തായാലും, പകർപ്പെടുപ്പ് ഒരിക്കൽക്കൂടി നടത്തേണ്ടിവന്നു. കുമാരനും കൃഷ്ണദാസും തന്നെ ആ ജോലി വീണ്ടും ഏറ്റെടുത്തു. വിജയൻമാഷുടെ വർഷങ്ങളായുള്ള സ്വപ്നം അങ്ങനെ സാക്ഷാത്കൃതമായി. കേസരിയുടെ സാഹിത്യനിരൂപണങ്ങൾ പുസ്തകരൂപത്തിൽ പുറത്തുവന്നു. കേസരിയുടെ ചിത്രകലാനിരൂപണവും ചരിത്രഗവേഷണ പ്രബന്ധവും പിന്നീട് പ്രസിദ്ധീകൃതമാവുകയും ചെയ്തു.

കോളേജ് ജീവിതത്തിന്റെ ആദ്യവർഷം തന്നെ എനിക്ക് കുമാരനു പുറമെ മറ്റു ചില സുഹൃത്തുക്കളും ഉണ്ടായിരുന്നെങ്കിലും ഞാൻ മിക്കവാറും ഏകാകിയായിരുന്നു. എന്തൊക്കെയോ വലിയ പ്രതീക്ഷകളുമായാണ് ബ്രണ്ണൻ കോളേജിൽ ഞാൻ എത്തിച്ചേർന്നത്. അവ എന്തൊക്കെയായിരുന്നെന്ന് ഇന്നെനിക്ക് ഓർത്തെടുക്കാനാവുന്നില്ല. ഒരു പക്ഷേ, അന്നും അവ വളരെ അവ്യക്തമായിരുന്നിരിക്കണം.

ഞാനറിയാതെ ബ്രണ്ണൻ കോളേജ് എന്റെ മാനസികജീവിതത്തെ മാറ്റിത്തീർക്കുന്നുണ്ടായിരുന്നു. കോളേജിന്റെ വലിയ മഞ്ഞക്കെട്ടിടങ്ങളും നാനാതരക്കാരായ വിദ്യാർത്ഥികളും അവരിലെ സമ്പന്നവിഭാഗവുമെല്ലാം എന്നെ നന്നേ ചെറുതാക്കുന്നതായി തോന്നി. കോളേജിന്റെ അന്തരീക്ഷം മൊത്തത്തിൽത്തന്നെ എനിക്ക് ഇണങ്ങുന്നതായി അനുഭവപ്പെട്ടില്ല. എങ്കിലും പയ്യന്നൂർ കോളേജ് നൽകാതിരുന്ന പല പുതിയ അറിവുകളും ബ്രണ്ണൻ നൽകിക്കൊണ്ടിരിക്കുന്നുണ്ടായിരുന്നു. ആഴ്ചയിലൊരു ദിവസം വൈകുന്നേരം കോളേജിലെ ഒരു ക്ലാസ് മുറിയിൽ ചേർന്നിരുന്ന ബ്രണ്ണൻ സാഹിത്യവേദി മീറ്റിംഗുകളിൽ നടന്ന കഥാവായനകൾ, കവിതാവായനകൾ, ചർച്ചകൾ എന്നിവയെല്ലാം എന്നെ ത്രസിപ്പിച്ചു. സ്വയം രേഖപ്പെടുത്തുന്നതിന്റെ സന്തോഷവും ആത്മവിശ്വാസവും എനിക്കു തന്നവയായിരുന്നു ആ കൂടിച്ചേരലുകൾ. അക്കാലത്തെ സാഹിത്യതൽപ്പരരായ വിദ്യാർത്ഥികൾ ഏറ്റവും ആവേശത്തോടെ സംസാരിച്ചിരുന്നത് 'ഖസാക്കിന്റെ ഇതിഹാസ' ത്തെക്കുറിച്ചായിരുന്നു. സാഹിത്യവേദി ചർച്ചകളിൽ ആരെങ്കിലുമൊക്കെയായി ഖസാക്കിലെ ആ കരിമ്പനകൾ എന്നോ വരുംവരായ്കകളിലെവിടെയോ

എന്നൊ ഒക്കെ ആത്മവിസ്മൃതിയുടെ സുഖം നുണഞ്ഞുകൊണ്ടെന്ന പോലെ പറയാതിരിക്കില്ല. കുറച്ചുനാൾ കഴിഞ്ഞപ്പോൾ 'ആൾക്കൂട്ട'ത്തെപ്പറ്റി സംസാരിക്കാൻ ആളുകളുണ്ടായി. "ആൾക്കൂട്ടം വായിച്ചോ, നല്ല നോവലാണ്," എന്ന് എന്നോട് ആദ്യം പറഞ്ഞത് എൻ. പി. രാജേന്ദ്രനാണ്.

നല്ല വായനക്കാരായ പല വിദ്യാർത്ഥികളും അന്ന് ബ്രണ്ണനിലുണ്ടായിരുന്നു. കാമു, കാഫ്ക, സാർത്ര് എന്നീ പേരുകൾ സാധാരണ സംസാരത്തിൽത്തന്നെ ഇടയ്ക്കിടെ കേട്ടുകൊണ്ടിരിക്കും. അസ്തിത്വവാദം എന്തെന്നറിയാതെ, അറിയാൻ വേണ്ടി ശ്രമിക്കാതെ വ്യർത്ഥത, ശൂന്യത, അസ്തിത്വവ്യഥ, അന്യതാബോധം എന്നീ വാക്കുകൾ അർത്ഥമറിയാതെ ഉരുവിടുകയും ഖസാക്കിന്റെ ഇതിഹാസവും കാക്കനാടന്റെയും എം. മുകുന്ദന്റെയും കഥകളും നോവലുകളും വിധേയത്വത്തോടെ വായിച്ച് വിഷാദാത്മകത ശീലമാക്കുകയും അതിൽ അഭിമാനിക്കുകയും ചെയ്ത പലരും 'ആൾക്കൂട്ട'ത്തിലെ കഥാപാത്രങ്ങളെ അനുകരിച്ച് സംസാരിക്കുന്ന ചിലരും അന്ന് ബ്രണ്ണനിലെ വിദ്യാർത്ഥികൾക്കിടയിൽ ഉണ്ടായിരുന്നു. ഇവരുമായെല്ലാം ആദ്യകാലത്ത് ഞാൻ നല്ല സൗഹൃദം പുലർത്തിയിരുന്നു. ആദ്യവർഷം ബ്രണ്ണൻ എന്നിലുണ്ടാക്കിയ അരക്ഷിതത്വബോധത്തിൽ നിന്ന് രക്ഷപ്പെടാൻ അത് കുറച്ചൊക്കെ എന്നെ സഹായിച്ചിട്ടുണ്ടാവും.

'Angry Young Men'എന്ന് സ്വയം വിളിച്ച ഒരു ചെറിയ ഗ്രൂപ്പ് അന്നു ബ്രണ്ണനിലുണ്ടായിരുന്നു. യാഥാസ്ഥിതിക സാമൂഹ്യസ്ഥാപനങ്ങളോടും സങ്കല്പങ്ങളോടുമുള്ള തങ്ങളുടെ എതിർപ്പ് അല്പം അതിഭാവുകത്വത്തോടെയെങ്കിലും സാമാന്യം ശക്തമായ ഭാഷയിൽത്തന്നെ ആവിഷ്കരിച്ച ഏതാനും നോട്ടീസുകൾ അവർ പുറത്തിറക്കിയിരുന്നു. രണ്ടുമൂന്നു കാരണങ്ങൾ കൊണ്ട് ഞാൻ അവരുമായി അടുക്കാൻ ശ്രമിച്ചില്ല. ഒന്ന്: അവരിൽ പലരും ഭേദപ്പെട്ട നിലയിൽ ഇംഗ്ലീഷ് സംസാരിക്കാൻ കഴിവുള്ളവരും താരതമ്യേന ഉയർന്ന സാമ്പത്തിക ശേഷിയുള്ള കുടുംബങ്ങളിൽ നിന്നു വരുന്നവരുമായിരുന്നു. രണ്ട്: ആധുനിക പാശ്ചാത്യസാഹിത്യകൃതികളിലും ഏറ്റവും പുതിയ പാശ്ചാത്യദർശനങ്ങളിലും അവർ ഉണ്ടാക്കിയിരിക്കുന്നതായി ഞാൻ കരുതിയ അവഗാഹം അന്നത്തെ നിലയ്ക്ക് എനിക്ക് സ്വരൂപിക്കാൻ സാധിക്കുമെന്ന് പ്രതീക്ഷിക്കാനാവുന്നതിനേക്കാൾ വളരെ കൂടുതലായിരുന്നു. മൂന്ന്: തങ്ങളുടെ നോട്ടീസുകളിൽ അവർ ഉപയോഗിച്ചിരുന്ന ഭാഷയിൽ അകൽച്ച അനുഭവപ്പെടുത്തുന്ന ആധികാരികതയുണ്ടായിരുന്നു. അത് അവരുമായി സ്വതന്ത്രമായ ആശയവിനിമയം സാധ്യമാവില്ലെന്ന തോന്നലുണ്ടാക്കി.

രണ്ടാഴ്ചയിലൊരിക്കലോ ചിലപ്പോൾ മാസത്തിലൊരിക്കലോ കൂടിയിരുന്ന് ഏറ്റവും പുതിയ രാഷ്ട്രീയപ്രശ്നങ്ങളെയും സംഭവവികാസങ്ങളെയും കുറിച്ച് ചർച്ച ചെയ്യുന്ന മറ്റൊരു ഗ്രൂപ്പും അക്കാലത്തും ബ്രണ്ണനിലുണ്ടായിരുന്നു. പതിനഞ്ചോളമായിരുന്നു അതിലെ അംഗസഖ്യ. അതിലൊരാൾ ഞാനായിരുന്നു. എന്നെപ്പോലെ അഞ്ചെട്ടുപേർ മീറ്റിംഗുകളിൽ ശ്രോതാക്കൾ മാത്രമായിരുന്നു. പ്രസംഗിക്കുന്നവർ സാമാന്യം നല്ല അറിവുള്ളവരും വ്യത്യസ്ത രാഷ്ട്രീയാഭിപ്രായക്കാരുമായിരുന്നു. അതിതീവ്ര ഇടതുപക്ഷക്കാരും കടുത്ത വലതുപക്ഷക്കാരും കൂട്ടത്തിലുണ്ടായിരുന്നു. ഒരു വലതുപക്ഷക്കാരൻ മിക്കപ്പോഴും ഇംഗ്ലീഷിലാണ് സംസാരിച്ചിരുന്നത്, നല്ല ഒഴുക്കുള്ള ഇംഗ്ലീഷിൽ വളരെ അനായാസമായി. വാ പൊളിച്ചിരുന്ന് കേട്ടുപോവും. ഒരു തവണ അയാളുടെ പ്രസംഗം കഴിഞ്ഞപ്പോൾ ഒരിടതുപക്ഷ തീവ്രവാദി രോഷാകുലനായി എഴുന്നേറ്റു. ഇംഗ്ലീഷിൽ പ്രസംഗിച്ചതുകൊണ്ട് വിഡ്ഢിത്തം വിഡ്ഢിത്തമാവാതിരിക്കില്ല എന്നു പറഞ്ഞുകൊണ്ടാണ് അയാൾ പ്രസംഗമാരംഭിച്ചത്.

അക്കാലത്തെ ബ്രണ്ണൻ വിദ്യാർത്ഥികളിൽ ഭൂരിപക്ഷം പേരും, അവരിൽ രാഷ്ട്രീയകാര്യങ്ങളിൽ സജീവമായ താൽപര്യം പ്രദർശിപ്പിച്ചിരുന്നവർ വിശേഷിച്ചും, ഉയർന്ന സാമൂഹ്യബോധവും മൂല്യസങ്കല്പങ്ങളും മുറുകെ പിടിച്ചവർ തന്നെയായിരുന്നു. എസ്. എഫ്. ഐക്കാർ തന്നെയായിരുന്നു അവരിൽ മിക്കവരും. ചുരുക്കം ചില കെ. എസ്. യുക്കാരും പരിവർത്തനവാദി കെ. എസ്. യുക്കാരും കൂട്ടത്തിലുണ്ടായിരുന്നു. പ്രായോഗികബുദ്ധിയുടെ സാന്നിധ്യം അവരിൽ ശോഷിച്ച നിലയിലേ ഉണ്ടായിരുന്നുള്ളൂ എന്നാണ് വർഷങ്ങൾക്കു ശേഷമുള്ള തിരിഞ്ഞു നോട്ടത്തിൽ എനിക്ക് ബോധ്യമായത്. എന്നിട്ടും അവരിൽ ഒട്ടുമിക്കയാളുകളുടെയും ഭാവിജീവിതം അരക്ഷിതമായില്ല. കോളേജിലെ സൗഹൃദാന്തരീക്ഷവും ബൗദ്ധികാന്തരീക്ഷവും ഉൽപാദിപ്പിച്ച ആത്മവിശ്വാസം തന്നെയായിരിക്കും അവരെ രക്ഷിച്ചത്.

അധ്യായം 2

ഒരു കപ്പൽച്ചേതത്തിൽ നിന്നാരംഭിച്ച്

നൂറ് കണക്കിന് ലേഖനങ്ങളിലും ഓർമക്കുറിപ്പുകളിലും ബ്രണ്ണൻ കോളേജ് ഇടം നേടിയിട്ടുണ്ട്. ചില പൂർവവിദ്യാർത്ഥി സംഘടനകൾ പുറത്തിറക്കിയ സ്മരണികകളും ബ്രണ്ണൻ കോളേജ് രജത ജൂബിലി സ്മരണികയായി 2016-ൽ പ്രസിദ്ധീകരിച്ചതും ബ്രണ്ണനിലെ പല പൂർവ്വ വിദ്യാർത്ഥികളുമായുള്ള അഭിമുഖങ്ങളും പഴയ കോളേജ് മാഗസിനുകളിൽ നിന്നുള്ള പല രചനകളും ഫോട്ടോകളും ഉൾപ്പെടെ കോളേജിന്റെ ചരിത്രം രചിക്കുന്നതിന് ഏറെ സഹായകമാവുമെന്ന് ഉറപ്പിച്ച് പറയാവുന്നതുമായ 'ബ്രണ്ണൻ 125' ഉം തന്റെ ബ്രണ്ണൻ ജീവിതാനുഭവങ്ങൾ ഹ്രസ്വമായി വിവരിച്ച് പുനത്തിൽ കുഞ്ഞബ്ദുള്ള എഴുതിയ 'ബ്രണ്ണൻ ദിനങ്ങൾ' എന്ന പുസ്തകവും അവയ്ക്കു പുറമെയാണ്. പക്ഷേ, കേരളത്തിലെ ഏറ്റവും പഴയ കോളേജുകളിലൊന്നായ, സാഹിത്യം, ചരിത്രം, ചിത്രകല, നൃത്തം, നാടകം, സിനിമ തുടങ്ങിയ മേഖലകളിൽ സംസ്ഥാന വ്യാപകമായി അംഗീകാരമുള്ള പലരെയും കേരളരാഷ്ട്രീയത്തിന് വ്യത്യസ്ത കക്ഷികളിലായി സമുന്നതരായ നേതാക്കളെയും എം. പി. മാരെയും മന്ത്രിമാരെയും (സംസ്ഥാനത്തും കേന്ദ്രത്തിലും) ഒരു മുഖ്യമന്ത്രിയെയുമെല്ലാം സംഭാവന ചെയ്ത ഈ കലാലയത്തിന്റെ ചരിത്രം പ്രതിപാദിക്കുന്ന ഒരു പുസ്തകം പോലും ഇതേ വരെ പുറത്തിറങ്ങിയിട്ടില്ല. ബ്രണ്ണൻ കോളേജ് നിലവിൽ വരുന്നതിന് കാരണക്കാരനായ എഡ്വേർഡ് ബ്രണ്ണനെക്കുറിച്ച് ലഭ്യമായ രേഖകളെല്ലാം ശേഖരിച്ച് വിശദമായി പഠിച്ചിട്ടുള്ള ഡോ. എ. വത്സലൻ ബ്രണ്ണന്റെ ജീവചരിത്രം

പുസ്തകരൂപത്തിൽ പ്രസിദ്ധീകരിക്കുന്നതിനെപ്പറ്റി ആലോചിച്ചതായി അറിയാം. ആ പുസ്തകവും ഇതെഴുതുന്നതുവരെ യാഥാർത്ഥ്യമായിത്തീർന്നിട്ടില്ല.

ഇങ്ങനെയൊരു വിടവ് നിലവിലുണ്ട്. പക്ഷേ, ഇത് എന്റെ ആത്മകഥ മാത്രമായതുകൊണ്ട് ബ്രണ്ണൻ കോളേജിന്റെ ചരിത്രം എനിക്കു വേണമെങ്കിൽ സൗകര്യപൂർവം ഒഴിവാക്കാം. എങ്കിലും ചരിത്രത്തിൽ നിന്ന് ആരംഭിക്കുന്നതിന് പ്രത്യേകമായ ഒരു സുഖമുള്ളതുകൊണ്ടു മാത്രം ആ വഴിക്ക് ഏതാനും ചുവടുകൾ വെക്കാമെന്നു കരുതുന്നു. കോളേജിന്റെ ഒരു സമഗ്രചരിത്രം രചിക്കുക എന്റെ ലക്ഷ്യമല്ല.

1784-ൽ ലണ്ടനിലാണ് എഡ്വേർഡ് ബ്രണ്ണൻ ജനിച്ചത്. 1810-ൽ അദ്ദേഹം ഈസ്റ്റ് ഇൻഡ്യാ കമ്പനിയിലെ ജോലിക്കാരനായി. പിന്നീട് ബോംബെ മറൈൻ സർവീസിന്റെ കപ്പലിൽ ജോലി നേടി. ബ്രണ്ണൻ ഈ കപ്പലിലെ കാബിൻ ബോയ് ആയിരുന്നു. കപ്പൽ കടൽക്ഷോഭത്തിൽപ്പെട്ട് തലശ്ശേരിക്കടുത്ത് തകർന്നു. ബ്രണ്ണൻ നീന്തി കരപറ്റി. ബ്രിട്ടീഷുകാർ ഈ യുവാവിനെ കൈവിട്ടില്ല. അദ്ദേഹം തലശ്ശേരി പോർട്ടിലെ മാസ്റ്റർ അറ്റന്ററായി നിയമിതനായി. 35 വർഷം അദ്ദേഹം ആ പദവിയിലിരുന്നു. ഔദ്യോഗിക ജീവിതം അവസാനിച്ചതിനു ശേഷവും ബ്രണ്ണൻ സ്വദേശമായ ലണ്ടനിലേക്ക് മടങ്ങിപ്പോയില്ല. എഡ്വേർഡ് ബ്രണ്ണൻ നൽകിയ തുക കൊണ്ടാണ് ജാതിമതവ്യത്യാസമില്ലാതെ എല്ലാ കുട്ടികൾക്കും സൗജന്യമായി നല്ല അടിത്തറയുള്ള ഇംഗ്ലീഷ് വിദ്യാഭ്യാസം നൽകാനായി (TO GIVE TO BOYS OF ALL CASTES, CREEDS AND COLOURS A SOUND ENGLISH EDUCATION) ഒരു വിദ്യാലയം സ്ഥാപിതമായത്.

"..

എത്രനാൾ നാടിന്റെ വേർപ്പിനെ, ചോരയെ

സത്യത്തെ, ഉൾഗൗരവത്തെ, കടൽനായ്ക്കൾ,

കള്ളത്തുലാസിൽ പകുത്തുതിന്നു, വിഷം

വെള്ളച്ചിരിയിൽ കുതിർത്തവർ

എങ്കിലും,

നന്ദിയെനിക്കുണ്ട്; അവരിലൊരാൾ കപ്പൽ

മുങ്ങിയാഴത്തിൽ ഉയിർ പിടഞ്ഞീടവേ,

ഊനമെന്തുണ്മയെന്തെന്നു പരംപൊരുൾ

വേർപിരിഞ്ഞുൾപ്പൊരിപാറിപോൽ തെല്ലിട

എത്തിയണഞ്ഞ കരയ്ക്ക സാരസ്വത-

കല്പദ്രുമം, തന്റെ ജന്മാർജ്ജിതം

എല്ലാമതിൽ വളം ചേർത്തുപോൽ...."

എന്ന് വിഷ്ണനാരായണൻ നമ്പൂതിരി തന്റെ 'ധർമടം കവിത'യിൽ ഈ സംഭവം സംഗ്രഹിച്ചിട്ടുണ്ട്. ദീർഘകാലം തലശ്ശേരിയിൽ ജീവിച്ച്, തലശ്ശേരിക്കാരെ സ്നേഹിച്ച് ബ്രണ്ണൻ സായ്പ് ഇവിടെത്തന്നെ മരിച്ചു. മരണശേഷം തന്റെ സമ്പാദ്യത്തിൽ ഒരു പങ്ക് കൂടി ഉപയോഗിച്ച് നിർമിക്കപ്പെട്ട ആംഗ്ലിക്കൻ പള്ളിയുടെ സെമിത്തേരിയിൽ അദ്ദേഹം അന്ത്യവിശ്രമം കൊള്ളുന്നു.

1862 സപ്റ്റംബർ ഒന്നിനാണ് എഡ്വേർഡ് ബ്രണ്ണന്റെ ധനസഹായം കൊണ്ട് സ്ഥാപിതമായ സ്കൂളിന്റെ പ്രവർത്തനം ആരംഭിച്ചത്. ഈ സ്കൂളാണ് പിന്നീട് ഗവ. ബ്രണ്ണൻ കോളേജായി വളർന്നത്. 1890-ലാണ് കോളേജിന് കലാലയ പദവി ലഭിച്ചത്. തലശ്ശേരി മുനിസിപ്പൽ കോളേജ് എന്നായിരുന്നു സ്ഥാപനത്തിന്റെ അന്നത്തെ പേര്. 1891-ൽ കോളേജ് മദ്രാസ് യൂനിവേഴ്സിറ്റിയിൽ സെക്കന്റ് ഗ്രേഡ് കോളേജായി ഒഫീഷ്യേറ്റ് ചെയ്യപ്പെട്ടു. 1919-ൽ കോളേജ് ഗവണ്മെന്റ് ഏറ്റെടുത്തു. 1947-ൽ ഫസ്റ്റ് ഗ്രേഡ് കോളേജായി ഉയർത്തപ്പെട്ടു. 1947-ൽത്തന്നെ മാത്തമറ്റിക്സ്, ഇക്കണോമിക്സ് വിഷയങ്ങളിൽ ബി. എ. ക്ലാസ് ആരംഭിച്ചു. 1956 ഫെബ്രവരി 18-ന് മദ്രാസ് ഗവൺമെന്റിന്റെ ധനകാര്യ മന്ത്രി സി. സുബ്രഹ്മണ്യം ധർമടത്ത് കോളേജിന്റെ പുതിയ കെട്ടിടത്തിന്റെ ശിലാസ്ഥാപനം നടത്തി. 1957–58-ൽ കോളേജ് കേരളായൂനിവേഴ്സിറ്റിയിൽ എഫിലിയേറ്റ് ചെയ്യപ്പെട്ടു. കോളേജിനു വേണ്ടി ധർമടത്തു നിർമിച്ച പുതിയ കെട്ടിടം1958 നവംബർ 26-ന് കേരളാ ഗവർണർ ഡോ. ബി. രാമകൃഷ്ണറാവു ഉദ്ഘാടനം ചെയ്തു. 1960-ൽ കോളേജിലെ ആദ്യത്തെ പി. ജി. കോഴ്സ് ഹിസ്റ്ററിയിൽ ആരംഭിച്ചു. 1961-ൽ മെൻസ് ഹോസ്റ്റലും 1963-ൽ വിമൻസ് ഹോസ്റ്റലും പ്രവർത്തിച്ചു തുടങ്ങി. ഇതാണ് കോളേജിന്റെ ചരിത്രത്തിന്റെ, വിശദാംശങ്ങളിലേക്കൊന്നും കടക്കാതെ, തയ്യാറാക്കിയ രൂപരേഖ.

2015-ൽ കോളേജിന്റെ നൂറ്റിരുപത്തഞ്ചാം വാർഷികത്തിന്റെ ഭാഗമായി ഒരു സുവനീർ പുറത്തിറക്കേണ്ട കാര്യം ആലോചനയിലെത്തിയപ്പോൾ ബന്ധപ്പെട്ട അധ്യാപകർ അതിന്റെ എഡിറ്ററായി എന്നെയാണ് കണ്ടെത്തിയത്. അപ്പോഴേക്കും ഞാൻ കോളേജിൽ നിന്നു വിരമിച്ചിട്ട് ഒമ്പതു വർഷം തികയാറായിരുന്നു. മാത്രവുമല്ല, എനിക്ക് വലിയ ശാരീരിക പ്രയാസങ്ങളുണ്ടാകുകയും ഒന്നുരണ്ടു

മാസത്തോളം എന്റെ ഓർമയിൽ വലിയ കലക്കങ്ങളുണ്ടാക്കുകയും ചെയ്ത ഒരു ആക്സിഡന്റുമായി ബന്ധപ്പെട്ട പ്രധാനപ്പെട്ട ചികിത്സകളെല്ലാം കഴിഞ്ഞ് അവശനിലിയിൽ നിന്നു പൂർണമായി മോചനം നേടാതെ വീട്ടിലായിരുന്ന ഞാൻ ആ ഉത്തരവാദിത്വം ഏറ്റെടുക്കാൻ പറ്റുന്ന ആളാണെന്ന് എനിക്കു തോന്നിയിരുന്നുമില്ല. പക്ഷേ എന്റെ കൂടെ പല ഡിപ്പാർട്ടുമെന്റുകളിലായി ജോലി ചെയ്ത അധ്യാപകസുഹൃത്തുക്കളാണ് ഈയൊരാവശ്യവുമായി വന്നവർ എന്നതുകൊണ്ട് എനിക്കു മറുത്തു പറയാൻ കഴിഞ്ഞില്ല. മലയാളവിഭാഗത്തിലെ ഡോ. കെ. വി. ഉണ്ണികൃഷ്ണൻമാഷുടെ സമർപ്പണബുദ്ധിയോടെയുള്ള സഹായസഹകരണങ്ങൾ കൊണ്ടാണ് (അദ്ദേഹത്തിന്റെ ഭാര്യ ഡോ. രജനിയുടെ സഹകരണവും ചെറുതല്ല). പത്രാധിപരുടെ ജോലി വലിയ ആക്ഷേപങ്ങൾക്ക് ഇട നൽകാത്ത വിധത്തിൽ ചെയ്തു തീർക്കാൻ പറ്റിയത്.

1958 നവംബർ 26-ന് ധർമടത്ത് കോളേജ് കെട്ടിടത്തിന്റെ ഉദ്ഘാടനവും തുടർപരിപാടികളും നടന്ന രാത്രി നല്ല നിലാവുള്ള ഒരു രാത്രിയായിരുന്നുവെന്ന് ആ ഉദ്ഘാടനച്ചടങ്ങിന് സാക്ഷ്യം വഹിച്ച ഒരു സ്ത്രീ (അന്ന് അവർ പന്ത്രണ്ടോ പതിമൂന്നോ വയസ്സുള്ള ഒരു പെൺകുട്ടിയായിരുന്നു). പറയുകയുണ്ടായി. അന്നത്തെ ആ നിലാവ് പിന്നെയും പല ദശകങ്ങളോളം ബ്രണ്ണന്റെ അന്തരീക്ഷത്തിൽ തങ്ങിനിന്നുവെന്നാണ് എനിക്കു തോന്നുന്നത്. നിലാവ് നൽകുന്ന സുഖകരമായ നേരിയ സ്വപ്നപരതയോടും ഭ്രമാത്മകതയോടും സാദൃശ്യമുള്ള ഒരു മാനസികാനുഭവം ബ്രണ്ണൻ കോളേജ് അതിന്റെ വിദ്യാർത്ഥികൾക്ക് നൽകിയിരുന്നു. എന്റെ ബ്രണ്ണൻകാലത്തെ, വിശേഷിച്ചും വിദ്യാർത്ഥിജീവിതകാലത്തെ, അനുഭവം വെച്ചാണ് ഞാനിത് പറഞ്ഞത്. പിൽക്കാലത്ത് ആ അനുഭവം നന്നേ നേർത്തുപോവുകയും അതിന്റെ സ്ഥാനത്ത് അത്ര സുഖകരമല്ലാത്ത മറ്റു പലതും കയറിവരികയും ചെയ്തിട്ടുണ്ടെന്നാണ് തോന്നുന്നത്.

പഴയ വിദ്യാർത്ഥികൾ അനുഭവിച്ച സ്വപ്നപരതയുടെ ഫലങ്ങളിൽ നല്ലതും ചീത്തയുമുണ്ട്. കോളേജ് ഹോസ്റ്റലിൽ താമസിച്ചിരുന്ന എന്റെ ഒരു സുഹൃത്ത് വർഷങ്ങൾക്കു ശേഷം എനിക്കെഴുതി: “During our Brennen days we were a part of that landscape.” വിദ്യാർത്ഥി എന്ന അവസ്ഥവിട്ട് കോളേജ് സ്ഥിതി ചെയ്യുന്ന ഭൂവിഭാഗത്തിന്റെയും ധർമടം ഗ്രാമത്തിന്റെ തന്നെയും ഭാഗമായി മാറിപ്പോവുന്ന അനുഭവം അക്കാലത്തെ പല വിദ്യാർത്ഥികൾക്കും ഉണ്ടായിരുന്നു. ഇതേ കുറിച്ച് ഈ ആത്മകഥയുടെ ഭാഗമായി വരുന്ന കുറിപ്പുകളിലൊന്നിൽ അല്പം വിശദമായിത്തന്നെ എഴുതിയിട്ടുണ്ട്.

'ബ്രണ്ണൻ 125' എന്ന സുവനീറിനുവേണ്ടി അഭിമുഖങ്ങൾ തയ്യാറാക്കിത്തരാൻ പെൺകുട്ടികളുടെ ഒരു ടീം നന്നായി പ്രവർത്തിച്ചിരുന്നു. ഞാനും ചില അഭിമുഖങ്ങൾ നടത്തിയിരുന്നു. അതിനു വേണ്ടി ഞാൻ വിജയേട്ടൻ എന്നൊരാളുടെ കൂടെ ധർമടത്തിന്റെ പല ഭാഗങ്ങളിലും ഗ്രാമത്തിനു പുറത്ത് ചിലയിടങ്ങളിലും പോവുകയും പലരെയും കണ്ടു സംസാരിക്കുകയും ചെയ്തു. കോളേജിന്റെ പോയകാലത്തെക്കുറിച്ച് കൗതുകകരമായ പലതും മനസ്സിലാക്കാനും ധർമടം ഗ്രാമത്തെ കുറേക്കൂടി നന്നായി അറിയാനും എന്റെ തന്നെ ഓർമയിലെ പലതും പൊടിതട്ടിയെടുക്കാനും ആ ചെറുചെറു യാത്രകൾ സഹായകമായി. അവയിൽ നിന്നും ഞാൻ നടത്തിയ അഭിമുങ്ങളിൽ നിന്നും പഴയ കോളേജ് മാഗസിനുകളിൽ നിന്നും എന്റെ തന്നെ പൊടിതട്ടിയെടുത്ത ഓർമകളിൽ നിന്നുമെല്ലാം സ്വരൂപിക്കാൻ കഴിഞ്ഞ വിവരങ്ങളിൽ ചിലതാണ് താഴെ ചേർത്ത കുറിപ്പുകളിലുള്ളത്.

1

കാസർഗോഡ് മുതൽ പാലക്കാട് വരെയുള്ള പ്രദേശങ്ങളിൽ നിന്നുള്ള വിദ്യാർത്ഥികൾ പല ദശകങ്ങൾക്കു മുമ്പേ ബ്രണ്ണനിൽ എത്തിത്തുടങ്ങിയിരുന്നു. ഞാൻ പഠിക്കുന്ന കാലത്തും പിന്നീടും ലക്ഷദ്വീപുകാരായ കുറച്ചു വിദ്യാർത്ഥികളും കോളേജിൽ ഉണ്ടായിരുന്നു. ഒരു കാലത്ത് കർണാടകത്തിലെ കുടകിൽ നിന്നുള്ളവരും ഉന്നത വിദ്യാഭ്യാസത്തിനു വേണ്ടി ഇവിടെയാണ് വന്നിരുന്നത്. ദക്ഷിണേന്ത്യയിലെ എല്ലാ സംസ്ഥാനങ്ങളിൽ നിന്നുമുള്ളവർ അധ്യാപകർക്കിടയിൽ ഉണ്ടായിരുന്നതുകൊണ്ട് ഔപചാരിക സന്ദർഭങ്ങളിലെല്ലാം കോളേജിലെ സംസാരഭാഷ ഇംഗ്ലീഷായിരുന്നു. അതു കാരണം ഡിഗ്രിവിദ്യാഭ്യാസം കഴിഞ്ഞ് പുറത്തിറങ്ങുമ്പോഴേക്കും മിക്കവാറും എല്ലാ വിദ്യാർത്ഥികളും സാമാന്യം നന്നായി ഇംഗ്ലീഷ് കൈകാര്യം ചെയ്യാൻ പ്രാപ്തി നേടിയിരുന്നതായി 1950-60 കാലത്ത് പഠിച്ച പലരും സാക്ഷ്യപ്പെടുത്തുകയുണ്ടായി.

വിദ്യാർത്ഥികളിൽ ഭൂരിപക്ഷവും ഇടത്തരക്കാരായിരുന്നുവെങ്കിലും പഴയ ഇടത്തരക്കാർ തന്നെ മിക്കവാറും ഇന്നത്തെ ദരിദ്രന്റെ അവസ്ഥയിലായിരുന്നതുകൊണ്ട് യഥാർത്ഥത്തിൽ ദരിദ്രവിഭാഗത്തിൽ പെട്ടിരുന്ന വിദ്യാർത്ഥികളുടെ അവസ്ഥ പരമദയനീയം തന്നെയായിരുന്നു. ഉച്ച ഭക്ഷണത്തിനു വേണ്ടി സൗജന്യമായി അത് കിട്ടുന്ന സ്ഥലം നോക്കി പോകുന്നവർ, അതും നിവൃത്തിയില്ലെങ്കിൽ ഒരു ചായയിൽ ഒതുക്കുന്നവർ, ബസ്സിന് പൈസ കൊടുക്കാൻ ഇല്ലാതിരുന്നതു കാരണം ആറും ഏഴും മൈൽ നടന്നു വന്നിരുന്നവർ, ചെരിപ്പ് സ്വപ്നം കാണാൻ

കഴിയാതിരുന്നവർ, വിദ്യാർത്ഥികളിൽ ഗണ്യമായ ഒരു വിഭാഗം അങ്ങ നെയൊക്കെയുള്ളവരായിരുന്നു. എങ്കിലും ആ പഴയ ബ്രണ്ണനും ജ്ഞാ നാർജ്ജനത്തിലും കലാപ്രവർത്തനങ്ങളിലും കായിക മത്സരങ്ങളിലും രാഷ്ട്രീയബോധത്തിലുമെല്ലാം മികച്ച നിലവാരം പുലർത്തിയിരുന്നതായി ഇന്ന് തൊണ്ണൂറ് പിന്നിട്ട പഴയ ബ്രണ്ണനൈറ്റ്സ് ആവേശത്തോടെ ഓർമിക്കുന്നു.

ബ്രണ്ണൻ കേരളരാഷ്ട്രീയത്തിന്റെ ഒന്നാം നിരയിലേക്ക് അനേകം നേതാക്കളെ സംഭാവന ചെയ്ത കലാലയമാണ്. പക്ഷേ, അമ്പതുകളുടെ അവസാനം വരെ വിദ്യാർത്ഥികൾക്കിടയിൽ കക്ഷി രാഷ്ട്രീയം ഉണ്ടാ യിരുന്നില്ല. പിങ്ക് ഗ്രൂപ്, ബ്ലൂ ഗ്രൂപ് എന്നൊക്കെയായിരുന്നു യൂനിയൻ തിരഞ്ഞെടുപ്പിൽ മത്സരിച്ച സംഘടനകളുടെ പേര്. 1960കളുടെ അന്ത്യം വരെ കോളേജിൽ ഇടതുപക്ഷക്കാരായ വിദ്യാർത്ഥികൾ നന്നേ ചെറിയ ഒരു ഗ്രൂപ്പ് മാത്രമായിരുന്നു. പിണറായി വിജയൻ ഡിഗ്രിക്ക് പഠിക്കുന്ന കാലത്ത് ബ്രണ്ണനിൽ പ്രി-ഡിഗ്രി വിദ്യാർത്ഥിയായിരുന്ന എം. ബാലൻ അന്നേ രാഷ്ട്രീയമായി എതിർചേരിയിലായിരുന്നെങ്കിലും വിജയനെ പറ്റി പറഞ്ഞത് ഇങ്ങനെയാണ്: “പിണറായിക്ക് അന്നൊക്കെ അടി കൊള്ളാത്ത ദിവസമുണ്ടാവില്ല. ദിവസവും ഷർട്ട് കീറും. ലൈഫിൽ ഒരു പാട് സ്ട്രൈവ് ചെയ്ത മനുഷ്യനാണ് പിണറായി.” 1973–74-ൽ ആദ്യമായി എസ്. എഫ്. ഐ യൂനിയൻ തിരഞ്ഞെടുപ്പിൽ വിജയിച്ചു. ഇ. എം. എസ് ആ വർഷം കോളേജ് യൂനിയൻ ഉദ്ഘാടനം ചെയ്യുകയും ചെയ്തു. എ. കെ. ബാലനായിരുന്നു ആ വർഷത്തെ യൂനിയൻ ചെയർമാൻ.

എസ്. എഫ്. ഐ നേതാക്കളുടെയും പ്രാദേശിക ഇടതുപക്ഷ നേതാക്കളുടെയും പ്രധാന താവളമായിരുന്നു ഒരു കാലത്ത് ബ്രണ്ണൻ കോളേജ് ഹോസ്റ്റൽ. ഇടതുപക്ഷത്തെ ഒറ്റയാൻ വിപ്ളവകാരിയായ ഗംഗാധരമാരാർ 71–72 കാലത്ത് പല ദിവസങ്ങളിലും ഹോസ്റ്റലിൽ വന്ന് ദീർഘനേരം വിദ്യാർത്ഥി നേതാക്കളുമായി സംസാരിച്ചിരുന്നു. പ്രാ ദേശികമായി ഏറെ ആദരിക്കപ്പെട്ടിരുന്ന കരയത്തിൽ നാരായണൻ എന്ന മാർക്സിസ്റ്റ് സൈദ്ധാന്തികനും ഹോസ്റ്റലിൽ ഇടക്കിടെ വരാറു ണ്ടായിരുന്നു. അവർക്കൊക്കെ മുമ്പ് ഈ ഹോസ്റ്റലിൽ തീവ്രവിപ്ളവകാ രികളായ പലരും ഒത്തുകൂടിയിരുന്നുവെന്നും 1968-ൽ നടന്ന തലശ്ശേരി പോലീസ് സ്റ്റേഷനാക്രമണത്തിൽ ബ്രണ്ണനിലെ പല വിദ്യാർത്ഥികളും പങ്കെടുത്തിരുന്നു എന്നുമാണ് കേട്ടറിവ്. 70കളുടെ ആദ്യവർഷങ്ങളിൽ അവരുടെ തുടർച്ച എന്നു പറയാവുന്ന ചിലർ കോളേജിൽ ഉണ്ടായിരുന്നു. പക്ഷേ, ഒരു സംഘടനയായി പ്രവർത്തിക്കാനുള്ള അംഗബലമൊന്നും അവർക്കുണ്ടായിരുന്നില്ല. വ്യവസ്ഥാപിത രാഷ്ട്രീയപ്പാർട്ടികളുടേതിൽ

നിന്നു വ്യത്യസ്തമായ നൂതന വിപ്ലവാശയങ്ങൾ ഏറ്റെടുത്തവരായി ചിലരെങ്കിലും തെറ്റിദ്ധരിച്ച 'Angry Young Men' എന്ന ബുദ്ധിജീവി സംഘടന, എം. എ. ജോണിന്റെ അനുയായികളായ പരിവർത്തനവാദി കെ. എസ്. യുക്കാർ, 'ഫ്ളെയിമിംഗ് യൂത്ത്സ്' പോലുള്ള തനി അരാഷ്ട്രീയക്കാരുടെ സംഘടനകൾ, സൈദ്ധാന്തിക രാഷ്ട്രീയവും ദേശീയ തലത്തിലുള്ള ചില രാഷ്ട്രീയ പ്രശ്നങ്ങളും ചർച്ച ചെയ്തിരുന്ന നന്നേ ചെറിയ ഒരു ഗ്രൂപ്പ്, ഇവരൊക്കെയായിരുന്നു 70കളുടെ ആദ്യവർഷങ്ങളിൽ എസ്. എഫ്. ഐക്കും കെ. എസ്. യുവിനും പുറമേ ബ്രണ്ണനിലുണ്ടായിരുന്നത്. ഇവർക്കെല്ലാമിടയിലെ അസ്തിത്വവാദികൾ, കഞ്ചാവടിക്കാർ, പ്രണയാതുരർ, വലിയ വായനക്കാർ എല്ലാവരും ചേർന്ന് രൂപപ്പെടുത്തിയ സവിശേഷമായ അന്തരീക്ഷം ബ്രണ്ണൻ ജീവിതത്തിന് വ്യത്യസ്തമായ വലിയൊരു തിളക്കം നൽകിയിരുന്നു. എഴുപതുകൾ അവസാനിക്കുമ്പോഴേക്കു തന്നെ അതിന് മങ്ങലേറ്റുതുടങ്ങി. പിന്നെപ്പിന്നെ അത് പൂർണമായും ഇല്ലാതായ ഘട്ടത്തിൽ പഴയ തീവ്രവാദികളുടെ പിന്മുറക്കാരെന്ന മട്ടിൽ ചിലരൊക്കെ കാമ്പസ് ജീവിതത്തിന് ചൂടും ചൂരും പകരുന്നതായി ഭാവിച്ചെങ്കിലും നഷ്ടപ്രതാപം വീണ്ടെടുക്കാൻ വൃഥാ പണിപ്പെടുന്ന പഴയ ഫ്യൂഡൽ പ്രഭുക്കന്മാരുടെ വീറിന് തുല്യമായ മനോഭാവത്തോടെ വിപ്ലവാശയങ്ങളെ സമീപിച്ചിരുന്ന അവർ കടുത്ത വ്യക്തിവാദികൾക്കപ്പുറം ഒന്നുമായിരുന്നില്ല.

2

എന്റെ വിദ്യാർത്ഥിജീവിതകാലത്ത് പലവിധ തമാശകളുമൊപ്പിക്കുന്ന ചിലർ ബ്രണ്ണനിലുണ്ടായിരുന്നു. കോളേജ് ജീവിതത്തിൽ അന്ന് പൊതുവെ ഒരു ലാഘവം നിറഞ്ഞു നിന്നിരുന്നു. 1973–74 വർഷത്തിൽ കെ. എസ്. യു പരാജയപ്പെട്ടപ്പോൾ ആ പരാജയം ആഘോഷിക്കാനായി ഒരു സുഹൃത്ത് അദ്ദേഹത്തിന്റെ അടുത്ത സുഹൃദ് വൃന്ദത്തിന്റെ സഹായത്തോടെ കാലടിതൊട്ട് തലവരെ വെള്ള പുതച്ച് 'ഡെഡ് ബോഡി'യായി ഓഡിറ്റോറിയത്തിന്റെ വരാന്തയിൽ പോയി കിടന്നിരുന്നു. പെൺകുട്ടികൾക്ക് അന്ന് പ്രത്യേക വിശ്രമമുറിയുണ്ടായിരുന്നില്ല. അവർ രാവിലെ ഒമ്പതു മണിയാവുമ്പോഴേ എത്തിത്തുടങ്ങും. അപ്പോഴും ഉച്ചനേരത്തും ഒഴിവുള്ള മറ്റു സമയങ്ങളിലുമെല്ലാം അവരുടെ പ്രധാന താവളം ഓഡിറ്റോറിയമാണ്. സുഹൃത്ത് ഡെഡ്ബോഡിയായി ചെന്നുകിടന്ന ദിവസവും രാവിലെ കുറേ പെൺകുട്ടികൾ എത്തി. അവരെല്ലാം ഈ ഡെഡ്ബോഡിക്ക് ചുറ്റും നിന്നു. കിടക്കുന്നത് ഡെഡ്ബോഡിയല്ലെന്ന കാര്യം അവർക്ക് മനസ്സിലായിട്ടുണ്ടാവും. പക്ഷേ, വെള്ളത്തുണി നീക്കി മുഖം കാണാനുള്ള ധൈര്യം അവർക്കുണ്ടായില്ല. കുറച്ചു കഴിഞ്ഞപ്പോൾ

സുഹൃത്ത് നേരത്തേ ഏൽപിച്ചതിനുസരിച്ച് മൂപ്പരുടെ ടീമിലെ ആളുകൾ എത്തി. അവർ ആ ഡെഡ്ബോഡിയുമെടുത്ത് പുറത്തേക്കോടി.

ഓഡിറ്റോറിയത്തിൽ ഡെഡ്ബോഡിയായി കിടന്ന ആളാരാണെന്ന് കെ. എസ്. യുക്കാർക്ക് പിടികിട്ടിയില്ല. അവരിലെ ചിലർ അന്ന് ഉച്ച മുതൽ തന്നെ സംഘം ചേർന്ന് അന്വേഷണം തുടങ്ങി. 'ഓനാരായാലും കിട്ടിയാൽ പണിതീർത്തു വിടണം. ഏതോനായാലും വിടരുത്,' എന്ന് പറഞ്ഞുള്ള നടത്തം കൊണ്ടുള്ള ഫലമെന്തെന്നറിയാതെ നടക്കുന്ന ആ സംഘത്തിൽ രാവിലത്തെ ഡെഡ്ബോഡിയും 'അതെ, വിടരുത്, ഇന്നത്തോടെ ഓന്റെ കഥ കഴിയണം,' എന്നു പറഞ്ഞ് നടക്കുന്നുണ്ടായിരുന്നു.

ഇങ്ങനെയുള്ള പല തമാശകളിൽ ചിലതിനെക്കുറിച്ച് ഇനിയും പറയാനുണ്ട്. അവയിൽ ചിലത് പിന്നാലെ വരും. അടിമുടി തമാശക്കാരനായ ഒരു ചങ്ങാതി ക്ലാസിൽ ആൺകുട്ടിയും പെൺകുട്ടിയും അടുത്തിരിക്കുന്നതു കണ്ട് രോഷാകുലനായി ഇറങ്ങിപ്പോയ അധ്യാപകന്റെ പിന്നാലെ ഓടിച്ചെന്ന് 'വിടരുത് സാർ, അവരെ അങ്ങനെ വിടരുത് സാർ, ഇന്നിപ്പോൾ മുട്ടിയുരുമ്മി ഇരുന്നു. നാളെ എന്തെല്ലാം സംഭവിക്കും?' എന്നു പറഞ്ഞ് അധ്യാപകന് ഊർജം പകർന്ന സംഭവം അക്കൂട്ടത്തിൽ ഉൾപ്പെടുത്താൻ മാത്രം വലിപ്പമില്ലാത്ത ഒന്നാണ്. ബ്രണ്ണനിലെ അക്കാലത്തെ തമാശക്കഥാപാത്രങ്ങളുടെ കേവല തമാശപ്പണികളും അല്പം കടുപ്പം കൂടിയ നർമപ്രയോഗങ്ങളുമെല്ലാം പുതുതലമുറക്ക് വിശ്വസിക്കാൻ പോലും പ്രയാസം തോന്നിപ്പോവും വിധം മറ്റൊരു കാലത്തിന്റേതായിത്തീർന്നു. അവയുടെയൊന്നും ദുർബലാനുകരണങ്ങൾ പോലും ഇനി സാധ്യമാവില്ല.

തമാശ മാത്രമല്ല, ഗൗരവം നിറഞ്ഞ ഉന്നത നിലവാരമുള്ള കലാസാഹിത്യ പ്രവർത്തനങ്ങളും സംവാദങ്ങളുമൊക്കെ ഉണ്ടായിരുന്നു പഴയ കാലത്തെ ബ്രണ്ണനിൽ. 1972 ലാണെന്നാണ് ഓർമ. അക്കാലത്തു തന്നെ അതിപ്രശസ്തനായിരുന്ന എം. മുകുന്ദൻ ഒരു സാഹിത്യപരിപാടിയിൽ പങ്കെടുക്കാൻ ബ്രണ്ണനിൽ വന്നിരുന്നു. അന്ന് അദ്ദേഹം പറഞ്ഞ വാക്കുകൾ ഞാൻ ഇപ്പോഴും ഓർമിക്കുന്നു: 'ഡൽഹിയിലിരുന്ന് ഞാൻ എപ്പോഴും ഉറ്റുനോക്കുന്നത് ബ്രണ്ണനെയാണ്. സാഹിത്യത്തിലെയും ചിത്രകലയിലെയും പുതിയ ചലനങ്ങളെല്ലാം ആരംഭിക്കുന്നത് ബ്രണ്ണനിൽ നിന്നാണ്.' അത്തരമൊരു പരിവേഷമുണ്ടായിരുന്നു, എത്രയോ കാലം ബ്രണ്ണന്. ഒരു തലമുറയിലെ വിദ്യാർത്ഥികൾ ഓർമിക്കുന്നത് ബ്രണ്ണനിലെ മലയാളം അധ്യാപകനായിരുന്ന കരിമ്പുഴ രാമകൃഷ്ണന്റെ നേതൃത്വത്തിൽ എല്ലാ വർഷവും സംഘടിപ്പിച്ചിരുന്ന മൂന്നുദിവസം

നീണ്ടുനിൽക്കുന്ന കലോത്സവത്തെയാണ്. കോളേജിനു മാത്രമല്ല തലശ്ശേരിക്കും സമീപപ്രദേശങ്ങൾക്കുമെല്ലാം വലിയ ഉണർവ് നൽകിയിരുന്ന സാഹിത്യസമ്മേളനങ്ങളും കലാപരിപാടികളുമൊക്കെയായിരുന്നു കലോത്സവത്തിന്റെ ഭാഗമായി നടന്നിരുന്നത്. പിന്നീട് 1960കളുടെ രണ്ടാം പകുതി തൊട്ട് ഒരു ദശകത്തോളം കാലം വടക്കേ മലബാറിലെ പ്രധാനപ്പെട്ട സാംസ്കാരിക സംഭവം കേരളസാഹിത്യ സമിതി തലശ്ശേരിയിൽ സംഘടിപ്പിച്ചിരുന്നു വാർഷിക സമ്മേളനങ്ങളാണ്. മലയാളത്തിലെ മഹാകവികളും കഥാകാരന്മാരുമെല്ലാം ആ സമ്മേളനങ്ങളിൽ പങ്കെടുത്തിരുന്നു. എം. ടി. യെയും, കോവിലനെയും, പി. കുഞ്ഞിരാമൻ നായരെയും, സുഗതകുമാരിയെയും, വിഷ്ണുനാരായണൻ നമ്പൂതിരിയെയും, കക്കാടിനെയും, നിരൂപകരായ ജി. എൻ. പിള്ളയെയും, എം. ആർ. ചന്ദ്രശേഖരനെയും, കെ. പി. ശങ്കരനെയുമെല്ലാം പലരും ആദ്യമായിക്കണ്ടത് സാഹിത്യസമിതി സമ്മേളനങ്ങളിൽ വെച്ചാണ്. കോഴിക്കോട് മുതൽ കാസർകോട് വരെയുള്ള പ്രദേശങ്ങളിലെ സാഹിത്യപ്രണയികളുടെ വാർഷിക സംഗമം തന്നെയായിരുന്നു സമിതിയുടെ ഓരോ സമ്മേളനവും. തികഞ്ഞ ആർജ്ജവത്തോടെ, വലിയ ജനപങ്കാളിത്തത്തോടെ, നല്ല ഗൗരവത്തിൽ നടന്നിരുന്ന അത്തരം സമ്മേളനങ്ങൾ സംഘടിപ്പിക്കാനുള്ള ശേഷി ഇന്നിപ്പോൾ തലശ്ശേരി ഉൾപ്പെടെ കേരളത്തിലെ ഒരു നഗരത്തിനും ഉണ്ടെന്ന് തോന്നുന്നില്ല. മലയാള സാഹിത്യത്തിലെ ഏറ്റവും പുതിയ ചലനങ്ങളെ കുറിച്ചുള്ള ഉത്തരവാദിത്വപൂർണമായ ചർച്ചകൾക്ക് മണിക്കൂറുകളോളം കാതുകൂർപ്പിച്ചിരുന്നിരുന്ന ആ ശ്രോതാക്കളെയും സമിതിയുടെ വാർഷിക സമ്മേളനങ്ങളിൽ തങ്ങളുടെ ഏറ്റവും പുതിയ കവിത തന്നെ അവതരിപ്പിക്കാൻ ഉത്സാഹം കാണിച്ചിരുന്ന കവികളെയും ആവേശപൂർവം ഓർമയിൽ സൂക്ഷിച്ചിരുന്നവർ ഓരോരുത്തരായി മരണത്തിന് കീഴടങ്ങിക്കഴിഞ്ഞു. അവശേഷിക്കുന്നവരിൽ ബഹുഭൂരിപക്ഷവും സപ്തതി കഴിഞ്ഞവരുമാണ്.

എം. എൻ. വിജയൻ മാഷും എം. എസ്. മേനോൻ മാഷുമായിരുന്നു സാഹിത്യസമിതി സമ്മേളനത്തിന്റെ മുഖ്യസംഘാടകർ. കണ്ണൂർ ജില്ലയിലെ സ്കൂളുകളിലും മറ്റ് സ്ഥാപനങ്ങളിലുമൊക്കെ നേരിട്ട് ചെന്ന് ഓരോരുത്തരിൽ നിന്നായി ഒരു രൂപയും രണ്ട് രൂപയും പിരിച്ചും വിദ്യാർത്ഥികൾ വഴി സംഭാവനക്കൂപ്പണുകളിലൂടെ ആകാവുന്നത്ര സമാഹരിച്ചുമാണ് ശ്രോതാക്കളായി എത്തുന്നവർക്കും ഉച്ചയൂണ് നൽകിയിരുന്ന ആ മഹാസാഹിത്യസമ്മേളനം വർഷം തോറും അവർ നടത്തിയിരുന്നത്.

3

ക്ലാസ് കട്ട് ചെയ്ത് പുറത്തുപോയി രാഷ്ട്രീയ ചർച്ചകളിലും സാംസ്കാരിക സംവാദങ്ങളിലും പങ്കെടുക്കുകയോ ലൈബ്രറിയിൽ പോയിരുന്ന് ആനുകാലികങ്ങളിലോ പുസ്തകങ്ങളിലോ തല പൂഴ്ത്തുകയോ ചെയ്യുന്ന സ്വഭാവം വളരെ മുമ്പേ ബ്രണ്ണനിലെ വിദ്യാർത്ഥികൾക്കുണ്ടായിരുന്നു. കോളേജ് തലശ്ശേരി ടൗണിൽ ആയിരുന്ന കാലത്ത് ക്ലാസ് കട്ട് ചെയ്യുന്നവരുടെ താവളം പിന്നീട് ആസാദ് ലൈബ്രറി എന്നറിയപ്പെട്ട പഴയ വിക്ടോറിയാ ലൈബ്രറിയായിരുന്നു. 1901-ൽ സ്ഥാപിതമായതാണ് വിക്ടോറിയ ലൈബ്രറി. സ്വാതന്ത്ര്യലബ്ധിക്കു ശേഷമാണ് അത് ആസാദ് ലൈബ്രറിയായത്.

ക്ലാസ് മുറികളാണ് ജ്ഞാനാർജ്ജനത്തിനുള്ള അവസാനത്തെ ഇടം എന്ന് വിശ്വസിച്ചിരുന്നവർ ബ്രണ്ണനിലെ അധ്യാപകരിൽ അധികം പേർ ഉണ്ടായിരുന്നതായി തോന്നുന്നില്ല. കലയെയും സാഹിത്യത്തെയും അതിയായി സ്നേഹിച്ചവരായിരുന്നു ബ്രണ്ണനിലെ ശാസ്ത്രാധ്യാപകരിൽ ത്തന്നെ പലരും. ജ്ഞാനത്തിന്റെ ലോകം അനന്തവും അങ്ങേയറ്റം വൈവിധ്യപൂർണവുമാണെന്നും പഠിപ്പും പരീക്ഷയുമെല്ലാം ചെറിയ സംഗതികളുമാണെന്ന മനോഭാവം വളർത്തുന്ന ഒരു ബൗദ്ധികാന്തരീക്ഷമാണ് എന്റെ വിദ്യാർത്ഥിജീവിതകാലത്ത് ബ്രണ്ണനിൽ ഉണ്ടായിരുന്നത്. ഞാൻ അവിടെ അധ്യാപകനായി എത്തിയ 1981 മുതൽക്കുള്ള ഏതാണ്ട് ഒന്നൊന്നര ദശകക്കാലത്തോളം ആ മനോഭാവമുള്ള ഏതാനും വിദ്യാർത്ഥികളെങ്കിലും കാമ്പസ്സിലുണ്ടായിരുന്നു.

1990-കളുടെ മധ്യത്തോടെയാണ് അതിന് മാറ്റം വന്നു തുടങ്ങിയത്. ആഗോളവൽക്കരണത്തിന്റെ ആദ്യചലനങ്ങൾ സൃഷ്ടിച്ച ഉപരിപ്ലവമായ ആഘോഷപരതയും ന്യൂജനറേഷൻ കോഴ്സുകളോടുള്ള ഭ്രമവുമെല്ലാം കോയമ്പത്തൂരേക്കും മാംഗ്ലൂരിലേക്കും ബാംഗ്ളൂരിലേക്കുമെല്ലാമുള്ള വിദ്യാർത്ഥികളുടെ ഒഴുക്കിന് വഴിവെച്ചു. ബ്രണ്ണൻ ഉൾപ്പെടെ നാട്ടിലെ കോളേജുകളിലെല്ലാം ആൺകുട്ടികളുടെ എണ്ണത്തിൽ ഗണ്യമായ കുറവ് വന്നു. പുത്തൻ കോഴ്സുകളിലുള്ള താൽപര്യവും വിശ്വാസവും ഈയിടെയായി കുറെയേറെ കുറഞ്ഞിട്ടുണ്ടെങ്കിലും പരമ്പരാഗത കോഴ്സുകളുടെ നേർക്ക് ഇടക്കാലത്ത് രൂപപ്പെട്ട വിപരീത മനോഭാവത്തിന് കാര്യമായ മാറ്റമൊന്നും വന്നിട്ടില്ല. അതുകൊണ്ടു തന്നെ എന്തെല്ലാം പുതിയ ശ്രമങ്ങളുണ്ടായിട്ടും ബ്രണ്ണന് അതിന്റെ നഷ്ടപ്പെട്ടു പോയ ഓജസ്സ് വീണ്ടെടുക്കാനായിട്ടുമില്ല.

മതാത്മകമായ ആത്മീയതയുടെ അന്തരീക്ഷം ബ്രണ്ണൻ ജീവിതത്തിന് അന്യമായിരുന്നു. എങ്കിലും ജീവിതത്തിലെ വലിയ

ഭൗതികനേട്ടങ്ങളൊന്നും യഥാർത്ഥത്തിൽ അത്ര വലുതല്ല എന്ന് ചിന്തിക്കാനുള്ള ശേഷിയും ഒപ്പം തന്നെ ഏത് പ്രതികൂല സാഹചര്യത്തെയും മറികടന്ന് മുന്നോട്ട് പോവാനുള്ള ആത്മബലവും ബ്രണ്ണൻ നൽകിയിരുന്നു. എന്നിട്ടും ചിലർ കാലിടറി വീണുപോയതിന് കാരണങ്ങൾ കോളേജിന് പുറത്തുള്ള ജീവിതത്തിൽ അവർക്ക് നേരിടേണ്ടി വന്ന വലിയ വെല്ലുവിളികളും മറ്റുമാകാം.

വളരെ മുമ്പേ തന്നെ ബ്രണ്ണൻ കോളേജിലെ വിദ്യാർത്ഥികൾ ഉയർന്ന അളവിലുള്ള സ്വാതന്ത്ര്യവാഞ്ഛയും നൂതനാശയങ്ങളെ നെഞ്ചേറ്റി വാങ്ങാനുള്ള ആർജ്ജവവും കാണിച്ചിരുന്നു എന്ന് പഴയ കോളേജ് മാഗസിനുകളിലൂടെ കടന്നു പോയാൽ മനസ്സിലാവും.

"അടിമത്ത ലഹരിയാൽ ഗാഢനിദ്രപൂണ്ട നമു-

ക്കുറക്കുണർന്നെഴുന്നേൽക്കാറായിട്ടില്ലെന്നോ?

അനീതിയാം ചണ്ഡവാദ്യം കർണങ്ങളിലടിച്ചിട്ടു-

മുണരുന്നില്ലെന്നോ നിങ്ങൾ സഹോദരരെ!"

എന്ന്, 'സ്വാതന്ത്ര്യം,' എന്നു തന്നെ ശീർഷകം നൽകിയ കവിതയിൽ ടി. വി. കരുണാകരൻ നായർ എന്ന വിദ്യാർത്ഥി ബ്രണ്ണൻ കോളേജ് മാഗസിനിൽ എഴുതിയത് 1926ലാണ്.

അമ്പാട്ട് സിൽവിയ എന്ന വിദ്യാർത്ഥിനി കോളേജിന് ഒരു ലേഡി പ്രിൻസിപ്പൽ എന്ന ആശയം അവതരിപ്പിച്ചത് 1937-ലാണ്. തൊട്ടടുത്ത വർഷം സ്ത്രീകൾക്ക് ജീവിതത്തിന്റെ എല്ലാ മേഖലകളിലും പുരുഷന്മാർക്കൊപ്പം തുല്യപദവി വേണമെന്നാവശ്യപ്പെട്ട് എം.വി. രുദ്രാണി എന്ന മറ്റൊരു വിദ്യാർത്ഥിനി. ഒരു മനുഷ്യന് ഒരേ സമയം ഹിന്ദുവും ക്രിസ്ത്യാനിയും മുഹമ്മദീയനുമായിരിക്കാൻ കഴിയും എന്നാണ് മിസ് കെ. ദ്രൗപദി 1938-ലെ മാഗസിനിൽ എഴുതിയ ലേഖനത്തിൽ സ്ഥാപിച്ചിരിക്കുന്നത്. മതസൗഹാർദ്ദം, നാണയപ്പെരുപ്പം, ഇന്ത്യയുടെ വ്യവസായവൽക്കരണം, വിദ്യാർത്ഥിരാഷ്ട്രീയം എന്നീ വിഷയങ്ങളെ കുറിച്ചെല്ലാം ബ്രണ്ണനിലെ വിദ്യാർത്ഥികൾ ദശകങ്ങൾക്കു മുമ്പേ വളരെ ഉത്തരവാദിത്വബോധത്തോടെ ആലോചിച്ചിരുന്നു.

4

'ബ്രണ്ണൻ ഒരു വികാരമാണ്,' എന്നത് കോളേജുമായി ബന്ധപ്പെട്ട എല്ലാവർക്കും സുപരിചിതമായ ഒരു പറച്ചിലാണ്. കേരളത്തിലെ പല കോളേജുകളിലെയും പൂർവവിദ്യാർത്ഥികൾ അവർ പഠിച്ച കോളേജിനെപ്പറ്റി ഇങ്ങനെ തന്നെയാവും പറയുന്നുണ്ടാവുക. ബ്രണ്ണനാവുമ്പോൾ

ആ പറച്ചിലിന് മുഴക്കം വർധിക്കുന്നത് അതിന്റെ ചരിത്രം നൽകുന്ന പിൻബലം കൊണ്ടു തന്നെ. സി. എം. എസ് കോളേജ്, എസ്. ബി. കോളേജ്, മഹാരാജാസ് കോളേജ്, വിക്ടോറിയാ കോളേജ്, യൂനിവേഴ്സിറ്റി കോളേജ് എന്നീ സ്ഥാപനങ്ങൾക്കും തീർച്ചയായും ഈയൊരു സംഗതി അവകാശപ്പെടാം.

മത്സരപ്പരീക്ഷകൾക്ക് തയ്യാറെടുക്കുന്ന ശീലം തെക്കൻജില്ലകളിലെ വിദ്യാർത്ഥികൾക്ക് വളരെ മുമ്പേ തന്നെ ഉണ്ടായിരുന്നു. പക്ഷേ, ബ്രണ്ണനിലെ വിദ്യാർത്ഥികളിൽ ബഹുഭൂരിപക്ഷവും അവരുടെ കോളേജ് ജീവിതം അവസാനിക്കുന്നതു വരെ വെറും വിദ്യാർത്ഥികളായിരുന്നു. പി. എസ്. സി വഴിയോ മറ്റേതെങ്കിലും സംവിധാനം വഴിയോ ഉദ്യോഗം നേടി സ്വന്തം കാലിൽ നിൽക്കുന്നതിനെപ്പറ്റി അവർ ആലോചിച്ചു തുടങ്ങുന്നത് പുറത്തെത്തി തൊഴിലില്ലാത്തവരുടെ പടയിൽ കുറച്ചുകാലം അശാന്തരായി അലഞ്ഞു തിരിഞ്ഞതിൽപ്പിന്നെയാവും. രാഷ്ട്രീയത്തിലും സാഹിത്യത്തിലും ആവേശപൂർവം ഇടപെട്ടിരുന്നവരാണെങ്കിൽ പുസ്തകങ്ങളിൽ നിന്നും ചർച്ചകളിൽ നിന്നും മുദ്രാവാക്യങ്ങളിൽ നിന്നും മനസ്സിൽ വന്നു വീഴുന്ന ആശയങ്ങളെ പരമസത്യങ്ങളെന്ന പോലെ ഉൾക്കൊള്ളുന്നവരായിരുന്നു.

എവിടെയൊക്കെ എത്തിപ്പെട്ടാലും പിന്നെയും പിന്നെയും ഓർമിക്കാനും ഓടിയോടി തിരിയെ വരാനും പ്രേരിപ്പിക്കുന്ന എന്തോ ചിലത് ബ്രണ്ണൻ അവരുടെ മാനസികജീവിതത്തിൽ അവശേഷിപ്പിച്ചു. പലരിലും അത് വളരാൻ കൂട്ടാക്കായ്കയും തികഞ്ഞ കാൽപനികതയുമായിരുന്നു. അമ്പത്തഞ്ചാം വയസ്സിൽ ചെന്നൈയിൽ പോയപ്പോൾ യാദൃച്ഛികമായി കണ്ടുമുട്ടിയ സമപ്രായക്കാരനായ ഒരു സുഹൃത്ത്, 'എടാ, എന്റെ ആപ്പീസിന്റെ തൊട്ടടുത്താണ് സെക്കന്റ് പി. ഡി. സി ലോജിക്കിലെ ജലജയുടെ ആപ്പീസ്,' എന്ന് ആവേശപൂർവം അറിയിച്ച കാര്യം ഏതാനും വർഷം മുമ്പ് ബ്രണ്ണനിലെ പഴയ ഒരു സഹപാഠി പറഞ്ഞിരുന്നു.

5

2016 മാർച്ച് 28-നാണ് 'ബ്രണ്ണൻ 125,' എന്ന് പേരിട്ടിരിക്കുന്ന ശതോത്തര രജതജൂബിലി സോവനീർ കവി റഫീക് അഹമ്മദ് കോളേജ് വിദ്യാഭ്യാസ വകുപ്പ് ഡയറക്ടർ എം. നന്ദകുമാർ ഐ. എ. എസ്സിന് നൽകി പ്രകാശനം ചെയ്തത്. 26-ന് ശനിയാഴ്ച രാത്രി കോഴിക്കോട് ഗീതാഞ്ജലി പ്രസ്സിൽ നിന്ന് സോവനീറുമായി എത്തുന്ന വാഹനവും കാത്ത് ഞാൻ കോളേജ് പോർട്ടിക്കോവിൽ നിൽക്കെ അവിടെ നിന്ന് അല്പം മാത്രം

അകലെയായി കോളേജ് കോമ്പൗണ്ടിൽത്തന്നെ നിർമാണം നടന്നു കൊണ്ടിരിക്കുന്ന കെട്ടിടത്തിനടുത്തെ താൽക്കാലിക ഷെഡ്ഡിൽ നിന്ന് ഹിന്ദിയിലും ബംഗാളിയിലുമൊക്കെയായി ചിലർ സംസാരിക്കുന്നത് കേട്ടു. 1956–57 കാലത്ത് ധർമടത്തെ ഈ കുന്നിൻ പുറത്ത് കെട്ടിയ അനേകം കൂടാരങ്ങളിൽ നിന്ന് തൊഴിലാളികൾ സംസാരിച്ചിരുന്നത് തമിഴാണ്. അന്ന് കോളേജിന്റെ കെട്ടിടം പണിക്കുവേണ്ടി കോൺട്രാക്ടർ തൊഴിലാളികളെ കൊണ്ടുവന്നത് പ്രധാനമായും തമിഴ്നാട്ടിൽ നിന്നായിരുന്നു. അവരിൽ ചിലർ വർഷങ്ങൾ കഴിഞ്ഞാണ് തിരിച്ചു പോയത്. ഏതാനും ചിലർ ഇവിടെത്തന്നെ തങ്ങുകയും തിരിച്ചറിയാനവാത്തവിധം നാട്ടുകാർക്കിടയിൽ ലയിക്കുകയും ചെയ്തു. കാലം മാറി. തമിഴിന്റെ സ്ഥാനത്ത് ഹിന്ദിയും ബംഗാളിയും ഒറിയയും മറ്റുമായി. 2016 മാർച്ച് 26-ന് ഇരുട്ടിൽ തനിച്ച് കൊളേജ് മുറ്റത്ത് നിൽക്കെ പത്താറുപത് വർഷത്തിനപ്പുറത്തുനിന്ന് വീശിയെത്തുന്ന കടൽക്കാറ്റാണ് എന്നെ സ്പർശിക്കുന്നതെന്നും ചരിത്രത്തിന് മറ്റെല്ലാ മൂല്യങ്ങളെയും കവിഞ്ഞു നിൽക്കുന്ന വൈകാരികമൂല്യമുള്ളതായും എനിക്ക് തോന്നി.

അധ്യായം 3

കൂട്ടമാറ്റത്തിനായുള്ള ആദ്യയാത്ര

ബ്രണ്ണൻ കോളേജിൽ ചേർന്ന് (1970) ആദ്യത്തെ രണ്ടുമൂന്നു മാസത്തോളം ഞാൻ വീട്ടിൽ നിന്നു പോയിവരികയായിരുന്നു. വീട് വളരെ അകലെയൊന്നുമല്ല. ഏതാണ്ട് നാല്പത്തിമൂന്ന് കിലോമീറ്റർ വരും. അത്രയേ ഉള്ളൂ. എങ്കിലും അക്കാലത്ത് ആ ദൂരം വളരെ വലുതായി തോന്നിയിരുന്നു. കാലം മാറുകയും ഗതാഗത സൗകര്യങ്ങൾ വർധിക്കുകയും ചെയ്യുമ്പോഴാണ് അകലങ്ങൾ പലതും അരികെയാവുന്നത്.

അക്കാലത്ത് പഴയങ്ങാടിപ്പുഴയ്ക്ക് പാലമുണ്ടായിരുന്നില്ല. കോളേജിലേക്ക് നിത്യേനയുള്ള യാത്രയുടെ ആദ്യപടി രാവിലെ ആറര മണിക്ക് എരിപുരത്തെ വീട്ടിൽ നിന്നിറങ്ങി പഴയങ്ങാടി കടവിലേക്കുള്ള നടത്തമാണ്. ഒന്നൊര കിലോമീറ്ററലിധികം വരും ഈ നടത്തം.

കടവ് ഇന്നാലോചിക്കുമ്പോൾ ഏതോ നാട്ടിലുള്ളതെന്ന് തോന്നിക്കുന്നതും അനേകം പൗരാണികസ്മൃതികളുണർത്തുന്നതുമാണ്. കടവു കടക്കൽ പലപ്പോഴും ഒരു സാഹസമാണ്. നല്ല ആഴവും ശക്തമായ അടിയൊഴുക്കുമുണ്ട് പഴയങ്ങാടിപ്പുഴയ്ക്ക്. ചെറിയ ഒരു തോണി, അല്പം വലിപ്പമുള്ള മറ്റൊന്ന് ഇവ മാത്രമാണ് ഉണ്ടായിരുന്നത്. കാളകൾ, പശുക്കൾ, സൈക്കിൾ, വലിയ സാധനക്കെട്ടുകൾ ഇവയൊക്കെ അക്കരേക്ക് കടത്താനുള്ളപ്പോൾ മാത്രം ചങ്ങാടം പുറപ്പെടും. അല്ലാത്തപ്പോഴെല്ലാം മറ്റേ രണ്ടു തോണികൾ തന്നെ. തോണിയിൽ നിറയെ ആളുകളുണ്ടാവും. വലിയ തോണിയാണെങ്കിൽ വലുതായി ഭയം തോന്നില്ല. ചെറുതാണെങ്കിൽ ജീവൻ കയ്യിൽ വെച്ചുള്ള യാത്ര

തന്നെയാണ്. തോണി ഏതായാലും അക്കരെ എത്തുമ്പോൾ മണി ഏഴേ കാലെങ്കിലും ആവും.

പലേടത്തും പൊട്ടിപ്പൊളിഞ്ഞ റോഡ്, ഒരു പാട് സ്റ്റോപ്പുകൾ, ഇഴഞ്ഞിഴഞ്ഞു നീങ്ങുന്ന ബസ്സ് എട്ടര കഴിയുമ്പോഴാണ് കണ്ണൂർ ബസ് സ്റ്റാന്റിലെത്തുക. പിന്നെ തലശ്ശേരി ബസ്സിൽ കയറി ധർമടം റെയിൽവെ സ്റ്റേഷൻ റോഡിലിറങ്ങി പ്ലാറ്റ് ഫോമിലേക്കു കയറി റെയിലും കടന്ന് ഒരു കയറ്റവും കയറി കോളേജിലെത്തുമ്പോൾ മിക്കവാറും ഒമ്പതര കഴിയും. ആദ്യത്തെ ക്ലാസ് തുടങ്ങി അരമണിക്കൂർ കഴിഞ്ഞിരിക്കുമെന്നർത്ഥം.

ട്രെയിൻ യാത്ര ഇത്രയും വിഷമം പിടിച്ചതായിരുന്നില്ല. ഒമ്പത് മണിയാവുമ്പോൾത്തന്നെ കോളേജിലെത്തുകയും ചെയ്യും. പക്ഷേ രാവിലെ 6 മണിക്ക് വീട്ടിൽ നിന്നിറങ്ങണം. വൈകുന്നേരം കോളേജ് വിട്ട് വീട്ടിൽ തിരിച്ചെത്തുന്നത് 7 മണി കഴിഞ്ഞായിരിക്കും. വെളിച്ചം പരന്നു തുടങ്ങും മുമ്പും അന്തിമിനുക്കം മാഞ്ഞതിനു ശേഷവും മാടായിപ്പാറ കയറിയിയിറങ്ങി അങ്ങോട്ടുമിങ്ങോട്ടുമുള്ള യാത്ര വേറിട്ട ഒരനുഭവം തന്നെയായിരുന്നു. പക്ഷേ, സമയവും യാത്രാക്ഷീണവും പരിഗണിച്ചാൽ ബസ്സ് യാത്രയും ട്രെയിൻ യാത്രയും ഏതാണ്ട് ഒരു പോലെ തന്നെ. ഒന്നൊന്നര മാസം കൊണ്ട് ഈ ഏർപ്പാട് ശരിക്കും മടുത്തു.

ചെറുകുന്ന്, പഴയങ്ങാടി, മാട്ടൂൽ ഭാഗത്തുള്ള പലരും അന്ന് ബ്രണ്ണൻ കോളേജിലുണ്ടായിരുന്നു. അവരിൽ ബഹുഭൂരിപക്ഷവും കോളേജ് ഹോസ്റ്റലിൽ തങ്ങുന്നവരായിരുന്നു. ഏതാനും ചിലർ സമീപത്തെ ലോഡ്ജുകളിലും. മെൻസ് ഹോസ്റ്റലിന് എതിർവശത്തുള്ള കോളേജ് വ്യൂ ലോഡ്ജായിരുന്നു ലോഡ്ജുകളിൽ പ്രധാനപ്പെട്ടത്. നാട്ടിൽ വെച്ച് എനിക്ക് നേരത്തേ തന്നെ പരിചയമുള്ള കെ. വി. കുഞ്ഞികൃഷ്ണൻ കോളേജ് വ്യൂവിലാണ് താമസിച്ചിരുന്നത്. ഞാനും തൽക്കാലം കോളേജ് വ്യൂവിൽ താമസിക്കാനുറച്ചു.

കോളജ് വ്യൂ ലോഡ്ജിലേക്ക് താമസം മാറ്റാനുള്ള തീരുമാനം കൈകൊണ്ടതോടെ അത് എത്രയും പെട്ടെന്നു നടപ്പിലാക്കണമെന്ന ആലോചന മാത്രമായി എന്റെ ഉള്ളിൽ. തീരുമാനങ്ങളുടെ കാര്യത്തിൽ ഞാൻ പണ്ടും ഇന്നുമെല്ലാം ഇങ്ങനെ തന്നെ. ഒരു തീരുമാനത്തിലെത്താൻ കുറച്ചു സമയമെടുത്തെന്നിരിക്കും. പക്ഷേ, അത് നടപ്പിലാക്കുന്നത് പെട്ടെന്നായിരിക്കും.

അത്യാവശ്യം വേണ്ട വസ്തുങ്ങളും മറ്റും കുത്തിനിറച്ച ഒരു ബാഗും ഒരു മാസത്തെ ചെലവിനു വേണ്ടി വരുമെന്നു കണക്കു കൂട്ടിയ

പൈസയുമായി ലോഡ്ജ് വാസത്തിനായി ഒരു വൈകുന്നേരം ഞാൻ പഴയങ്ങാടി റെയിൽവേ സ്റ്റേഷനിൽ നിന്നു പുറപ്പെട്ടു.

വണ്ടി കണ്ണൂർ വരെ മാത്രമേ പോവുകയുള്ളൂ എന്ന കാര്യം ടിക്കറ്റെടുക്കാൻ നേരത്തു മാത്രമാണ് മനസ്സിലായത്. ട്രെയിൻ എന്ന ആലോചനയേ വിട്ട്, കടവ് കടന്ന് കണ്ണൂർ വരെ ബസ്സിനു പോയി, പിന്നെ ദീർഘദൂര ബസ്സിൽ കയറി തലശ്ശേരിയിലിറങ്ങി, അവിടെ നിന്ന് ധർമടത്തേക്കു പോകാമെന്ന കാര്യം ഞാൻ ചിന്തിച്ചതേയില്ല.

വണ്ടി കണ്ണൂരെത്തുമ്പോൾ രാത്രി എട്ടര മണിയാവും. പിന്നെ തലശ്ശേരി ഭാഗത്തേക്ക് ഒന്നോ രണ്ടോ ബസ്സേ ഉണ്ടാവൂ. അതും എല്ലാ ദിവസവും ഓടുമെന്ന കാര്യം ഉറപ്പില്ല. ഒടുവിൽ സ്റ്റേഷൻ പ്ലാറ്റ്ഫോമിൽ രാത്രി കഴിച്ചുകൂട്ടി രാവിലെ ആദ്യം കിട്ടുന്ന ബസ്സിന് പുറപ്പെടാമെന്നു ഞാൻ തീരുമാനിച്ചു.

ഈ തീരുമാനത്തിന്റെ ആദ്യഭാഗം പൂർണ്ണമായും നടപ്പിലാക്കേണ്ടി വന്നില്ല. ട്രെയിനിൽ വെച്ചു പരിചയപ്പെട്ട ഒരാളാണ് അത് തിരുത്തിച്ചത്. അയാൾ എന്നോട് വിവരങ്ങളെല്ലാം ചോദിച്ചറിഞ്ഞു. കോളേജ് വ്യൂ ലോഡ്ജിൽ താമസിക്കാനാണ് പോകുന്നതെന്നറിഞ്ഞപ്പോൾ പുള്ളിക്ക് വലിയ ഉത്സാഹമായി. അയാൾ ആ ലോഡ്ജിൽ ഏതാനും മാസങ്ങൾ മുമ്പു വരെ താമസിച്ചിരുന്നു. ഇപ്പോഴത്തെ താമസക്കാരിൽ പലരെയും അയാൾക്കു നല്ല പരിചയമുണ്ട്. അവരുടെയൊക്കെ സ്വഭാവത്തെക്കുറിച്ചും അവരിൽ ചിലരുമായി ബന്ധപ്പെടുമ്പോൾ ശ്രദ്ധിക്കേണ്ട കാര്യങ്ങളെക്കുറിച്ചും അയാൾ സാമാന്യം വിശദമായിത്തന്നെ സംസാരിച്ചു.

വണ്ടി കണ്ണൂർ വരെയേ പോകൂ എന്നത് പ്രശ്നമാക്കേണ്ടെന്നും രാത്രി മുഴുവൻ നമുക്ക് കണ്ണൂർ ടൗണിൽ ചുറ്റി നടക്കാമെന്നും രാത്രിയിലും നഗരത്തിന്റെ പല ഭാഗങ്ങളും സജീവമായിരിക്കുമെന്നും അയാൾ പറഞ്ഞു. യൗവനം പിന്നിട്ടിട്ടില്ലാത്തവനും സുമുഖനുമായ അയാളുടെ സംസാരം കേൾക്കാൻ നല്ല സുഖമുള്ളതായിരുന്നു. എന്നെ അത് ശരിക്കും ഹരം പിടിപ്പിച്ചു.

ഞങ്ങൾ കണ്ണൂർ സ്റ്റേഷനിൽ ഇറങ്ങി. റെയിൽവെ സ്റ്റേഷന് അടുത്തുള്ള ഒരു ഹോട്ടലിൽ നിന്ന് വളരെ രുചികരമായ നെയ്റോസ്റ്റും ഉഴുന്നുവടയും ചായയും കഴിച്ച് നഗരം കാണാനായി ഇറങ്ങി. എനിക്ക് പൗഡർ, സോപ്പ് തുടങ്ങിയ സാധനങ്ങൾ വാങ്ങാനുണ്ടെന്നു പറഞ്ഞപ്പോൾ അയാൾ ഭേദപ്പെട്ട ഒരു സ്റ്റേഷനറിക്കടയിലേക്ക് എന്നെ കൂട്ടിക്കൊണ്ടുപോയി. സോപ്പ് ഇഷ്ടമുള്ളത് വാങ്ങിക്കൊള്ളാൻ പറഞ്ഞു.

പൗഡർ 'ലാക്മെ'യാണ് നല്ലതെന്നും അതിനു പുറമെ ബിസ്കറ്റ് മണമുള്ള ഒരു ഹെയർഓയിൽ കൂടി വാങ്ങണമെന്നും അയാൾ നിർദ്ദേശിച്ചു. ഈ സാധനങ്ങൾ വാങ്ങിക്കഴിഞ്ഞപ്പോൾ അയാൾ എന്നെയും കൂട്ടി വീണ്ടും റെയിൽവേ സ്റ്റേഷനിലേക്കു പോയി. പ്ലാറ്റ്ഫോമിൽ സൗകര്യമുള്ള ഒരു സ്ഥലം നോക്കി ഇരുന്ന ശേഷം തന്റെ ബാഗിൽ നിന്ന് ചെറിയ ഒരു കുപ്പി പുറത്തെടുത്തു. ഞാൻ വാങ്ങിയ ഹെയർ ഓയിലിന്റെ കുപ്പി തുറന്ന് അതിൽ കാൽ കാൽഭാഗത്തോളം തന്റെ കയ്യിലെ കുപ്പിയിലൊഴിച്ച് രണ്ടു കുപ്പിയും മുറുക്കിയടച്ചു. അതിനുശേഷം ചെറിയ ഒരു കവർ പുറത്തെടുത്ത് ഞാൻ വാങ്ങിയ ലാക്മെ പൗഡറിൽനിന്ന് കുറെ അതിൽ തട്ടിയിട്ട് അതും ഭദ്രമായി തന്റെ ഭാഗിൽ വെച്ചു. പിന്നെ, 'വാ, ഇനി നമുക്ക് നടക്കാം,'എന്നു പറഞ്ഞ് അയാൾ എന്റെ പുറത്തുതട്ടി. 'ഇയാൾ ആളൊരു വീരനാണല്ലോ, എത്ര എളുപ്പത്തിലാണ് എന്നെ പറ്റിച്ചത്,' എന്നൊക്കെ തോന്നിയെങ്കിലും ഞാൻ അയാളുടെ കൂടെ നടക്കാൻ തന്നെ തീരുമാനിച്ചു. സ്റ്റേഷനിൽ നിന്നു പുറത്തുകടക്കുമ്പോൾ അയാൾ പറഞ്ഞു: "ആ ഹെയർ ഓയിലിന്റെ മണം ശ്രദ്ധിച്ചില്ലേ. ഉഗ്രൻ സാധനമാണത്. അത് രണ്ടു തുള്ളിയെടുത്തു തേച്ച് പെൺകുട്ടികളുടെ അടുത്തുചെന്നു നിന്നാൽ അവർ പിന്നെ നിങ്ങളെ വിട്ടുപോവില്ല."

(ഹെയർ ഓയിലിന്റെ ഗന്ധം അയാൾ പറഞ്ഞതുപോലെ തികച്ചും വശ്യമായിരുന്നു. പക്ഷേ, എന്റെ ഭാഗ്യക്കേടെന്നു പറയാം, തലശ്ശേരിയിലെങ്ങും അത് കിട്ടിയില്ല. പിന്നെപ്പിന്നെ ഞാൻ അതിന്റെ പേര് മറന്നുപോവുകയും അങ്ങനെ അനേകം കോളേജ് കുമാരിമാരെ വശീകരിക്കാനുള്ള ശേഷി ഞാൻ നഷ്ടപ്പെടുത്തുകയും ചെയ്തു.)

1970-ന്റെ ആദ്യപകുതിയിലെ കണ്ണൂർ നഗരത്തിന് ഇന്നത്തെ കണ്ണൂരിന്റെ പാതിപോലും ഗമയുണ്ടായിരുന്നില്ല. താവക്കരയിലെ പുതിയ ബസ് സ്റ്റാന്റില്ല. പഴയ ബസ് സ്റ്റാന്റിൽ വന്നു ചേരുന്ന ബസ്സുകളുടെ എണ്ണം നന്നേ കുറവും. സ്റ്റേഡിയം കോർണർ കാര്യമായ ഒരു കച്ചവടകേന്ദ്രമായി വളർന്നിരുന്നില്ല. സിറ്റിസെന്ററും ഷാപ്പിംഗ് മാളുകളുമൊന്നും ഉയർന്നു വന്നിരുന്നില്ല. വൻകിട ഹോസ്പിറ്റലുകൾ ഒന്നുപോലുമില്ല. ലോഡ്ജുകളും ഹോട്ടലുകളുമെല്ലാം നന്നേ കുറവ്. പുസ്തകശാലകളായി ഉണ്ടായിരുന്നത് എൻ. ബി. എസ്സും ജെ. എസ്. പോൾ കോർണറിലെ പ്രഭാത് ബുക് ഹൗസും. രണ്ടും ഞാൻ ഇടയ്ക്കിടെ സന്ദർശിച്ചുകൊണ്ടിരുന്നു. പ്രഭാതിൽ നിന്ന് ലൂനാചാർസ്കി അവതാരിക എഴുതിയ ഡോസ്റ്റോയെവ്സ്കിയുടെ ഒരു കഥാസമാഹാരം, ഇംഗ്ലീഷിലുള്ളത്, ഞാൻ വാങ്ങിയിരുന്നു. അക്കാലത്ത് മറ്റൊരു പുസ്തകവും എന്നെ അത്രമേൽ വശീകരിച്ചിരുന്നില്ല.

നഗരത്തിന്റെ ഒരു ഭാഗത്ത് തീയപ്രമാണിമാരും മറ്റൊരു ഭാഗത്ത് ചില മുസ്ലീം പ്രമാണിമാരും വേറെ ചില ഭാഗങ്ങളിലായി ചാലിയ വിഭാഗത്തിൽ പെട്ട ചില സമ്പന്നരും ഉണ്ടായിരുന്നുവെന്നതൊഴിച്ചാൽ നഗരം പൊതുവെ ദരിദ്രമായിരുന്നു. ജാതിയും മതവും സാമാന്യം സജീവമായിരുന്നെങ്കിലും ആളുകൾ വർഗീയതയിലേക്ക് ചായാതിരുന്നത് ആദ്യം ദേശീയ പ്രസ്ഥാനത്തിന്റെയും, വിശേഷിച്ച് മഹാത്മജിയുടെയും, പിന്നെപ്പിന്നെ കമ്യൂണിസ്റ്റുകാരുടെയും സ്വാധീനം കൊണ്ടാണ്. വേറെയും ചില കാരണങ്ങൾ ഉണ്ടായിരുന്നു. പല ദേശങ്ങളിലുമുള്ളവർ മേളിച്ചിരുന്ന സ്ഥലമായിരുന്നു പഴയ കണ്ണൂർ. കണ്ണൂർ സിറ്റിയിൽ ഗുജറാത്തി അധ്യയന മാധ്യമമായുള്ള ഒരു വിദ്യാലയം ഉണ്ടായിരുന്നു. അവിടെ നാട്ടുകാരായ വിദ്യാർത്ഥികളും പഠിച്ചിരുന്നു. തന്റെ ഉമ്മ ഗുജറാത്തി സ്കൂളിലാണ് പഠിച്ചതെന്നും വീട്ടിൽ ഗുജറാത്തിയിലുള്ള പഴയ പാഠപുസ്തകങ്ങളുണ്ടെന്നും മരിച്ചുപോയ പ്രസിദ്ധ പത്രപ്രവർത്തകൻ എം. അബ്ദുറഹിമാൻ ഒരിക്കൽ എന്നോട് പറഞ്ഞിരുന്നു. ഇദ്ദേഹം കെ. കരുണാകരന്റെ പ്രൈവറ്റ് സെക്രട്ടറിയായിരുന്നു. ഗുരുവായൂരപ്പന്റെ ഭക്തനായിരുന്നെങ്കിലും സ്വന്തം വീട്ടിനകത്ത് കരുണാകരൻ തികഞ്ഞ മതേതരനായിരുന്നു എന്നാണ് അബ്ദുറഹിമാൻ പറഞ്ഞത്.

ട്രെയിനിൽ വെച്ചു പരിചയപ്പെട്ട ആൾ എന്നെ ആ രാത്രിയിൽ നഗരത്തിന്റെ ഏതൊക്കെയോ ഭാഗത്തുകൂടെ നടത്തിച്ചു. ഓരോ പുതിയ തെരുവിലെത്തുമ്പോഴും അവിടത്തെ താമസക്കാരുടെ പ്രത്യേകതകൾ അയാൾ വിവരിച്ചുകൊണ്ടിരുന്നു. 'ദാ, ഇവിടെ രണ്ടുമൂന്നു മേത്തരം കള്ളന്മാരുണ്ട്. ഇവിടയാണ് കണ്ണൂരിനെ വിറപ്പിക്കുന്ന ഗുണ്ടകളിലൊരാൾ. അയാൾക്ക് ഏത് ഹോട്ടലിലും കയറി ഫ്രീയായി ഭക്ഷണം കഴിക്കാം. വേണ്ടുന്ന ഏത് സാധനവും ഏത് കടയിൽ നിന്നും എടുക്കാം. ആരും എതിര് പറയില്ല. ദാ, ഈ ഭാഗത്ത് രണ്ടുമൂന്ന് വീടുകളുണ്ട്. പെണ്ണുങ്ങളെ കിട്ടും. ആർക്കും ഏതു നേരത്തും കയറിച്ചെല്ലാം.' ഈ മട്ടിലായിരുന്നു അയാളുടെ സംസാരം. ഞാൻ അങ്ങോട്ടെന്തെങ്കിലും ചോദിക്കുകയോ പറയുകയോ ചെയ്തില്ല. ഒരു പാടു നേരം അയാളുടെ ഒരേ ഈണത്തിലുള്ള സംസാരം കേട്ട് ഒരു പാടു ദൂരം നടന്ന് എനിക്ക് വല്ലാതെ മടുപ്പു പിടിച്ചു തുടങ്ങിയപ്പോൾ അയാൾ തന്നെ പറഞ്ഞു: "ഇനി നമ്മക്ക് സ്റ്റേഷനിൽത്തന്നെ പോയി ഇരുന്നാലോ." ഞാൻ സമ്മതിച്ചു.

തിരിച്ച് സ്റ്റേഷനിലേക്കുള്ള യാത്രയിലാണ് അയാൾ തന്റെ തൊഴിൽ എന്താണെന്ന് എന്നോടു പറഞ്ഞത്. "ഞാനൊരു കൈ നോട്ടക്കാരനും മുഖലക്ഷണം നോക്കി കാര്യങ്ങൾ പറയുന്ന ആളുമാണ്. രണ്ടും ശാസ്ത്രം തന്നെ. പക്ഷേ, പുസ്തകം പഠിച്ചതുകൊണ്ടു മാത്രം കാര്യമില്ല. അത്

ആർക്കും സാധിക്കും. തൊഴിൽ ചെയ്ത തന്നെ പലതും പഠിക്കാനുണ്ട്. അതാണ് പ്രധാനം. ഞാനിപ്പോൾ ആറേഴ വർഷമായി രംഗത്തുണ്ട്. ഇപ്പോൾ ഈ തൊഴിലിൽ നല്ല എക്സ്പർട്ടായിക്കഴിഞ്ഞു."

പിന്നെയും പ്ലാറ്റ്ഫോമിൽ തിരിച്ചെത്തിയ ഞങ്ങൾക്ക് പ്രത്യേകിച്ചൊന്നും ചെയ്യാൻ ബാക്കിയുണ്ടായിരുന്നില്ല. ഉറങ്ങാൻ പറ്റുന്ന രണ്ട് സിമന്റ് ബെഞ്ചുകൾ അടുത്തടുത്തായി കണ്ടെത്തി. കിടക്കും മുമ്പ് അയാൾ ബാഗ് തുറന്ന് ചെറിയ ഒരു ബൗണ്ട്ബുക്ക് കയ്യിൽ തന്നിട്ട് പറഞ്ഞു: "ദാ, എന്റെ തൊഴിൽ പുസ്തകമാണ്. വായിച്ചു നോക്കിക്കോളൂ." പിന്നെ അയാൾ കൂട്ടിച്ചേർത്തു: "നീ വിശ്വസിക്കാൻ കൊള്ളുന്ന ഒരുത്തനാണെന്ന് ആദ്യമേ എനിക്ക് മനസ്സിലായി. എങ്കിലും പറയാം. ഇതിലുള്ളതെല്ലാം രഹസ്യമായിരിക്കണം. മറ്റൊരാളോടും പറയരുത്. ബുക്ക് രാവിലെ മടക്കിത്തരണം."

ഇപ്പോൾ അമ്പത്തിമൂന്ന് വർഷത്തോളം കഴിഞ്ഞിരിക്കുന്നു. അയാളെ ഞാൻ പിന്നെ കണ്ടിട്ടില്ല. അയാൾക്കിപ്പോൾ എൺപതിനടുത്ത് പ്രായമായിട്ടുണ്ടാവും. എന്തായാലും പഴയ തൊഴിൽ അയാൾ എന്നോ ഉപേക്ഷിച്ചിരിക്കും. പിന്നെ അയാളുടെ നോട്ടുപുസ്തകത്തിൽ പറഞ്ഞിരിക്കുന്ന ആളുകളിൽ പലരും മരിച്ചിരിക്കാനാണ് സാധ്യത. ജീവിച്ചിരിക്കുന്നവർ തന്നെ എവിടെ, എങ്ങനെ എന്നൊന്നും പറയാനാവില്ല. എന്തായാലും ആരെയും ബാധിക്കാത്ത വിവരങ്ങൾ എന്ന നിലയ്ക്ക് എന്നെ സൂക്ഷിക്കാനേൽപിച്ച രഹസ്യങ്ങൾ ഞാൻ പുറത്തുവിടുകയാണ്.

രണ്ടു ഭാഗങ്ങളുണ്ടായിരുന്നു ആ ബൗണ്ട്ബുക്കിന്റെ ഉള്ളടക്കത്തിന്. ആദ്യഭാഗത്ത് അക്കാലത്തെ ഉത്സവപ്പറമ്പുകളിൽ നിന്ന് വിറ്റിരുന്ന മുഖലക്ഷണം, കോടാങ്കിശാസ്ത്രം, ഹസ്തരേഖാശാസ്ത്രം തുടങ്ങിയ പുസ്തകങ്ങളിൽ ലഭ്യമാവുന്ന തരം വിവരങ്ങളും പിന്നെ അയാളുടെ വകയായുള്ള ചില നിരീക്ഷണങ്ങളും. രണ്ടാം ഭാഗം ഏതോ ഒരു പ്രദേശത്തെ ഏതാനും ആളുകളെക്കുറിച്ചുള്ള ചില അത്യാവശ്യവിവരങ്ങളും. ആളുകളുടെ പേരുകളൊന്നും ഞാൻ ഓർക്കുന്നില്ല. അതുകൊണ്ട് പേരുകൾ സങ്കല്പിച്ചെഴുതാം. വിശദാംശങ്ങൾ പഴയ ഓർമയുടെ ഛായയിൽ പുനർനിർമിച്ചതാണ്.

ആദ്യഭാഗത്ത് ആദ്യം പറഞ്ഞിരുന്നത് പന്ത്രണ്ടു തരം കൈകളെക്കുറിച്ചാണ്. കുറുങ്കൈ, നെടുങ്കൈ, കലാകാരഹസ്തം, മൂഷിക ഹസ്തം, പൈങ്കിളി ഹസ്തം, വഞ്ചകീ ഹസ്തം, വിഡ്ഢിഹസ്തം എന്നിങ്ങനെ. പിന്നെ വരുന്നത് മുഖങ്ങളുടെ വിഭജനമാണ്. ശാന്തമുഖം, വ്യാഘ്രമുഖം,

സിംഹമുഖം, വാനരമുഖം, ഓമനമുഖം, വഞ്ചകിമുഖം, ശൂന്യമുഖം എന്നിങ്ങനെ. കയ്യും മുഖവും ഒറ്റക്കാഴ്ചയിൽത്തന്നെ ഏത് ഗണത്തിൽ പെടുന്നു എന്നു തിരിച്ചറിയാനുള്ള ക്ലൂ കൊടുത്തിരുന്നു.

ഇനി രണ്ടാം ഭാഗത്തിന്റെ ചില സാമ്പിളുകൾ:

1. കോമളവല്ലി-വയസ്സ്-45

ഭർത്താവ് മോഹനനുമായി സ്ഥിരം ശണ്ഠയാണ്. അയാളുടെ പരസ്ത്രീബന്ധം ആരോപിച്ചാണ് തുടങ്ങുക. മോഹനൻ പരക്കെ മേഞ്ഞു നടക്കുന്ന കൂട്ടത്തിലാണ്. വീട്ടിൽ നിന്നും തെക്കും വടക്കും രണ്ടു കിലോമീറ്ററിനുള്ളിലായി രണ്ടു പെണ്ണുങ്ങളുമായി ഇയാൾ നല്ലലോഹ്യത്തിലാണ്. മാസത്തിൽ ഒരു തവണയെങ്കിലും രണ്ടാളെയും സന്ധിക്കും. കോമളവല്ലി നല്ല അച്ചടക്കമുള്ള ഭാര്യയും. പക്ഷേ, മനസ്സുകൊണ്ട് അവളും കെട്ടഴിഞ്ഞ കൂട്ടത്തിലാണ്.

2. വിൻസെന്റ്-വയസ്സ്-42

ഭാര്യ എമിലിയുമായി ബന്ധപ്പെട്ടിട്ട് മൂന്നുനാല് വർഷമായി. അവൾക്ക് വേഴ്ചയിൽ താൽപര്യം കുറവാണ്. വിൻസെന്റാണെങ്കിൽ സദാ തൽപരനും. അയാളിപ്പോൾ ഒരു കോളേജ് കുമാരിയുടെ കാമുകനാണ്. അവൾ രാവിലെ ബസ്സ് കയറുന്ന സമയത്തും വൈകുന്നേരം ബസ്സിറങ്ങുന്ന സമയത്തും വിൻസെന്റിനെ ബസ് സ്റ്റോപ്പിൽ കാണാം. കാഴ്ചയിൽ നല്ല സുന്ദരനായ, ശരീരത്തിൽ നിന്ന് സദാ സുഗന്ധം വമിക്കുന്ന ഒരാളെയായിരുന്നു എമിലി ഭർത്താവായി സങ്കൽപിച്ചിരുന്നത്. രാവിലെ ഒമ്പതു കഴിയുമ്പോൾ പുറത്തേക്കു പോയി ഇച്ചിരി മീനും വാങ്ങി മടങ്ങി വന്ന് പിന്നെ വൈകുന്നേരം മൂന്നരയാവും വരെ പറമ്പിൽ ഓരോരോ പണികൾ ചെയ്ത് ഒന്നു കുളിച്ചെന്നു വരുത്തി വന്ന് ധൃതിയിൽ ചോറും വാരിത്തിന്ന് പിന്നെയും പുറത്തേക്കു പോയി വല്ല ചീട്ടുകളിയും വെള്ളമടിയുമൊക്കെയായി മടങ്ങി വരുന്ന വിൻസെന്റിനെ അവൾ മനസ്സുകൊണ്ട് വല്ലാതെ മടുത്തു കഴിഞ്ഞു.

3. രമണി-വയസ്സ്-48

ആർത്തവ വിരാമത്തിന്റെ ഘട്ടത്തിലാണ്. അതുകൊണ്ട് വേഴ്ചയിൽ താൽപര്യം വളരെ കൂടുതലാണ്. എല്ലാം കൈവിട്ടുപോവുന്നതിന്റെ വെപ്രാളത്തിലാണ് അവൾ. ഭർത്താവ് സുഗുണനാണെങ്കിൽ കുറച്ചു കാലമായി ആത്മീയ കാര്യങ്ങളിലാണ് താൽപര്യം. അതുകൊണ്ട് വീട്ടിലെ അന്തരീക്ഷം സംഘർഷം നിറഞ്ഞതാണ്. മൂന്ന് മക്കളുണ്ട്. വീട്ടിൽ ആകപ്പാടെ കാര്യങ്ങളെല്ലാം അലമ്പായിരിക്കുന്നു എന്നല്ലാതെ അതിന്റെ കാരണമൊന്നും അവർക്കറിയില്ല.

4. സുന്ദരൻ-വയസ്സ്-50

ഭാര്യ കാന്താരികാർത്ത്യായണിയുമായി നല്ല ബന്ധത്തിലല്ല. എപ്പോഴും ഏതെങ്കിലും ഒരാളുടെ കുടുംബജീവിതത്തിൽ പ്രശ്നങ്ങളുണ്ടാക്കാൻ വഴിയന്വേഷിച്ച നടക്കുന്ന ശീലം ഉപേക്ഷിക്കണമെന്ന പറഞ്ഞ് മുമ്പ് സുന്ദരൻ അവളുമായി വഴക്കുണ്ടാക്കുകയും തർക്കുത്തരം പറഞ്ഞ അവളെ കണക്കിന് മർദ്ദിക്കുകയും ചെയ്തിരുന്നു. മർദ്ദനവും കരച്ചിലും പിഴിച്ചിലുമൊക്കെ കഴിഞ്ഞാൽ വേഴ്ച ഗംഭീരമാവുമെന്ന് മനസ്സിലാക്കിയതോടെ കാർത്ത്യായണി തന്റെ കാന്താരി സ്വഭാവം ഒന്നുകൂടി കടുപ്പിക്കുകയാണ് ചെയ്തത്. സുന്ദരൻ അതോടെ വഴി മാറി. ദിവസവും ഉച്ചയ്ക്ക് സ്വതന്ത്രമായി ബന്ധപ്പെടാൻ പറ്റുന്ന മദാലസയായ ഒരു സ്ത്രീയെ അയാൾ കണ്ടെത്തി. ആ സ്ത്രീയുടെ ഭർത്താവ് വർഷങ്ങളായി ഭൂട്ടാനിലാണ്. എന്നു വരും എന്നൊന്നും അറിയില്ല. സുന്ദരൻ എന്തെങ്കിലും കാരണത്താൽ കൈവിട്ടുപോയേക്കുമോ എന്ന ബേജാറിലാണ് ഇപ്പോൾ ആ സ്ത്രീ. അത് സംഭവിക്കില്ല എന്ന് ഉറപ്പിച്ച പറഞ്ഞാൽ മതി അവർക്ക് വലിയ സന്തോഷമാവും.

ഇങ്ങനെ പോകുന്നവയായിരുന്നു ആ കുറിപ്പുകൾ. എന്റെ ആ ഒറ്റ രാത്രിയിലെ സുഹൃത്തിന്, ഇവയെ അടിസ്ഥാനമാക്കി തന്റെ തൊഴിലിൽ ഏർപ്പെടുന്നത് എത്ര അനായാസമായിരുന്നിരിക്കുമെന്ന് നമുക്ക് ഊഹിക്കാവുന്നതേയുള്ളൂ.

അടുത്ത ദിവസം രാവിലെ എട്ടു മണിക്കു മുമ്പേ ഞാൻ കോളേജ് വ്യൂ ലോഡ്ജിലെത്തി. ഒരു ചായയും കുടിച്ച വന്ന് ഉച്ച കഴിയും വരെ കിടന്നുറങ്ങി, എഴുന്നേറ്റ് പിന്നെയും കുറേ നേരം ഓരോന്നൊക്കെ ആലോചിച്ച കിടന്നു. വൈകുന്നേരം കോളേജ് വ്യൂവിലെ സുഹൃത്തുക്കൾക്കൊപ്പം ചായ കുടിക്കാൻ പോവുമ്പോൾ കഴിഞ്ഞ ദിവസം കണ്ടുമുട്ടിയ മനുഷ്യനെക്കുറിച്ച് ഞാൻ അവരോട് പറഞ്ഞു. അവർക്കൊക്കെ അയാളെ അറിയാമായിരുന്നു. “ഹ്ങേ, കക്ഷിയെ കണ്ടോ. അയാളിനി ഇങ്ങോട്ടു വരില്ല. വന്നാൽ വന്ന ഷെയ്പ്പിൽ മടങ്ങിപ്പോവലുണ്ടാവില്ല. മൂന്നുനാലു വീടുകളിൽ അത്രയ്ക്ക് ഗുലുമാലുണ്ടാക്കിയിട്ടുണ്ട്. ഒരു വീട്ടിൽ ചെന്നാൽ നേരെ അടുക്കളയിലേക്കു കയറിപ്പോവുന്ന കൂട്ടത്തിലാണ്.”

“പക്ഷേ, എന്തായാലും ആളോട് വർത്തമാനം പറഞ്ഞിരിക്കാൻ നല്ല രസമാ. സമയം പോവുന്നതറിയില്ല.”

“പൈസേന്റെ കാര്യത്തിൽ സത്യസന്ധനുമാണ്. ഒരുറുപ്പികയായാലും അഞ്ചായാലും പത്തായാലും കടം വാങ്ങിയാൽ പറഞ്ഞ തിയ്യതിക്ക് മടക്കിത്തന്നിരിക്കും. അതിൽ കളിയില്ല.”

"ഒരാളെക്കണ്ടാൽ ഒറ്റനോട്ടത്തിന് അയാളുടെ സ്വഭാവത്തിലെ പ്രധാനസംഗതിയെന്താണ്, അയാളുടെ ഏറ്റവും വലിയ താൽപര്യമെന്താണ് എന്നൊക്കെ പറഞ്ഞുകളയും. അക്കാര്യത്തിൽ കക്ഷി ഏത് ഫ്രോയിഡിനെയും കടത്തിവെട്ടും."

അവർ ഇങ്ങനെ ഓരോന്നു പറഞ്ഞുകൊണ്ടിരുന്നു.

അനുബന്ധം:

ഞാൻ കോളേജ് വ്യൂവിൽ താമസം തുടങ്ങി ആറേഴ് മാസം കഴിഞ്ഞിരിക്കണം. ലോഡ്ജിൽ നിന്ന് ഒന്നൊന്നരക്കിലോമീറ്റർ അകലെ താമസിക്കുന്ന ഒരാൾ അവിടെ വന്നു. എഴുതാനറിയാത്ത ആളാണ്. അയാൾക്ക് പോലീസ് സ്റ്റേഷനിൽ ഒരു പരാതി കൊടുക്കണം. അത് എഴുതിക്കിട്ടാൻ വേണ്ടിയാണ് വന്നിരിക്കുന്നത്. ലോഡ്ജിലെ മൂന്നുനാലു സുഹൃത്തുക്കൾ ചേർന്ന് എല്ലാ വിവരങ്ങളും ചോദിച്ചറിഞ്ഞു. അവർ എഴുതിക്കൊടുത്ത പരാതിയിലെ ചില വാക്യങ്ങൾ ഇങ്ങനെയായിരുന്നു:

"എല്ലാദിവസം രാത്രി ഒരു മണിയാവുമ്പോൾ ഒരാൾ വീട്ടിൽ വന്ന് എന്റെ ഭാര്യയെ പല വിധത്തിൽ ശാരീരികമായി പീഡിപ്പിക്കുന്നു. എനിക്ക് തടയാനാവുന്നില്ല. അവൾക്കും ഒന്നും ചെയ്യാനാവുന്നില്ല. ഇക്കാര്യത്തിൽ എത്രയും വേഗം ഇടപെട്ട് പരിഹാരമുണ്ടാക്കിത്തരണമെന്ന് വിനീതമായി അപേക്ഷിക്കുന്നു."

ഈ പരാതി സ്റ്റേഷനിൽ കൊടുത്ത ദിവസം രാത്രി ഒരു മണിയാവുമ്പോൾ തന്നെ ഒരു പോലീസ് ജീപ്പ് അയാളുടെ വീടിനു മുന്നിൽ വന്നു നിന്നെന്നും പോലീസുകാർ ചാടിയിറങ്ങുമ്പോഴേക്കും ഒരുത്തൻ വീടിന്റെ വടക്കുവശത്തുടെ ചാടി രക്ഷപ്പെട്ടു എന്നുമാണ് പറഞ്ഞു കേട്ടത്.

എന്തായാലും ഒരാവശ്യവും പറഞ്ഞ് ആ പാവം മനുഷ്യൻ പിന്നെ കോളേജ് വ്യൂവിൽ വന്നില്ല.

അധ്യായം 4

ബ്രണ്ണൻ കുറിപ്പുകൾ

1

ഞാൻ താമസിക്കുന്ന കാലത്ത് ഗവ. ബ്രണ്ണൻ കോളേജ് മെൻസ് ഹോസ്റ്റലിൽ 21 മുറികളാണ് വിദ്യാർത്ഥികൾക്ക് നൽകപ്പെട്ടിരുന്നത്. അതിൽ ഇരുപത്തൊന്നാമത്തെ മുറിയിലാണ് ഞാൻ എത്തിപ്പെട്ടത്. ജ്യേഷ്ഠസഹോദരനായി എല്ലാവരും കാണുകയും 'ഭാസ്കരേട്ടൻ,' എന്ന് സ്നേഹപൂർവം വിളിക്കുകയും ചെയ്തിരുന്ന കെ. ഭാസ്കരനായിരുന്നു ആ മുറിയിലെ ഒരു താമസക്കാരൻ. ബോട്ടണി ബി. എസ്. സി കഴിഞ്ഞ് മലയാളം എം. എക്ക് ചേർന്ന ഭാസ്കരേട്ടൻ പഠനത്തിൽ അതീവ തൽപരനായിരുന്നു. പക്ഷേ, എം. എ. കഴിഞ്ഞ് മേലെ ചൊവ്വയിലെ പ്രതിഭ എന്ന ട്യൂട്ടോറിയൽ കോളേജിൽ അധ്യാപകനായ അദ്ദേഹം വളരെ നന്നായി ഇംഗ്ലീഷ് ക്ലാസ്സെടുക്കുന്ന ആൾ എന്ന നിലയ്ക്കാണ് വിദ്യാർത്ഥികളുടെ പൊതുസമ്മതി നേടിയത്. പ്രഗത്ഭനായ ഒരു ഇംഗ്ലീഷ് അധ്യാപകനായ ഭാസ്കരൻ മാഷുടെ പേരിലാണ് പിന്നീട് 'പ്രതിഭ' അറിയപ്പെട്ടത്. അപ്പോഴേക്കും അദ്ദേഹം 'പ്രതിഭ'യുടെ ഉടമയായിക്കഴിഞ്ഞിരുന്നു.

ഭാസ്കരേട്ടനു പുറമെ ഇരുപത്തൊന്നാം നമ്പർ മുറിയിൽ താമസക്കാരനായി ഉണ്ടായിരുന്നത് സുരേന്ദ്രനായിരുന്നു. മൃദംഗത്തിലായിരുന്നു സുരേന്ദ്രന് താൽപര്യം. അക്കാലത്ത് സുരേന്ദ്രന് സ്വന്തമായി മൃദംഗമുണ്ടായിരുന്നോ എന്ന് സംശയം. ഉണ്ടായിരുന്നെങ്കിലും അത് ഹോസ്റ്റലിലേക്ക് കൊണ്ടുവന്നിരുന്നില്ല. ഹോസ്റ്റലിൽ നിന്ന് അകലെയല്ലാത്ത ഒരു വീട്ടിൽ സംഗീതോപകരണങ്ങൾ കൈകാര്യം ചെയ്യുന്നതിലും

ഭജനയിലും താൽപര്യമുള്ള ഒരാളുണ്ടായിരുന്നു. ഇടയ്ക്ക് സുരേന്ദ്രൻ അദ്ദേഹത്തിന്റെ അടുത്തുപോയി പ്രാക്റ്റീസ് ചെയ്ത് വളരെ ഉന്മേഷവാനായി തിരിയെ റൂമിലെത്തുമായിരുന്നു. സുരേന്ദ്രനെ ഇപ്പോഴും ഇടയ്ക്കൊക്കെ കാണും. ആരോഗ്യവകുപ്പിൽ ജീവനക്കാരനായിരുന്ന സുരേന്ദ്രൻ നീണ്ട കാലത്തെ സേവനത്തിനുശേഷമാണ് Administrative Assistant ആയി കാഞ്ഞങ്ങാട് DMOH ഓഫീസിൽ നിന്ന് വരിമിച്ചത്. ഇപ്പോഴും മൂപ്പരുടെ സംഗീത താൽപര്യം തുടരുന്നുണ്ട്.

'ഹോസ്റ്റൽ ഡേ,' എന്നപേരിൽ എല്ലാവർഷവും അതിഥികളായെത്തുന്നവരുടെ പ്രസംഗങ്ങളും അന്തേവാസികളുടെ കലാപരിപാടികളുമൊക്കെയായി ഒരു ദിവസത്തെ ആഘോഷം എന്ന ഏർപ്പാട് അന്നേ ഉണ്ടായിരുന്നു. അന്ന് കാണികളായി ലേഡീസ്ഹോസ്റ്റൽകാരും എത്തുന്നതുകൊണ്ട് പൊതുവെ എല്ലാവരും നല്ല ആവേശത്തിലായിരിക്കും. ഒരു വർഷം 'ഹോസ്ററൽ ഡേ'യുടെ ഭാഗമായി ഒരു കയ്യെഴുത്തുമാസിക പ്രസിദ്ധീകരിച്ചിരുന്നു. 'ഇരുപത്തൊന്നറകളും കുറെ അത്ഭുതജീവികളും,' എന്ന പേരിൽ ആ മാസികയിൽ ഞാനൊരു ലേഖനമെഴുതിയിരുന്നു. ഹോസ്റ്റലിലെ ഇരുപത്തൊന്നു മുറികളിലും താമസിക്കുന്ന വ്യത്യസ്ത ദേശങ്ങളിൽ നിന്നെത്തിയവരും ഭിന്ന പ്രകൃതികളുമായ ആളുകളെ കുറിച്ചുള്ള ദീർഘവിവരണമായിരുന്നു ആ ലേഖനം. കയ്യെഴുത്തു മാസികയായതുകൊണ്ട് ഒറ്റ കോപ്പിയേ ഉണ്ടായിരുന്നുള്ളൂ. അതാണെങ്കിൽ ആരും സൂക്ഷിച്ചു വെച്ചുമില്ല. ചിലപ്പോഴൊക്കെ അതിൽ എനിക്ക് വലിയ നഷ്ടബോധം തോന്നാറുണ്ട്.

ഇനി, ഹോസ്ററൽ ഡേ കലാപരിപാടികളിൽ രണ്ടു വർഷം തുടർച്ചയായി ഗുരുവും ശിഷ്യനുമായി അഭിനയിച്ച് ഒരു ഹാസ്യ പരിപാടി, സ്കിറ്റ് എന്നു പറയാം, അവതരിപ്പിച്ച രണ്ട് സുഹൃത്തുക്കളെപ്പറ്റി പറയാം. നല്ല തമാശക്കാരായ രണ്ടുപേരും അവരുടെ അഭിനയം കൊണ്ടും വലിയൊരളവോളം ഇൻസ്റ്റന്റ് ആയി ഉണ്ടാക്കുന്ന ഡയലോഗുകൊണ്ടും എല്ലാവരെയും ചിരിപ്പിച്ചിരുന്നു. കോളേജ് വിടുമ്പോഴേക്കു തന്നെ രണ്ടുപേർക്കും ജോലി കിട്ടി. ആരംഭത്തിൽ വളരെ ആഹ്ലാദവാന്മാരായി കണ്ട രണ്ടുപേരുടെയും മാനസികനില പക്ഷേ, അധികം കഴിയും മുമ്പുതന്നെ തകരാറിലായി. ഇരുവരും പിന്നെ ജീവിച്ചത് മിഥ്യാലോകത്താണ്. വൈകാതെ അവർ മരിക്കുകയും ചെയ്തു. പെട്ടെന്നൊന്നും മറക്കാനാവുന്നവരല്ല ആ സുഹൃത്തുക്കൾ. മനോഘടനയിലെ ചില അടിസ്ഥാനഘടകങ്ങളാണ് ആളുകളെ അടുത്ത സൗഹൃദത്തിലെത്തിക്കുന്നത് എന്നു പലപ്പോഴും തോന്നാറുണ്ട്.

2

കേരളത്തിലെ ആദ്യത്തെ കാമ്പസ് രക്തസാക്ഷിയായ അഷ്റഫിന് കുത്തേൽക്കുന്ന ദിവസം ഞാൻ കോളേജിലുണ്ടായിരുന്നില്ല. 1974 ആദ്യമായിരുന്നു ആ സംഭവം. നല്ല ബാസ്കറ്റ്ബോൾ കളിക്കാരനായിരുന്ന അഷ്റഫ് ബ്രണ്ണൻ കോളേജിന്റെ ജനറൽ ക്യാപ്റ്റനായിരുന്നു. സുന്ദരനും സൗമ്യപ്രകൃതിയുമായ അഷ്റഫ് എല്ലാവരുമായും നല്ല സൗഹൃദത്തിലായിരുന്നു. ഞാൻ ആ സൗഹൃദം നല്ല പോലെ അനുഭവിച്ച ആളാണ്. അകൽച്ച തോന്നിക്കുന്ന ഒന്നും അദ്ദേഹത്തിന്റെ പ്രകൃതത്തിലുണ്ടായിരുന്നില്ല. എന്നിട്ടും അഷ്റഫിന് കുത്തേറ്റു എന്നത് എല്ലാവരെയും ഞെട്ടിച്ചിരുന്നു. എ. കെ. ബാലനെയാണ് കെ. എസ്. യുക്കാർ കുത്താനുദ്ദേശിച്ചിരുന്നതെന്നും ബഹളം കേട്ട് ഓടിപ്പോയ അഷ്റഫ് ഇടയിൽ കയറി നിൽക്കുകയും അങ്ങനെ കൊലക്കത്തിക്കിരയാവുകയും ചെയ്തതാണ് എന്നും പറഞ്ഞു കേട്ടിരുന്നു.

അഷ്റഫിനെ കുത്തി എന്നത് ശരിയാണെങ്കിലും ആ കുത്തേറ്റതുകൊണ്ടല്ല അഷ്റഫ് മരിച്ചത്, കുത്തേറ്റ മുറിവുണങ്ങിയതിനുശേഷം അഷ്റഫ് ബ്രണ്ണനിൽ വന്നിരുന്നു. അതുകൊണ്ട് അഷ്റഫിനെ കാമ്പസ് രക്തസാക്ഷിയാക്കുന്നത് ശരിയല്ല എന്നു പറയുന്നവരുണ്ട്. ഈ വാദത്തെക്കുറിച്ച് അങ്ങേയറ്റം ക്രൂരം എന്നതിൽ കുറവായ ഒന്നും പറയാനാവില്ല. കുത്തേറ്റ് രണ്ടു മാസത്തോളമായപ്പോൾ അഷ്റഫ് മറ്റൊരു സർജറിക്കു വിധേയനായിരുന്നു. ആ സമയത്ത് അഷ്റഫിന്റെ ആന്തരികാവയവങ്ങളിൽ ചിലത് പ്രവർത്തിക്കാതായതുകൊണ്ടാണ് മരണം സംഭവിച്ചത്. ഇത് നെഞ്ചിൽ കുത്തേറ്റതിന്റെ ഫലമായിട്ടാകാം എന്ന് വിദഗ്ധ ഡോക്ടർമാർ തന്നെ പറഞ്ഞതായാണ് അറിവ്. 1974 ജനവരിയിൽ അഷ്റഫിന് കുത്തേറ്റു. 1974 മാർച്ച് ആദ്യം അഷ്റഫ് മരിക്കുകയും ചെയ്തു. ഇതാണ് വാസ്തവം

എന്തായാലും ആർക്കും ഉൾക്കൊള്ളാനാവാത്ത ക്രൂരമായ ഒരനുഭവമായിരുന്നു ആ കൊലപാതകം. ബ്രണ്ണനിൽ അക്കാലത്ത് പഠിച്ചിരുന്ന ആർക്കും അഷ്റഫിന്റെ മുഖം മറക്കാനാവില്ല. എത്രയോ അർത്ഥപൂർണമായി, അനേകം പേരിൽ ആഹ്ലാദം വിതച്ച് വളരുമായിരുന്ന ഒരു ജീവിതമാണ് അകാലത്ത് ഇല്ലാതാക്കപ്പെട്ടത്.

3

1970 കളുടെ ആദ്യപകുതിയിൽ പ്രവർത്തിച്ചിരുന്ന ഒരു വിദ്യാർത്ഥി സംഘടനയാണ് SLCO(Students Literary and Cultural Organization). കൂടുതൽ കൂടുതൽ വിദ്യാർത്ഥികളെ കലാസാംസ്കാരിക

പ്രവർത്തനങ്ങളുടെ മേഖലയിലേക്ക് കൊണ്ടുവരിക എന്നതു മാത്രമായിരുന്ന ഈ സ്വതന്ത്ര സംഘടനയുടെ ലക്ഷ്യം. പാലക്കാട് വിക്ടോറിയ കോളേജിൽ വിദ്യാർത്ഥിയായിരുന്ന വി. ആർ. ഗോപിനാഥാണ് SLCO വിന്റെ സ്ഥാപകൻ. എം. എ. ഇക്കണോമിക്സ് കോഴ്സ് പൂർത്തിയാക്കാതെ പൂനാ ഫിലിം ഇൻസ്റ്റിറ്റ്യൂട്ടിൽ ചേർന്ന ഗോപിനാഥ് പിന്നീട് സംവിധായകനും തിരക്കഥാകൃത്തും നിർമാതാവുമൊക്കെയായി. ഗ്രീഷ്മം, ഒരു മെയ് മാസപ്പുലരിയിൽ, പൂത്തിരുവാതിരനാളിൽ, ഉണ്ണിക്കുട്ടന് ജോലികിട്ടി, Our Lady of Lourdes തുടങ്ങിയവ ഗോപിനാഥൻ സംവിധാനം ചെയ്ത ചിത്രങ്ങളാണ്.

1973 ആദ്യമായിരിക്കണം പാലക്കാട് ടൗൺഹാളിൽ ഞാൻ SLCOവിന്റെ രണ്ടാം വാർഷിക സമ്മേളനം ഉദ്ഘാടനം ചെയ്തു. വിക്ടോറിയയിൽ മലയാളം ബി. എ. ഒന്നാം വർഷം പൂർത്തിയാക്കിയ ശേഷം ബ്രണ്ണൻ കോളേജിൽ സെക്കന്റ് ബി. എ. ക്ക് ചേർന്ന വത്സൻ(എ. വത്സൻ) എന്ന സുഹൃത്ത് വഴിയാണ് ഗോപിനാഥ് എന്നെ ബന്ധപ്പെട്ടത്. വത്സന്റെ മൂത്തസഹോദരൻ ഹരിദാസ് റെയിൽവെ ജീവനക്കാരനായിരുന്നു. പാലക്കാട് ഹേമാംബിക നഗർ റെയിൽവെ കോളനിയിലെ താമസസ്ഥലത്ത് ഞങ്ങൾ പോയെങ്കിലും അന്ന രാത്രി ഞാൻ തങ്ങിയത് ഗോപിനാഥ് പരിചയപ്പെടുത്തിയ ഒരു സുഹൃത്തിന്റെ വീട്ടിലാണ്. അദ്ദേഹം പറഞ്ഞ ചില കാര്യങ്ങൾ ഇപ്പോഴും ഓർമയിലുണ്ടെങ്കിലും വീടെവിടെയായിരുന്നു എന്നു ചോദിച്ചാൽ പറയാനാവില്ല. സുഖമായ ഉറക്കത്തിനു ശേഷം രാവിലെ എഴുന്നേറ്റപ്പോൾ മുറ്റത്തും പറമ്പിലുമായി ധാരാളം ഒച്ചുകളെ കണ്ടിരുന്നു. ഒച്ചുകൾ വലിയൊരു പ്രശ്നമായിരിക്കയാണെന്ന് സുഹൃത്ത് പറഞ്ഞതായും ഓർക്കുന്നു.

ബ്രണ്ണൻ കോളേജിൽ എ. വത്സൻ സെക്രട്ടറിയും ഞാൻ പ്രസിഡന്റുമായി SLCO വിന് ഒരു യൂനിറ്റുണ്ടായിരുന്നു. കഥാകൃത്ത് കെ. കെ. രമേഷും ഈ യൂനിറ്റിന്റെ സജീവ പ്രവർത്തകനായിരുന്നു. ഒട്ടും ഒച്ചപ്പാടില്ലാതെ പ്രവർത്തിച്ച ഈ യൂനിറ്റാണ് മൃണാൾസെന്നിന്റെ 'ഭുവൻ ഷോം,' തലശ്ശേരിയിൽ ആദ്യമായി പ്രദർശിപ്പിച്ചത്. വിക്ടോറിയയിലും ബ്രണ്ണനിലുമെല്ലാം സംഘടന പിന്നീട് നിശ്ചലമാവുകയാണ് ചെയ്തത്. SLCO വിന്റെ കാര്യം എന്റെ ഓർമയിലുണ്ടായിരുന്നെങ്കിലും ചില കാര്യങ്ങൾ ഉറപ്പു വരുത്താൻ വേണ്ടി കാത്തിരിക്കുകയായിരുന്നു. വത്സൻ ഇപ്പോൾ മകളോടൊപ്പം അയർലണ്ടിലാണുള്ളത്. ഇന്നലെ വത്സനോട് ചോദിച്ച് പഴയ ഓർമകളിൽ പിഴവൊന്നുമില്ല എന്ന് ഉറപ്പാക്കിയ ശേഷം എഴുതിയതാണ് ഈ കുറിപ്പ്.

പല സാംസ്കാരിക സംഘടനകൾക്കും കലാസമിതികൾക്കും താൽക്കാലികമായ പ്രസക്തി മാത്രമേ ഉണ്ടാവൂ. ചെറിയ ഒരു കാലയളവിനു ശേഷം മുന്നോട്ടു പോകാൻ അവയ്ക്കു കഴിയണമെന്നില്ല. അക്കാര്യത്തിൽ ദു:ഖിക്കത്തക്കതായി ഒന്നുമില്ല. അവ അവയുടെ ദൗത്യം നിർവഹിച്ചു പിന്മാറി എന്നു വിചാരിച്ചാൽ മതി. ആദ്യമായി പാലക്കാട് പോയത് ഈ സംഘനയുടെ പരിപാടിക്കു വേണ്ടിയാണെന്നതാണ് SLCO വിനോട് എനിക്കുള്ള കടപ്പാട്. ആ യാത്രയും കണ്ടു മുട്ടിയ സ്ഥലങ്ങളും പാലക്കാടൻ ഭൂഭാഗ ദൃശ്യങ്ങളുമെല്ലാം മനസ്സിൽ മായാതെ നില്പുണ്ട്. വ്യക്തിപരമായുള്ള അടുപ്പമാണല്ലോ ചില കാര്യങ്ങൾ ഓർമയിൽ സൂക്ഷിക്കാനുള്ള പ്രത്യേക പ്രേരണയായിത്തീരുന്നത്.

4

ഞാൻ കോളേജ് വ്യൂ ലോഡ്ജിലും ബ്രണ്ണൻ കോളേജ് ഹോസ്റ്റലിലും ധർമടത്തിന്റെ പല ഭാഗങ്ങിലായി മറ്റ് നാല് ലോഡ്ജുകളിലും താമസിച്ചിരുന്നു. ഒറ്റയ്ക്കൊരു മുറിയിൽ കുത്തിയിരുന്നു പഠിക്കണമെന്ന് താൽപര്യമുള്ളവരായിരുന്നു കോളേജ് വ്യൂവിലെ താമസക്കാരിൽ അധികവും. പ്രസിദ്ധ ചരിത്രകാരനായ രാജൻ ഗുരുക്കൾ, ലൈബ്രറി കൗൺസിൽ സംസ്ഥാന പ്രസിഡന്റ് കെ. വി. കുഞ്ഞികൃഷ്ണൻ, പയ്യന്നൂർ കോളേജിലെ അധ്യാപകനും പിന്നീട് ഫോക് ലോർ അക്കാദമി പ്രസിഡന്റുമായിരുന്ന പ്രൊഫ. മുഹമ്മദ് അഹമ്മദ്, കോഴിക്കോട് യൂനിവേഴ്സിറ്റി മലയാള വിഭാഗത്തിൽ അധ്യാപകനായിരുന്ന വിജയപ്പൻ, കാഞ്ഞങ്ങാട് നെഹ്റു കോളേജിലെ മലയാളം അധ്യാപകനായിരുന്ന ശശിമേനോൻ ഇവരൊക്കെ ഞാൻ കോളേജ് വ്യൂവിലെ താമസക്കാരനായിരുന്ന കാലത്ത് അവിടെ ഉണ്ടായിരുന്നു. ഇപ്പോൾ പറശ്ശിനിക്കടവ് ആയുർവേദ മെഡിക്കൽ കോളേജിന്റെയും സ്നേക്ക് പാർക്കിന്റെയും ഡയരക്ടറായ പ്രൊഫ. ഇ. കുഞ്ഞിരാമൻ, കെ. പി. രാജേശ്വരൻ എന്നിവരായിരുന്നു മറ്റു രണ്ട് പ്രമുഖർ. കുഞ്ഞിരാമൻ അതിസുന്ദരനായിരുന്നു അക്കാലത്ത്. ഇപ്പോഴും അസൂയ തോന്നിപ്പിപ്പിക്കും വിധം സുന്ദരൻ തന്നെ. രാജേശ്വരനാണെങ്കിൽ ഞാനുമായി അവ്യാഖ്യേയവും അഗാധവുമായ ഹൃദയബന്ധം സൂക്ഷിച്ചയാളും. വായനയ്ക്കും ചർച്ചകൾക്കുമൊക്കെ പറ്റിയ നല്ല അന്തരീക്ഷമായിരുന്നു അവിടത്തേത്. (2021-ൽ ഒരു ദിവസം, തിയ്യതി കൃത്യമായി ഓർക്കുന്നില്ല, ഞാൻ ആ വഴി പോയപ്പോൾ കോളേജ് വ്യൂ ലോഡ്ജ് പൊളിച്ചു മാറ്റിയിരിക്കുന്നതായി കണ്ടപ്പോൾ ഉള്ളിൽ എന്തൊക്കെയോ തകർന്നു വീഴുന്നതായി തോന്നി. എല്ലാ കെട്ടിടങ്ങളും സ്ഥാപനങ്ങളും എന്നെങ്കിലുമൊക്കെയായി ഇല്ലാതാവുകയോ അവയുടെ പഴയ ധർമം ഉപേക്ഷിക്കുകയോ ചെയ്യും. ഓരോ ജീവിതവും

ചെറിയ ഒരു കാലയളവിലേക്കുള്ളതാണെന്ന വാസ്തവം അബോധമായി നാം ഓർത്തുപോകും ഇങ്ങനെയുള്ള മാറ്റങ്ങൾക്ക് അവിചാരിതമായി സാക്ഷിയാകേണ്ടി വരുമ്പോൾ).

5

1970–75 കാലത്ത് കോളേജ് വ്യൂ ലോഡ്ജിലും ബ്രണ്ണൻ കോളേജ് ഹോസ്റ്റലിലും താമസിച്ചവരിൽ ബഹുഭൂരിപക്ഷവും എന്റെ അടുത്ത സുഹൃത്തുക്കളായിരുന്നു. പരിസരത്തുണ്ടായിരുന്ന മറ്റു ചില ലോഡ്ജുകളിലെ താമസക്കാരിൽ ചിലരും അങ്ങനെ തന്നെയായിരുന്നു. ഈ പഴയ കാല സുഹൃത്തുക്കളിൽ രണ്ടുപേരെ കുറിച്ചുള്ളതാണ് ഈ കുറിപ്പ്. നമ്പ്യാരും രാജേശ്വരനും. രണ്ടുപേരും എന്റെ ആത്മമിത്രങ്ങൾ തന്നെ. നമ്പ്യാർ എന്ന് എല്ലാവരും വിളിക്കുന്ന കുഞ്ഞികൃഷ്ണനും ഞാനും കോളേജിനു നേരെ മുന്നിൽ ഒരു നിര പീടികകളുടെ മുകളിലുള്ള മുറികളിലൊന്നിലാണ് താമസിച്ചിരുന്നത്. പി. കെ. ശ്രീമതി ടീച്ചറുടെ അനിയനായ നമ്പ്യാരുടെ കുടുംബവുമായി എനിക്ക് നേരത്തെ അടുത്ത പരിചയമുള്ളതാണ്. എന്റെ അമ്മയും നമ്പ്യാരുടെ അമ്മയും കുറച്ചു കാലം ഒന്നിച്ചു ജോലി ചെയ്തിരുന്ന പ്രൈമറി സ്കൂൾ അധ്യാപികമാരാണ്. അവർക്ക് പരസ്പരം വലിയ സ്നേഹവും ബഹുമാനവുമായിരുന്നു.

നമ്പ്യാരും ഞാനും ഒന്നിച്ചു താമസിച്ച ഒരു വർഷക്കാലത്തെ ഓർമകൾ വളരെ രസകരമാണ്. പരമ രസികനായിരുന്നു നമ്പ്യാർ. കോടിയേരി ബാലകൃഷ്ണൻ ഒരു പരീക്ഷ എഴുതാനായി ഒരു രാത്രി ഞങ്ങളുടെ മുറിയിൽ വന്നു താമസിച്ചിരുന്നു. പിറ്റേന്നു രാവിലെ അഞ്ചു മണിക്ക് നമ്പ്യാർ, 'എടാ, ബാലകൃഷ്ണാ, എണീക്കെടാ, പഠിക്കെടാ,' എന്നു പറഞ്ഞ് ബാലകൃഷ്ണനെ ഉണർത്തിയ കാര്യം പറഞ്ഞ് പിന്നീട് ഞങ്ങൾ പലവട്ടം ചിരിച്ചിട്ടുണ്ട്. കാലം ആ തമാശയെയും വേദനയാക്കി മാറ്റിയിരിക്കുന്നു.

മുംബെയിലെ വലിയ വ്യവസായിയായ നമ്പ്യാർ പഴയ കാര്യങ്ങളൊന്നും മറന്നിട്ടില്ല. ഇപ്പോൾ ബ്രണ്ണൻ ഫോക്സ് എന്ന പേരിൽ പ്രവർത്തിച്ചു വരുന്ന പൂർവകാല വിദ്യാർത്ഥിക്കൂട്ടായ്മയുടെ നട്ടെല്ലാണ് നമ്പ്യാർ.

അടുത്തയാൾ രാജേശ്വരനാണ്. രാജേശ്വരൻ കെമിസ്ട്രി ബി. എസ്. സിക്ക് ഒരു വർഷം ബ്രണ്ണനിൽ പഠിച്ച് പിന്നെ പയ്യന്നൂർ കോളേജിലേക്ക് പോവുകയാണ് ചെയ്തത്. ഗുജറാത്തിൽ വ്യവസായിയായിരുന്ന രാജേശ്വരൻ ഇപ്പോൾ കാങ്കോലിൽ വീടും പറമ്പുമൊക്കെയായി താമസിക്കുകയാണ്. കൃഷിയാണ് ഇപ്പോഴത്തെ മുഖ്യതാൽപര്യം. ഇടയ്ക്ക് സ്വന്തം നാടായ രാമന്തളിയിലേക്കും പിന്നെ പയ്യന്നൂരേക്കും പോകും.

രാജേശ്വരന്റെ മകൾ മൊറോക്കോവിലെ ഇന്ത്യൻ എംബസിയിലാണ്. ഐ. എഫ്. എസ് കാരിയായ മകൾ അംബാസിഡറാവുന്നത് കാത്തിരിക്കുകയാണ് മൂപ്പർ. മകൻ അമേരിക്കയിൽ എഞ്ചിനിയറാണ്. ഇടയ്ക്ക് മകളുടെ അടുത്തേക്കും മകന്റെ അടുത്തേക്കും പോവും. പണ്ടും ഇന്നുമെല്ലാം രാജേശ്വരൻ സുന്ദരനാണ്. ഒരു കാലത്ത് മൂപ്പർക്ക് കമലഹാസന്റെ ഛായയുള്ളതായി ഗുജറാത്തിലെ ചില സുഹൃത്തുക്കൾ പറഞ്ഞതായും 'കമലഹാസൻ എന്റെ കുടുംബക്കാരനാണ്,' എന്ന് അവരോട് തട്ടിവിട്ടതായും രാജേശ്വരൻ തന്നെ പറഞ്ഞിട്ടുണ്ട്.

രാജേശ്വരനും ഞാനും തമ്മിലുണ്ടായിരുന്നത് അഗാധമായ ആത്മബന്ധമാണ്. കാണുന്നത് വല്ലപ്പോഴുമാണെങ്കിലും ആ ബന്ധം ഇപ്പോഴും അങ്ങനെ തന്നെ തുടരുന്നു. ബ്രണ്ണനിൽ നിന്ന് പയ്യന്നൂർ കോളേജിലേക്കു പോയപ്പോൾ രാജേശ്വരൻ എനിക്ക് കാവ്യാത്മകമായ ഇംഗ്ലീഷിൽ പ്രണയലേഖനം പോലെ മനോഹരമായ ഒരു കത്തയച്ചിരുന്നു. കുറേ കാലം ഞാൻ ഭദ്രമായി സൂക്ഷിച്ചുവെച്ചിരുന്ന ആ കത്ത് എപ്പോൾ, എങ്ങനെയെന്നറിയില്ല നഷ്ടപ്പെട്ടുപോയി. കവിതയും കഥയുമൊക്കെയായി ഇംഗ്ലീഷിൽ എഴുത്ത് തുടർന്നിരുന്നെങ്കിൽ രാജേശ്വരൻ ഇപ്പോൾ പ്രശസ്തനായ ഒരെഴുത്തുകാരനായി അറിയപ്പെട്ടുമായിരുന്നു. അത്രയും മനോഹരമായിരുന്നു രാജേശ്വരന്റെ അന്നത്തെ ഇംഗ്ലീഷ്.

6

മർദ്ദനവും അസഭ്യം പറച്ചിലുമൊന്നും ഉൾപ്പെടാത്ത നന്നേ ചെറിയ ഒരു റാഗിംഗിന് കോളേജ് വ്യൂവിൽ വെച്ച് ഞാൻ വിധേയനാവുകയുണ്ടായി. ഞാൻ അവിടത്തെ താമസക്കാരനായി ഒരാഴ്ച കഴിയും മുമ്പായിരിക്കണം, കോളേജ് വ്യൂവിൽ നേരത്തെ താമസിക്കയായിരുന്ന ഒരാൾ (ഇക്കണോമിക്സ് മൂന്നാം വർഷ വിദ്യാർത്ഥിയായിരുന്നു അയാൾ) എന്നെ വിളിച്ച് ഗൗരവത്തിൽ പറഞ്ഞു: "ഞാൻ ടൂത്ത് പേസ്റ്റിനു ചോദിക്കുമ്പോൾ അതു നീ തരണം. എണ്ണയ്ക്കു ചോദിച്ചാൽ അതു തരണം. സോപ്പിനു ചോദിച്ചാൽ അതും. അതിലൊന്നും നിനക്ക് ദുഃഖിക്കേണ്ടിവരില്ല. ഭാവിയിൽ പറയാം, കലക്ടർ മോഹനൻ (പേര് സാങ്കൽപികം) എന്റെ പേസ്റ്റും എണ്ണയും സോപ്പുമെല്ലാം ഉപയോഗിച്ചിട്ടുണ്ടെന്ന്. അങ്ങനെ പറയാൻ ഇടവരണമെന്നാഗ്രഹിച്ചിട്ടില്ലെങ്കിലും കുറച്ചു ദിവസം ഈ പറഞ്ഞ സാധനങ്ങളൊക്കെ അയാൾക്ക് ഞാൻ കൊടുത്തു. പിന്നെ എന്തോ, അയാൾ ഒന്നും ചോദിക്കാതായി.

പത്തിരുപത്തഞ്ച് വർഷത്തിനുശേഷം ഒരു കെ. എസ്. ആർ. ടി. സി ബസ്സിൽ വെച്ച് അയാളെ ഞാൻ കണ്ടുമുട്ടി. കണ്ടക്ടറായിരുന്ന

അയാൾ ടിക്കറ്റ് മുറിച്ചു തരുമ്പോൾ പരിചയം നടിച്ച് ചെറുതായൊന്നു ചിരിക്കുകയും ചെയ്തു. കലക്ടർ, കണ്ടക്ടർ, കോളേജ് അധ്യാപകൻ, റവന്യൂ ഇൻസ്പെക്ടർ, ഓഫീസ് ക്ലർക്ക് ഈ വക ജോലികളുടെ പദവി വ്യത്യാസത്തെക്കുറിച്ച് അല്പവും ആലോചിക്കാത്ത അവസ്ഥയിലെത്തി യിരുന്നു അപ്പോഴേക്കും ഞാൻ. എന്നിട്ടും ഒരു തമാശയ്ക്കു വേണ്ടി മാത്രം ഓർത്തു. കലക്ടർ മോഹനനെ കണ്ടക്ടർ മോഹനനായിട്ടാണല്ലോ ഇത്രയും വർഷങ്ങൾക്കു ശേഷം കണ്ടത്. പണ്ടു പറഞ്ഞത് ഇപ്പോഴും മൂപ്പരുടെ ഓർമയിലുണ്ടാവുമോ, എന്തോ.

7

1960 കളുടെ അവസാനം മുതൽ എഴുപതുകളുടെ അവസാനം വരെയും എന്നു തന്നെ പറയാം, കേരളത്തിലെ പല കോളേജുകളും ആധുനികതയുടെ പിടിയിലായിരുന്നു. ഭ്രാന്തമായ ഒരാവേശം തന്നെ യായിരുന്നു അത്. തിരിഞ്ഞു നോക്കുമ്പോൾ ചിരിയും കരച്ചിലും വരും. കാരണങ്ങൾ പലതുണ്ടെന്നതു ശരി തന്നെ, എങ്കിലും ഒരു തലമുറ ഒന്നാകെ യഥാർത്ഥ ജീവിതത്തിൽ വേരുകളില്ലാത്ത ചില ആശയ ങ്ങളുടെയും ഭ്രമകൽപനകളുടെയും പിന്നാലെ പാഞ്ഞുപോയത് അത്ഭു തകരം തന്നെയായിരുന്നു. ആധുനികതയുടെ ഭാഗമായിത്തന്നെ അന്നു പരിഗണിക്കപ്പെട്ടിരുന്ന, 'ചുവന്ന ആധുനികത'യാണ് വ്യത്യസ്തമായ ഒരു ധൈഷണികജീവിതത്തിലേക്കും വൈകാരികജീവിതത്തിലേക്കും കുറ ച്ചുപേരെ എത്തിച്ചത്. അതും ഒരു തരത്തിൽ അയഥാർത്ഥവും അതികാ ല്പനികവുമായ ജീവിതമാണ് പലർക്കും നൽകിയത് എന്ന ആക്ഷേപം അപ്പാടെ തള്ളിക്കളയാനാവില്ല. ശരി മാത്രമായി സംഭവിക്കുക എന്നത് ചരിത്രത്തിലെ ഒരസാധ്യത തന്നെയാണെന്ന് മനസ്സിലാക്കുന്നതാവും യുക്തിസഹം.

1970 ഡിസംബറിലോ 71 ആദ്യമോ ആയിരിക്കണം, ഞാൻ ഒരു ദിവസം ബ്രണ്ണൻ കോളേജ് ഫിസിക്സ്, മാത്തമറ്റിക്സ് ബ്ലോക്കിന്റെ പിന്നിലെ സ്റ്റെപ്പുകൾ കയറി. ഈ സ്റ്റെപ്പുകൾ എത്തിച്ചേരുന്നത് അന്ന് ഉപേക്ഷിക്കപ്പെട്ടു കിടക്കുകയായിരുന്ന ചെറിയ ഒരു കെട്ടിട ത്തിന്റെ മുന്നിലാണ്. ഈ കെട്ടിടത്തിലെ രണ്ട് ക്ലാസ് മുറികളിലായി ഒരു കാലത്ത് ഹോംസയൻസ് ക്ലാസ് നടന്നിരുന്നു എന്നും പിന്നീട് ആ കോഴ്സ് ആളെ കിട്ടാതെ നിർത്തലാക്കുകയാണ് ചെയ്തത് എന്നും അന്നൊക്കെ പറഞ്ഞുകേട്ടിരുന്നു. സന്ധ്യയായിക്കഴിഞ്ഞാൽ മിക്കവാറും തീർത്തും വിജനവും ഏകാന്തത കൊണ്ട് ആരിലും വിങ്ങലുണ്ടാക്കുന്നതു മായ ഒരു സ്ഥലമായിരുന്നു അത്.

പടവുകൾ കയറുമ്പോൾ ഹോസ്റ്റലിലെ താമസക്കാരനായ ഒരു സീനിയർ വിദ്യാർത്ഥി മുകളിൽ ഒരു നോട്ടുബുക്കും പേനയുമായി ഇരിക്കുന്നതുകണ്ടിരുന്നു. കാഴ്ചയിൽത്തന്നെ ഒരു കോളേജ് വിദ്യാർത്ഥിയേക്കാൾ പ്രായവും ജീവിതപരിചയവും ഉള്ള ആളാണ്. അപ്പോഴാണെങ്കിൽ താങ്ങാനാവുന്നതിന്റെ അധികം അടിച്ചു ഫിറ്റായതിന്റെ പാരവശ്യം അധികമായുണ്ട്. എന്നെക്കണ്ടപ്പോൾ ചെറിയ ഒരു ചിരിയോടെ അയാൾ അൽപം കൂടി ഉന്മേഷവാനായി ഇരുന്നു. “എന്താ..... ഏട്ടാ പരിപാടി?” ഞാൻ ചോദിച്ചു. അയാൾ പറഞ്ഞു: “ഒരു കഥയെഴുതാൻ നോക്കുകയാണ്. പക്ഷേ, ആദ്യത്തെ ഒരു വരി കഴിഞ്ഞതിൽപ്പിന്നെ ഒന്നും വരുന്നില്ല.”അയാൾ നോട്ടുബുക്ക് നിവർത്തി ആദ്യ വാക്യം എനിക്ക് കാണിച്ചുതന്നു. അത് ഇങ്ങനെയായിരുന്നു: ‘എനിക്ക് നിന്നെ വേണം, നിന്റെ അമ്മയെ വേണം.’ ഞാൻ ചോദിച്ചു: “ഇതെന്താ സംഗതി?” “വേറൊന്നും ഇല്ലെടോ. എസ്. കെ പൊറ്റെക്കാട്ടും ഉറൂബും മാത്രം അല്ല എം. ടി എഴുതുന്നതുപോലെ എഴുതീട്ടും ഇനി കാര്യംല്ല. കാലം മാറീല്ലേ. ഇപ്പോ ആധുനികന്മാരല്ലേ രാജാക്കന്മാര്. ഇക്കാലത്ത് ഇങ്ങനെ ഞെട്ടിക്കുന്നതെന്തെങ്കിലും വെച്ചുകാച്ചിയാലേ രക്ഷയുള്ളൂ. അതു വിചാരിച്ചു തുടങ്ങിയതാണ്. പക്ഷേ, ആദ്യത്തെ ഒരു വരി കഴിഞ്ഞ് ഒന്നും വരുന്നില്ല, പ്രതിഭ വർക്ക് ചെയ്യുന്നില്ല.”

8

എഴുപതുകളിലെ ബ്രണ്ണൻ കോളേജ് കാമ്പസ് വൈവിധ്യങ്ങളുടെതായിരുന്നു. ഇന്നത്തെ പാലക്കാട്, മലപ്പുറം, കോഴിക്കോട്, വയനാട്, കണ്ണൂർ, കാസർകോട് ജില്ലകളിലെയും ലക്ഷദ്വീപിലെയും വിദ്യാർത്ഥികൾ അന്ന് ബ്രണ്ണനിൽ എത്തിയിരുന്നു. പല പശ്ചാത്തലങ്ങളിൽ നിന്നു വന്ന വിദ്യാർത്ഥികൾ ചേർന്ന് രൂപപ്പെട്ട സംസ്കാരം കോളേജിന്റെ ആന്തരികജീവിതത്തിന് അസാധാരണമായ പ്രസരിപ്പ് നൽകിയിരുന്നു. അതിന്റെ സന്തോഷം വിദ്യാർത്ഥികളും അധ്യാപകരും ഒരു പോലെ അനുഭവിച്ചിരുന്നു. സയൻസ് ഡിപ്പാർട്ടുമെന്റുകളിലെ അധ്യാപകരിൽ പലരും എന്നെപ്പോലുള്ള മലയാളംകാരിൽ ചിലരോടൊക്കെ നല്ല അടുപ്പം കാണിച്ചിരുന്നു. മലയാളവിഭാഗത്തിലെ വിജയൻ മാഷ് പൊതുവായി ആദരിക്കപ്പെട്ടിരുന്നുവെന്നത് അതിനുള്ള ഒരു കാരണമാകാം.

സയൻസ് അധ്യാപകരിൽ ചിലർ സാധാരണ സയൻസ് അധ്യാപകരിൽ നിന്നു വ്യത്യസ്തരായി സാഹിത്യത്തിലും താൽപര്യമുള്ളവരായിരുന്നു. അവരിൽ രണ്ടുപേർ എഴുത്തുകാരും ആയിരുന്നു. മാത്തമാറ്റിക്സ്

ഡിപ്പാർട്ടുമെന്റിലെ ജയചന്ദ്രൻ മാഷും സുവോളജി ഡിപ്പാർട്ട്മെന്റിലെ ഇബ്രാഹിംകുട്ടിമാഷും. മാത്തമാറ്റിക്സ് ഡിപ്പാർട്മെന്റിലെ പ്രൊഫ. രാമൻ മേനോനായിരുന്നു എഴുപതുകളുടെ ആദ്യപകുതിയിലെ ഒരു ഹോസ്റ്റൽ വാർഡൻ. ബോയ്സ് ഹോസ്റ്റലിൽ അക്കാലത്ത് താമസക്കാർക്കിടയിൽ പ്രശ്നങ്ങൾ പലതുമുണ്ടായിരുന്നു. ചിലപ്പോൾ അവ രൂക്ഷമാവുകയും വലിയ ബഹളങ്ങൾ പതിവായിത്തീരുകയും ചെയ്യും. അത്തരമൊരു സന്ദർഭത്തിൽ പ്രൊഫ. രാമൻ മേനോൻ മുഴുവൻ ഹോസ്റ്റൽ അന്തേവാസികളുടെയും ഒരു യോഗം വിളിച്ചു ചേർത്ത് നടത്തിയ ഒരു പ്രസംഗം എനിക്ക് നല്ല ഓർമയുണ്ട്. ആദ്യം അദ്ദേഹം തന്റെ പാന്റ്സിന്റെ ഒരു പോക്കറ്റിൽ കയ്യിട്ട് അത് ചുരുട്ടിപ്പിടിച്ച് പുറത്തേക്കെടുത്തു. പിന്നെ പാന്റ്സിന്റെ മറ്റേ പോക്കറ്റിൽ കയ്യിട്ട് അതും അങ്ങനെ തന്നെ പുറത്തേക്കെടുത്തു. പിന്നെ, വളരെ നാടകീയമായി അദ്ദേഹം പറഞ്ഞു: "എന്റെ ഒരു കയ്യിൽ വിറ്റാമിൻ ബി, കോംപ്ലക്സ് ഗുളികയാണുള്ളത്. നിങ്ങൾക്ക് അതു തരണമെന്നാണ് എന്റെ ആഗ്രഹം. പക്ഷേ, എന്റെ മറ്റേ കയ്യിലുള്ള കാംപോസ് ഗുളികയാണ് നിങ്ങൾ ആവശ്യപ്പെട്ടത്. എനിക്കതിൽ വലിയ വിഷമമുണ്ട്. ഐ വാൺട് ആൾ ഓഫ് യു ടു ബി നോർമൽ ആന്റ് എവരിബഡി ഇൻ ദി കോളേജ് ഷുഡ് സെ ഹോസ്റ്റൽ ബോയ്സ് ആർ വരി ഗുഡ്, ദെ ആർ ഡീസന്റ് റസ്പോൺസിബ്ൾ ബോയ്സ്."ഇത്രയും പറഞ്ഞ് ഒന്നു കൈകൂപ്പി ചടുലമായ ചുവടുവെപ്പുകളുമായി അദ്ദേഹം മടങ്ങി. ഹോസ്റ്റൽ അന്തരീക്ഷം കുറേ ദിവസത്തേക്കെങ്കിലും വളരെ ശാന്തമാവുകയും ചെയ്തു.

70കളുടെ ആദ്യപകുതിയിൽ പല വിദ്യാർത്ഥികളും വാങ്ങിക്കഴിച്ചിരുന്ന ഒരു ഗുളികയാണ് കാംപോസ്. ഉൽക്കണ്ഠയും പിരിമുറുക്കവും അകറ്റുന്നതിനുള്ള ഒന്നാംതരം മരുന്നായിട്ടാണ് ഇത് കരുതപ്പെട്ടിരുന്നത്. ഇത് കഴിച്ചാൽ താൽക്കാലികമായി ശാന്തത കൈവരിക്കാം. നേരിയ മന്ദതയും ഉണ്ടാകും.

അക്കാലത്തെ വിദ്യാർത്ഥികളുടെ മനോലോകം വല്ലാതെ ഇരുണ്ടുപോയതിന് പല കാരണങ്ങളുമുണ്ട്. ഭാവിയെപ്പറ്റി യാതൊരു ശുഭപ്രതീക്ഷയ്ക്കും വകയില്ല എന്ന തോന്നൽ പൊതുവെ ഉണ്ടായിരുന്നു. ഭൂരിപക്ഷം വിദ്യാർത്ഥികളും വിദ്യാർത്ഥി സംഘടനകളിലെ അംഗങ്ങളായിരുന്നു. അല്ലാത്തവർ അനുഭാവികളെങ്കിലും ആയിരുന്നു. തികഞ്ഞ കക്ഷിരാഷ്ട്രീയ വിരോധികളായി വളരെ കുറച്ചുപേരേ ഉണ്ടായിരുന്നുള്ളുവെങ്കിലും രാജ്യത്തിന്റെ രാഷ്ട്രീയ ഭാവി ഇരുണ്ടതാവാനേ വഴിയുള്ളൂ എന്ന തോന്നൽ പൊതുവെ എല്ലാവരും പങ്കുവെച്ചിരുന്നു. ഇങ്ങനെ വ്യക്തിഗത ജീവിതവിജയത്തെപ്പറ്റിയും രാജ്യത്തിന്റെ ഭാവിയെപ്പറ്റിയും

നല്ലതായി ഒന്നും പ്രതീക്ഷിക്കാനില്ലാത്തവർ മദ്യത്തിലും ലഹരി പ്രദാനം ചെയ്യുന്ന കഞ്ചാവ്, ഗോലി, കറുപ്പ് തുടങ്ങിയ വസ്തുക്കളിലും അഭയം തേടിയത് സ്വഭാവികം. തങ്ങൾ സർവതന്ത്ര സ്വതന്ത്രരാണെന്ന് സ്ഥാപിക്കാൻ പറ്റുന്ന ഒരു ജീവിതശൈലി അക്കാലത്ത് വിദ്യാർത്ഥികളിലും യുവജനങ്ങളിലും കുറേയേറെപ്പേർ സ്വീകരിച്ചിരുന്നു. പെൺകുട്ടികൾ പൊതുവെ ഇതിൽ നിന്നെല്ലാം വിട്ടുനിന്നു. പ്രണയ ബന്ധങ്ങളിലേക്ക് പ്രവേശിക്കുന്നതു പോലും വലിയൊരു സാഹസമായിട്ടാണ് അവരിൽ മഹാഭൂരിപക്ഷവും കണ്ടിരുന്നത്.

വിദ്യാർത്ഥിനികളും യുവതികളും ഒഴികെയുള്ള കൗമാരപ്രായക്കാരും യുവജനങ്ങളും ഏറെ അസ്വസ്ഥരും അവരിൽ പലരും മദ്യത്തിനും മയക്കമരുന്നിനും മനോരോഗഗുളികകൾക്കുമെല്ലാം പുറകെ പായുന്നവരുമാകുന്ന അവസ്ഥയെ ഒന്നുകൂടി ബലപ്പെടുത്തിയത് ആധുനിക സാഹിത്യമാണ്. സമൂഹത്തിൽ കണ്ടതു മാത്രമേ തങ്ങൾ എഴുതിയിട്ടുള്ളൂ, തങ്ങൾ ആരെയും മദ്യത്തിനോ മയക്കമരുന്നുകൾക്കോ അടിമകളാക്കിത്തീർത്തിട്ടില്ല എന്നൊക്കെ ചില ആധുനിക സാഹിത്യകാരന്മാർ ശക്തിയുക്തം വാദിച്ചതിനെ എതിർത്തു പരാജയപ്പെടുത്താനൊന്നും ശ്രമിക്കേണ്ടതില്ല. പക്ഷേ, ആധുനികന്മാർ യഥാതഥ ശൈലി സ്വീകരിച്ച് സാമൂഹ്യജീർണതകൾ ചിത്രീകരിച്ചവരല്ലെന്ന് എല്ലാവർക്കും അറിയാം. എല്ലാ വിധ ലഹരിപദാർത്ഥങ്ങൾക്കും അടിമപ്പെടുന്നതിനെയും കുത്തഴിഞ്ഞ ജീവിതത്തിലേക്ക് ആവേശപൂർവം പ്രവേശിക്കുന്നതിനെയും അറിഞ്ഞോ അറിയാതെയോ ആദർശവൽക്കരിക്കുകയും പ്രോത്സാഹിപ്പിക്കുകയും ചെയ്യുന്ന രീതി ആധുനികതയുടെ കാലത്തെ ചില സാഹിത്യ സൃഷ്ടികളെങ്കിലും സ്വീകരിച്ചിരുന്നുവെന്ന് ഏതൊരാൾക്കും മനസ്സിലാക്കാനാവും. സാഹിത്യത്തിന് വായനക്കാരിൽ സ്വാധീനം ചെലുത്താനാവും എന്ന വസ്തുത ആധുനികന്മാരും നിഷേധിക്കുമെന്നു തോന്നുന്നില്ല. വളരെ നിഷേധാത്മകമായി ജീവിതം ചിത്രീകരിക്കുന്ന കൃതികളുടെ സ്വാധീനം നിഷേധാത്മകമായിരിക്കും. രോഗം ജനിപ്പിക്കാൻ ശേഷിയുള്ള വസ്തു തന്നെ രോഗശമനത്തിനുള്ള ഔഷധമായിത്തീരുന്നതു പോലെ ചുരുക്കം ചിലരുടെ കാര്യത്തിൽ മാത്രമേ അത് പോസിറ്റീവായ ഫലങ്ങളുണ്ടാക്കൂ.

9

ഓർമയിൽ തെളിയുന്ന അനുഭവങ്ങളിൽ പലതും ചിരിയും കരച്ചിലും ഒന്നിച്ചുണർത്തുന്നവയാണ്. ഞാൻ വിദ്യാർത്ഥിയായിരുന്നപ്പോഴും പിന്നീട് അധ്യാപകനായി വന്നപ്പോഴും ബ്രണ്ണൻ കോളേജിലെ ഇംഗ്ലീഷ്

ഡിപ്പാർട്ട്മെന്റിൽ ഒരധ്യാപകനുണ്ടായിരുന്നു. പഠിക്കുന്ന കാലത്ത് മിടുക്കനായിരുന്നുവത്രെ അദ്ദേഹം. എം. എ. പാസ്സായതു് ഏറ്റവും മികച്ച നിലയിലും. പക്ഷേ, എവിടെയോ എന്തോ പിഴച്ചു. അദ്ദേഹത്തിന് മറ്റുള്ളവരുമായി പരസ്പരധാരണയോടെയുള്ള ബന്ധം വലിയൊരളവോളം അസാധ്യമായി. ബ്രണ്ണനിൽ അദ്ദേഹത്തിന്റെ ഇംഗ്ലീഷ് ക്ലാസിലിരുന്ന അനുഭവംവെച്ച് ആ ക്ലാസ്സിന്റെ സ്വഭാവം ഇങ്ങനെ വിവരിക്കാം: ഗദ്യമാണ് അദ്ദേഹം പഠിപ്പിച്ചിരുന്നത്. ഒരു നോവലുമായി അദ്ദേഹം ക്ലാസിൽ വരുന്നു. ആ നോവലിന്റെ ഫ്രന്റ് കവർ പതുക്കെ ഒന്നു തലോടിയ ശേഷം പറയും: "ദിസ് ഈസ് ദി ഫ്രന്റ് കവർ, ബ്യൂട്ടിഫുൾ."പിന്നെ ബാക്ക് കവറും ആദ്യത്തേതുപോലെ തന്നെ പതുക്കെ ഒന്നു തലോടിയ ശേഷം പറയും: "ദിസ് ഈസ് ദി ബാക് കവർ. വരി ബ്യൂട്ടിഫുൾ."

അതുകഴിഞ്ഞ് അദ്ദേഹം നേരെ നോവലിലേക്കു പ്രവേശിക്കും. നോവൽ വായിച്ചു തുടങ്ങും എന്നു മാത്രമേ ആ പറഞ്ഞതിന് അർത്ഥമുള്ളൂ. അർത്ഥം ഗ്രഹിക്കാൻ ബുദ്ധിമുട്ടാവും എന്നു തോന്നുന്ന വാക്കുകൾക്ക് ലളിതമായ ഇംഗ്ലീഷിൽ വ്യക്തത വരുത്തിയ ശേഷം വായന തുടരും. മറ്റു വിശദീകരണമൊന്നുമില്ല. വായന തന്നെ വായന. പത്തുമിനുട്ട് കഴിയുമ്പോഴേക്കും പകുതിയിലധികം കുട്ടികൾ ജനലിലൂടെ പുറത്തുചാടിയോ അദ്ദേഹത്തിന്റെ മുന്നിലൂടെ തന്നെ നടന്നോ ക്ലാസിന് പുറത്തെത്തിക്കഴിഞ്ഞിരിക്കും. അടുത്ത പത്തുമിനുട്ടിനകം ക്ലാസ് കാലിയാവും. ഒന്നും സംഭവിച്ചതായി ഭാവിക്കാതെ അദ്ദേഹം പുസ്തകം അടച്ച് സ്റ്റാഫ് റൂമിലേക്ക് മടങ്ങും.

ഈ അധ്യാപകൻ ഒരു ദിവസം രാവിലെ തന്റെ താമസസ്ഥലത്തുനിന്ന് ഹോട്ടലിലേക്ക് ചായ കുടിക്കാൻ പോവുമ്പോൾ വഴിയോരത്തെ തെങ്ങിൻ മുകളിൽ നിന്ന് 'ഗുഡ് മോണിംഗ് സാർ,' എന്നു കേട്ടു. മറ്റാരുടെയോ തെങ്ങിൽ രാവിലെത്തന്നെ ഇളനീർ പറിക്കാൻ കയറിയ ഒരു വിദ്യാർത്ഥിയുടേതായിരുന്നു ആ ഉപചാരം. അധ്യാപകൻ മുകളിലേക്ക് നോക്കി അവനെ പ്രത്യഭിവാദ്യം ചെയ്തത് ഇങ്ങനെയായിരുന്നു: "ഗുഡ് മോണിംഗ്, വെരി വെരി ഗുഡ് മോണിംഗ്. നൗ ഐ സീ യു ആർ ദാറ്റ് മിസ്ച്ചീവസ് ഫെലോ ഗിവിംഗ് മി മാക്സിമം ട്രബിൾ ഇൻ എവരി ക്ലാസ്."

10

തലശ്ശേരിയായിരുന്നു പ്രധാന തട്ടകമെങ്കിലും കണ്ണൂർ ജില്ലയിൽ ആകെത്തന്നെ അറിയപ്പെട്ടിരുന്ന ഒരു കോൺഗ്രസ് നേതാവ് വിദ്യാർത്ഥിയായിരുന്നപ്പോൾ വളരെ ചെറിയ ഒരു കാലയളവിൽ 'കോളേജ്

വ്യൂ'വിൽ താമസിച്ചിരുന്നു. അക്കാലത്ത് ഞാൻ ആരാണ്, എന്താണ് എന്നറിയാൻ ശ്രമിക്കാതെ തന്നെ അദ്ദേഹം എന്നോട് ഒന്നും മറച്ചുവെക്കാതെ രാഷ്ട്രീയം പറയുമായിരുന്നു. ഒരു ദിവസം അദ്ദേഹം പറഞ്ഞു: "ചുവപ്പ് കണ്ട കാളയെപ്പോലെ എന്നു പറയാറില്ലേ, എന്റെ അവസ്ഥയും അതു തന്നെയാണ്. എന്താന്നറിയില്ല, എനിക്ക് കമ്യൂണിസ്റ്റുകാരെ കാണുമ്പോത്തന്നെ കലിവരും."

കോളേജിൽ നടന്ന പല സംഘട്ടനങ്ങളിലും ഈ സുഹൃത്തിന് അടികൊണ്ടിരുന്നു. നന്നേ ചെറിയ പ്രകോപനങ്ങളുടെ പേരിൽത്തന്നെ അടി നടക്കുക അക്കാലത്ത് സാധാരണമായിരുന്നു. അത്തരം സംഘട്ടനങ്ങൾ കൈ കൊണ്ടുള്ള പ്രയോഗങ്ങൾക്ക് അപ്പുറം പോവില്ല എന്ന ആശ്വാസമുണ്ടായിരുന്നു.

കോളേജ് വിട്ടതിൽപ്പിന്നെ എന്നെ കാണുമ്പോഴെല്ലാം മൂപ്പര് മുഖം തിരിച്ചുകളയും. മുഖത്ത് ചിരിയോ പരിചയഭാവം പോലുമോ ഉണ്ടാവില്ല. ആദ്യമൊക്കെ എനിക്കതിൽ നല്ല വിഷമം തോന്നിയിരുന്നു. ഏതാനും വർഷങ്ങൾക്കു മുമ്പ് ഒരു കല്യാണവീട്ടിൽ ഞങ്ങൾ അടുത്തടുത്താണ് സദ്യക്കിരുന്നത്. അപ്പോൾ ഞാൻ അങ്ങോട്ടെന്തെങ്കിലും പറയുന്നതിനു മുമ്പു തന്നെ അദ്ദേഹം പറഞ്ഞു: "നീ പണ്ടെന്നെ അടിച്ചതാണ്. പക്ഷേ, അതിന്റെ വിരോധമൊന്നും ഞാൻ മനസ്സിൽ കൊണ്ടു നടക്കുന്നില്ല." ഞാൻ ചിരിച്ചു പോയി. സുഹൃത്തിനെ പേരെടുത്ത് വിളിച്ചിട്ടു തന്നെ ഞാൻ പറഞ്ഞു: "ഞാൻ നിന്നെ അടിച്ചിരുന്നെന്നോ. എപ്പോഴാണത്. നിന്നെയെന്നല്ല ആരെയും ഞാൻ അടിച്ചിട്ടില്ല. കോളേജിൽ പല തവണ നീ ഉൾപ്പെട്ട അടിപിടി നടന്നിട്ടുണ്ട്. അതിന്റെ പരിസരത്തെവിടെയെങ്കിലും ഞാൻ നിൽക്കുന്നത് നീ കണ്ടിട്ടുണ്ടാവാം. അങ്ങനെ ഉള്ളിൽ പതിഞ്ഞുപോയ തെറ്റിദ്ധാരണയാണത്. ഏതായാലും ഇന്നത്തോടെ അതങ്ങ് വിട്ടുകള. നടക്കാത്ത ഒരു സംഭവം നടന്നെന്നു വിചാരിച്ച് നടക്കേണ്ടല്ലോ."

എന്തായാലും അതിൽപ്പിന്നെ അദ്ദേഹം എന്നോട് അലോഹ്യം ഭാവിച്ചിട്ടില്ല. ഒരു തവണ വളരെ ചുരുക്കത്തിലാണെങ്കിലും തനിക്ക് രാഷ്ട്രീയത്തിൽ നിന്നുണ്ടായ മോശമായ അനുഭവങ്ങളെപ്പറ്റി തുറന്നു പറയുക പോലും ചെയ്തു.

കോൺഗ്രസ് രാഷ്ട്രീയത്തിൽ കുറേപേർ പല വിധത്തിൽ ചവിട്ടിത്താഴ്ത്തപ്പെട്ടിട്ടുണ്ടെന്നും എതിരാളികളിൽ നിന്നുണ്ടായതിനേക്കാൾ മോശമായ അനുഭവങ്ങൾ സ്വന്തം പാർട്ടിയിൽ നിന്നു തന്നെ അവർക്കുണ്ടായിട്ടുണ്ടെന്നുമാണ് ഞാൻ മനസ്സിലാക്കിയിട്ടുള്ളത്. (ഇത്

സംഘടനാതലത്തിൽ കോൺഗ്രസ്സിനെ അടുത്തറിയുന്നതു കൊണ്ടു പറയുന്നതല്ല. ഒരു പാർട്ടിയുടെയും സംഘടനാസംവിധാനവുമായി എനിക്ക് ബന്ധമില്ല). സമർത്ഥമായ കരുനീക്കങ്ങൾക്ക് കഴിവില്ലാത്തവർ, മറ്റ് എന്തൊക്കെ ഉണ്ടായാലും അർഹമായ അംഗീകാരം ലഭിക്കാതെ ഒറ്റപ്പെട്ടുപോവും. അംഗീകാരവും സ്ഥാനക്കയറ്റവും ഓരോ രാഷ്ട്രീയ പ്രവർത്തകനും/ പ്രവർത്തകയും ആഗ്രഹിക്കുന്നുണ്ട്. ആ ആഗ്രഹം ആർത്തി മാത്രമായിത്തീരുകയും ജനങ്ങളെയും സ്വന്തം പാർട്ടിക്കാരെത്തന്നെയും കബളിപ്പിക്കുന്നിടം വരെ എത്തുകയും ചെയ്യുന്നില്ലെങ്കിൽ ബഹുജനം അതിനെ ഒരു കുറ്റമായിക്കാണില്ല. രാഷ്ട്രീയപ്രവർത്തനത്തിന് സംഭവിച്ച അർത്ഥപരിണാമം കാലം ജീവിതത്തിന്റെ സമസ്ത മേഖലകളെയും മാറ്റിത്തീർത്തതിന്റെ ഭാഗമായി സ്വാഭാവികമായി സംഭവിച്ച ഒന്നാണെന്ന് മനസ്സിലാക്കുന്ന അവസ്ഥയിലേക്ക് ഏറെക്കുറെ എല്ലാവരും എത്തിച്ചേർന്നിട്ടുണ്ട്. സമൂഹത്തെ അടിമുടി മാറ്റിത്തീർക്കുന്നതിനു വേണ്ടി വ്യക്തിഗതമായ എല്ലാ നേട്ടങ്ങളെയും അവഗണിച്ചുകൊണ്ടു നടത്തുന്ന ആത്മസമർപ്പണമായിരിക്കണം രാഷ്ട്രീയ പ്രവർത്തനം എന്നു പറയാൻ ഇക്കാലത്ത് ആരായാലും ഒന്നറച്ചു നിൽക്കും.

11

ബ്രണ്ണൻ കോളേജ് ഹോസ്റ്റലിൽ ഒരു വർഷം എന്റെ റൂംമേറ്റായിരുന്ന ഹരിദാസൻ അക്കാലത്ത് നല്ല അഭിനയശേഷിയുള്ള ആളായിരുന്നു. വിഖ്യാത ഹിന്ദി ചലച്ചിത്ര നടൻ രാജ്കുമാറിന്റെ ശൈലിയെ ഓർമിപ്പിക്കുന്നതാണ് ഹരിദാസന്റെ അഭിനയം എന്ന് ഹോസ്റ്റൽ അന്തേവാസികളിൽ ചിലർ പറഞ്ഞിരുന്നത് ഞാൻ ഓർക്കുന്നു. ഹരിദാസൻ പക്ഷേ, കോളേജ് വിട്ടതിനു ശേഷം നടനായി വേദികളിലെത്തിയതായി കേട്ടിട്ടില്ല. അദ്ദേഹം എൻ. ജി. ഒ യൂനിയന്റെ ഒരു സജീവപ്രവർത്തകനായി മാറുകയാണുണ്ടായത്. റിട്ടയർമെന്റിന് ശേഷം സഹകരണരംഗത്ത് പ്രവർത്തിക്കുന്നതായാണ് അറിവ്. തികഞ്ഞ സത്യസന്ധതയും വെടിപ്പുമുള്ള സ്വഭാവമാണ് ഹരിദാസന്റേത്. അതുകൊണ്ട് ഏത് സംഘടനയ്ക്കും ഏത് കാര്യവും അദ്ദേഹത്തെ വിശ്വസിച്ച് ഏല്പിക്കാം.

ഒരു വർഷം 'കോളേജ് ഡേ'ക്ക് ഹരിദാസൻ ഒരു ഹിന്ദി നാടകത്തിൽ പ്രേതമായി അഭിനയിച്ചിരുന്നു. ഷഡ്ഡി മാത്രം ധരിച്ച് ദേഹം മുഴുവൻ കറുപ്പ് തേച്ച് അതിനുമേൽ വെള്ളവര വരച്ചായിരുന്നു പ്രേതത്തിന്റെ രൂപം ഒരുക്കിയത്. നാടകം കഴിഞ്ഞ് സ്റ്റേജിനു പിന്നിലേക്കു വന്ന ഹരിദാസന്റെ ദേഹത്തെ തേച്ചുപിടിപ്പുകൾ കഴുകിക്കൊടുക്കാൻ കുറച്ചു

നേരത്തേക്ക് ആരും വന്നില്ല. അടുത്ത നാടകം വേദിയിലെത്തിക്കുന്ന തിരക്കിലായിരിക്കുമല്ലോ എല്ലാവരും. പിന്നെ, അരണ്ട വെളിച്ചത്തിൽ നിന്ന ആ പ്രേതത്തെ കണ്ട് ചിലരൊക്കെ ഭയന്നകന്നു പോയിരിക്കാനും സാധ്യതയുണ്ട്. എന്തായാലും കുറച്ചു കഴിഞ്ഞ് ആരോ ഒക്കെ വന്ന് ദേഹം വൃത്തിയാക്കി ഹരിദാസനെ വീണ്ടെടുത്തു.

ഈ അനുഭവം എന്റെ മനസ്സിൽ അന്നേ തറഞ്ഞു നിന്നിരുന്നു. 'തീയൂർ രേഖകളി'ൽ മറ്റൊരു കഥാപാത്രത്തിന് ഹരിദാസന്റെ ഈ 'പ്രേതാനുഭവം' നൽകുകയും അതിനെ ഒന്നു പൊലിപ്പിച്ച് ആ കഥാപാത്രത്തെ മറ്റൊരു വഴിയിൽ എത്തിക്കുകയും ചെയ്തിട്ടുണ്ട്. ജീവിതത്തിൽ സംഭവിച്ചിട്ടില്ലാത്ത യാതൊന്നും എന്റെ കഥകളിലില്ല. സംഭവങ്ങൾക്ക് കഥ ആവശ്യപ്പെടുന്ന മാറ്റങ്ങൾ വരുത്താറുണ്ടെന്നു മാത്രം. പലപ്പോഴും കഥാപാത്രങ്ങൾക്കു പിന്നിലെ യഥാർത്ഥ മനുഷ്യർക്ക് അവയിൽ തങ്ങളെ എളുപ്പത്തിൽ കണ്ടെത്താൻ കഴിയണമെന്നില്ല. അങ്ങനെ രൂപാന്തരണം വരുത്താതെ ആ അനുഭവങ്ങൾ അതേപടി എഴുതിയാൽ പല വ്യക്തികളെയും അത് വേദനിപ്പിക്കുകയോ മോശമായി ബാധിക്കുകയോ ചെയ്യും. അക്കാര്യം കൂടി പരിഗണിച്ചാണ് മാറ്റങ്ങൾ വരുത്തുന്നത്. അപ്പോഴും അടിത്തട്ടിലെ സത്യത്തെ ഞാൻ വികൃതമാക്കാറില്ല. അത് ചോർന്നു പോകാതെ നിലനിർത്തുന്നതിൽ സംതൃപ്തി അനുഭവപ്പെടാറുമുണ്ട്.

12

മുമ്പ് ബ്രണ്ണൻ കോളേജിന് മതിലുണ്ടായിരുന്നില്ല. ആളുകൾക്ക് ഏതു സമയത്തും ഇഷ്ടം പോലെ കോളേജിലേക്ക് കയറിവരാം. ഈ സൗകര്യം പക്ഷേ, ആരും ദുരുപയോഗം ചെയ്തിരുന്നില്ല. കോളേജിനു പിന്നിലുള്ള ചില വീട്ടുകാർ മാത്രമാണ് അവരുടെ ഒരു വഴി എന്നപോലെ കോളേജിന്റെ രണ്ടാമത്തെ ഗേറ്റിൽ നിന്ന് മുകളിലേക്ക് കയറിപ്പോവുന്ന വഴി സ്വതന്ത്രമായി ഉപയോഗിച്ചത്. ആരും തന്നെ കോളേജിന്റെ സ്ഥലം കൈവശപ്പെടുത്താനോ താൽക്കാലികമായിപ്പോലും എന്തെങ്കിലും ഉപദ്രവമുണ്ടാക്കുന്ന വിധത്തിൽ അവിടം ഉപയോഗിക്കാൻ ശ്രമിക്കുകയോ ചെയ്തിരുന്നില്ല.

ചിറക്കുനിയിലുള്ള ചില പ്രാദേശിക മാർക്സിസ്റ്റ് നേതാക്കൾ ഞാൻ പഠിക്കുന്ന കാലത്ത് കോളേജിലെ വിദ്യാർത്ഥി രാഷ്ട്രീയപ്രവർത്തകരുമായി എപ്പോഴും ബന്ധപ്പെടാറുണ്ടായിരുന്നു. പരേതനായ വടവതി വാസു മുതൽ ഇപ്പോഴത്തെ ധർമടം പഞ്ചായത്ത് പ്രസിഡന്റ് എൻ. കെ. രവി വരെയുള്ളവർ അക്കൂട്ടത്തിൽപ്പെടും. മറ്റുള്ളവർക്കൊന്നും

അത്രയും അടുത്ത ബന്ധം ഉണ്ടായിരുന്നില്ലെങ്കിലും വിദ്യാർത്ഥിക ളിൽ ഭൂരിപക്ഷം പേരും ചിറക്കുനി, അണ്ടല്ലൂർ ഭാഗത്തുള്ള ധാരാളം പേരുമായി നല്ല അടുപ്പം സൂക്ഷിച്ചിരുന്നു. അണ്ടല്ലൂർകാവിലെ ഉത്സ വകാലത്ത് (കുംഭമാസം -ഫെബ്രുവരി)അവർ പല വീടുകളിലേക്കും പോവും. ആര് ചെന്നാലും അവരെ അവിലും പഴവും മലരും /പൊരിയും കൊടുത്ത് സ്വീകരിക്കുക അണ്ടല്ലൂർക്കാരുടെ പതിവാണ്. ഉച്ചയൂണിന്റെ സമയത്തു ചെന്നാലും രാത്രി ഭക്ഷണത്തിന്റെ സമയത്തു ചെന്നാലും നല്ല വെജിറ്റേറിയൻ ശാപ്പാട് കഴിക്കാം. ഞാൻ പഠിക്കുന്ന കാലത്തെ വിദ്യാർത്ഥികളിൽ ചിലർ ഓരോ ദിവസം ഓരോ വീട്ടിൽ ചെന്ന് സൽക്കാരം സ്വീകരിച്ചിരുന്നു. ബ്രണ്ണൻ കോളേജ് വിദ്യാർത്ഥികളെ അന്യരായി അക്കാലത്തെ അണ്ടല്ലൂർക്കാരോ പാലയാട്ടുകാരോ കണ്ടി രുന്നില്ല. ഉത്സവത്തിന്റെ ദിവസങ്ങളിൽ ബ്രണ്ണൻ വിദ്യാർത്ഥികളിൽ പാതിയോളം പേർ ഏതെങ്കിലും സമയത്തായി അണ്ടല്ലൂർക്കാവിൽ എത്തിയിരിക്കും.

ഉത്സവകാലത്തല്ലെങ്കിൽത്തന്നെ കോളേജ് പരിസരവും ചിറക്കു നിയും അണ്ടല്ലൂരും മീത്തലെ പീടികയും ധർമടം റെയിൽവെസ്റ്റേഷൻ പരിസരവുമെല്ലാം സ്വന്തം സ്ഥലമെന്ന പോലെയാണ് ഹോസ്റ്റലിലും ലോഡ്ജുകളിലും താമസിക്കുന്നവർക്ക് അനുഭവപ്പെട്ടിരുന്നത്. അത്രയും അടുപ്പം തോന്നിക്കുന്ന, വിവരണാതീതമായ എന്തൊക്കെയോ പ്രത്യേകതകൾ ഈ ഗ്രാമത്തിനുണ്ടായിരുന്നു. പുറത്തുനിന്നു വന്ന് ബ്രണ്ണൻ കോളേജിൽ ജോലി ചെയ്ത അധ്യാപകരിൽ പലരും ഇത്രയും നല്ലൊരു സ്ഥലം വേറെ കിട്ടാനുണ്ടാവില്ല എന്ന തോന്നൽകൊണ്ടു തന്നെയാകാം ധർമടത്ത് സ്ഥിരതാമസമാക്കിയിരുന്നു. ഇവിടം വിട്ടു പോകാൻ മുമ്പൊക്കെ ആളുകൾക്ക് അത്രയും മടിയായിരുന്നു. 'ധർമടം ധർമസങ്കടം,' എന്നാണ് പ്രൊഫ. ജി. കുമാരപ്പിള്ള തന്റെ ഒരു കവിത യ്ക്ക് ശീർഷകം നൽകിയത്. കോളേജിന് മതിലില്ലാതിരുന്ന കാലത്ത് ഈയൊരു ഫീലിംഗ് കുറേക്കൂടി ശക്തമായിരുന്നു എന്നാണ് തോന്നു ന്നത്. മുമ്പ് കോളേജ് ഹോസ്റ്റലിൽ താമസിച്ചിരുന്ന ഒരു സുഹൃത്ത് പിന്നീട് അയാളും ഞാനും കേരളത്തിനു പുറത്ത് ജോലിചെയ്യുമ്പോൾ എനിക്കെഴുതിയ കത്തിൽ ഇങ്ങനെ ഒരു വാക്യമുണ്ടായിരുന്നു: 'During our Brennen days we were a part of that landscape.'

ധർമടത്തിന്റെ പഴയ പേര് ധർമപട്ടണം എന്നായിരുന്നുവെന്നും ഈ പേര് ബുദ്ധമതവുമായുള്ള ബന്ധത്തിൽ നിന്നുണ്ടായതാണെന്നു മാണ് കരുതപ്പെടുന്നത്. അണ്ടല്ലൂർകാവിലെ ദൈവത്താർ ശ്രീരാമനാ ണെന്ന സങ്കല്പം വളരെ ശക്തമായി ഉയർത്തിപ്പിടിക്കപ്പെട്ടു തുടങ്ങിയിട്ട്

ഏതാനും ദശകങ്ങളേ ആയുള്ളൂ. ദൈവത്താർ എന്നതിന് ദൈവം ഒത്തോർ, ദൈവത്തിന് തുല്യനായവൻ എന്നാണ് അർത്ഥമെന്നും അത് ബുദ്ധഭഗവാനല്ലാതെ മറ്റാരുമായിരുന്നില്ലെന്നും ഉറപ്പിച്ചു പറയുന്നവരായിരുന്നു മുമ്പ് ധർമടത്തുള്ള പലരും. നിത്യേന വൈകുന്നേരം നടത്തുന്ന കൂട്ടായ ഭജന എന്നത് ഒരു കാലത്ത് പല ധർമടക്കാരും ശീലമാക്കിയിരുന്നു. ബുദ്ധമതവുമായുള്ള ധർമടത്തിന്റെ പ്രാചീന കാലം മുതൽക്കുള്ള ബന്ധത്തിന്റെ കണ്ണികൾ അപ്പാടെ അറ്റുപോയിട്ടില്ലെന്നതിന് തെളിവായി ചിലരൊക്കെ സ്വകാര്യസംഭാഷണങ്ങളിൽ ഇത് ചൂണ്ടിക്കാണിക്കാറുണ്ടായിരുന്നു. പ്രാചീനകാലത്തെ പ്രശസ്തമായ ഒരു ബൗദ്ധാശ്രമവും തീർത്ഥാടനകേന്ദ്രവുമായിരുന്ന ശ്രീമൂലവാസം, ധർമടം തന്നെയായിരുന്നുവെന്നാണ് പല ചരിത്രകാരന്മാരും പറയുന്നത്. ബ്രണ്ണനിലെ പൂർവവിദ്യാർത്ഥിയും അധ്യാപകനും പ്രശസ്ത വിവർത്തകനും ചരിത്രകാരനുമൊക്കെയായ പരേതനായ എം. പി. കുമാരൻ മാഷ്, 'കോലത്തുപഴമ,' എന്ന കൃതിയിൽ ഇങ്ങനെ രേഖപ്പെടുത്തിയിട്ടുണ്ട്.

"ധർമടത്തിന്റെ ഭൂമിശാസ്ത്രപരമായ കിടപ്പും ലഭ്യമായ പ്രാചീന ചരിത്രവും ഐതിഹ്യങ്ങളും ഐതിഹ്യങ്ങളിൽ പ്രതിഫലിക്കുന്ന ചരിത്രാംശങ്ങളും അണ്ടലൂർകാവിലെ ആചാരാനുഷ്ഠാനങ്ങളും ധർമടത്തിന്റെ സാമൂഹ്യചുറ്റുപാടുകളും സൂക്ഷ്മമായി പരിശോധിക്കുകയാണെങ്കിൽ പതിനൊന്നാം നൂറ്റാണ്ടിന്റെ അവസാനത്തിലോ പന്ത്രണ്ടാം നൂറ്റാണ്ടിന്റെ ആദ്യത്തിലോ കടലെടുത്തുപോയെന്നു വിശ്വസിക്കുന്ന മൂഷികവംശത്തിലെ മൂലവാസം അണ്ടലൂർ കാവായിരുന്നുവെന്ന നിഗമനത്തിൽ എത്തിച്ചേരുവാൻ സാധിക്കും."- (കോലത്തു പഴമ, എം. പി. കുമാരൻ -പേജ്-67) ബുദ്ധമതം മുന്നോട്ടുവെച്ച സംസ്കാരത്തിന്റെ സാരാംശം രക്തത്തിലലിഞ്ഞു ചേർന്നവരാണ് ധർമടത്തുകാർ എന്നും അടിസ്ഥാനപരമായി ധർമടത്തിന്റെ നിലനിൽപിന് ആധാരമായത് ബുദ്ധമതാശയങ്ങളിലധിഷ്ഠിതമായ ഒരു സംസ്കാരമാണെന്നും അണ്ടലൂർ നായനാരും ചേകോനും എന്ന പ്രാദേശിക ചരിത്ര ഗ്രന്ഥത്തിൽ ബ്രണ്ണനിലെ ഒരു പൂർവവിദ്യാർത്ഥിയായ പി. ശെൽവരാജും അഭിപ്രായപ്പെട്ടിട്ടുണ്ട്. വളരെ ആത്മനിഷ്ഠമാണ് ഇങ്ങനെയുള്ള അഭിപ്രായങ്ങൾ എന്ന് ധർമടത്തിന്റെ പഴയ ജീവിതത്തെക്കുറിച്ച് നേരിട്ടറിയാത്തവർ പറഞ്ഞേക്കാം. ബൗദ്ധസന്ന്യാസിമാർക്കും അവരുമായി അടുത്തിടപഴകിയവർക്കും ഉണ്ടായിരുന്നതായി പഴയ പല പുസ്തകങ്ങളെയും കുമാരനാശാന്റെ ചണ്ഡാലഭിക്ഷുകി, കരുണ തുടങ്ങിയ കൃതികളെയുമൊക്കെ അടിസ്ഥാനമാക്കി നാം സ്വരൂപിച്ച ധാരണകളുമായി ഇണങ്ങുന്നതെന്നു പറയാവുന്ന സൗമ്യമായ പ്രകൃതവും സൗഹൃദവുമൊക്കെ ഏതാനും ദശകങ്ങൾക്കു

മുമ്പു വരെയും ധർമടക്കാർക്ക് പൊതുവെ ഉണ്ടായിരുന്നു. കേരളത്തി ലുടനീളം ഗ്രാമജീവിതത്തിന് അതിന്റെ തനിമയും സാരള്യവുമൊക്കെ നഷ്ടപ്പെടാൻ തുടങ്ങിയപ്പോൾ പൂർണമായിട്ടല്ലെങ്കിലും ധർമടവും ആ വഴിക്ക് തിരിഞ്ഞുവെന്നു പറയാം.

ചെറിയ ഒരു തമാശയിലൂടെ ഈ കുറിപ്പ് അവസാനിക്കാം. മതി ലില്ലാത്ത കാലത്ത് പലപ്പോഴും പശുക്കൾ കോളേജ് കോമ്പൗണ്ടിൽ അവിടവിടെയായി അലഞ്ഞു നടക്കുമായിരുന്നു. അക്കാലത്ത് മാത്തമ റ്റിക്സ് ഡിപ്പാർട്ട്മെന്റിൽ പ്രഗത്ഭനും അധ്യാപനത്തിൽ നൂറു ശതമാനം സത്യസന്ധനും വളരെ കണിശക്കാരനുമായ ഒരധ്യാപകനുണ്ടായി രുന്നു. വിദ്യാർത്ഥികൾ അവരുടെ അശ്രദ്ധ കൊണ്ടോ അലസത കൊണ്ടോ മറ്റോ നോട്ട്ബുക്കിൽ എന്തെങ്കിലും തെറ്റുവരുത്തിയാൽ അദ്ദേഹം അത് പിടിച്ചുവാങ്ങി ജനലിലൂടെ പുറത്തേക്കെറിയുമായിരുന്നു എന്നാണ് കേട്ടിട്ടുള്ളത്. പശുക്കൾ നോട്ട്ബുക്ക് അടക്കം പലതും തിന്നു മല്ലോ. അതുകൊണ്ട് മൂന്നോ നാലോ പശുക്കൾ കൂട്ടമായി മാത്തമറ്റിക്സ് ഡിപ്പാർട്ട്മെന്റിനു പിന്നിലേക്ക് പോകുന്നതു കണ്ടാൽ വിദ്യാർത്ഥികൾ പറയും: 'ഓ,.... മാഷുടെ ക്ലാസ് തുടങ്ങീന്ന് തോന്നുന്നു.'

13

1970 കളുടെ ആദ്യവർഷങ്ങളിൽ ബ്രണ്ണൻ കോളേജിലെ സാഹി ത്യതൽപ്പരർ ഏറ്റവും ആവേശത്തോടെ സംസാരിച്ചിരുന്നത്, 'ഖസാ ക്കിന്റെ ഇതിഹാസ'ത്തെക്കുറിച്ചാണ്. ചിലരെ സംബന്ധിച്ചിടത്തോളം അതൊരു ബാധ പോലെയായിരുന്നു. സാഹിത്യവേദികളിൽ മാത്രമല്ല സാധാരണ സംഭാഷണങ്ങൾക്കിടയിൽത്തന്നെ ആരെങ്കിലുമൊക്കെ യായി 'ഓ, ഖസാക്കിലെ ആ പന' എന്നോ, 'വരുംവരായ്കകളിലെവി ടെയോ' എന്നോ, ' മഴയുടെ സുരതവേഗമൊടുങ്ങി' എന്നോ, 'കർമബ ന്ധത്തിന്റെ ഏതു ചരടാണ് നമ്മെ ഈ വഴി കൊണ്ടുവന്നത്' എന്നോ, പറയാതിരിക്കില്ല. 'ഇതിഹാസം' വായിക്കാത്ത ചിലരും ഇങ്ങനെയൊ ക്കെ പറയാൻ മടിച്ചിരുന്നില്ല. വ്യാജവും അല്ലാത്തതുമായ ഖസാക്ക് പ്രണയത്തിനൊപ്പം അസ്തിത്വവാദത്തോടുള്ള കടുത്ത ആരാധനയും പലരെയും ബാധിച്ചിരുന്നു. അതിലും ഉണ്ടായിരുന്നു കപടവും അല്ലാത്ത തും. അല്പമായി മദ്യപിച്ചും അല്ലാതെയും ജീവിതം വ്യർത്ഥമാണ്, നിരർഥ മാണ്, ആത്മഹത്യയാണ് യഥാർത്ഥ ദാർശനിക പ്രശ്നം എന്നൊക്കെ പലരും ഉള്ളിൽത്തട്ടിയെന്നപോലെ പറഞ്ഞിരുന്നു. ഇവരിൽ ചിലർ പാടേ നശിച്ചുപോയി. അല്ലാതുള്ളവരിൽ ഏറിയ പങ്കും ഓരോ ചുവടും കരുതലോടെ വെച്ച് ജീവിതവിജയത്തിന്റെ പടവുകൾ ഒന്നൊന്നായി

കയറിപ്പോവുന്ന, ഒരു തത്വദീക്ഷയുമില്ലാത്ത അതിസമർത്ഥരായി മാറി. യൗവനാരംഭത്തിൽത്തന്നെ യഥാർത്ഥത്തിൽ തങ്ങളുടേതല്ലാത്ത ഒരു മനോലോകത്തിൽ വ്യാപരിച്ച നേടിയ കരുത്താവാം അവരെ അതിന് പ്രാപ്തരാക്കിയത്. മൂന്നാമതൊരു കൂട്ടരുണ്ട്. അവർ ആത്മഹത്യക്ക് മുതിർന്നില്ല. കഞ്ചാവോ ലഹരിപദാർത്ഥങ്ങളോ ഉപയോഗിച്ച് നശിച്ച പോയില്ല. ജീവിതത്തിലുടനീളം അവിശ്വാസ്യം ഉദ്വിഗ്നതയും പേറി നടക്കേണ്ടി വന്ന ആ ഹതഭാഗ്യർ ഇരട്ടജീവിതം നയിച്ചവരാണെന്നു പറയാം.

ഒരു ദിവസം കോളേജ് വ്യൂവിലെ ഒരു മുറിയിൽ വെച്ച് ഖസാക്കിന്റെ ഇതിഹാസത്തെക്കുറിച്ച് ചൂടുപിടിച്ച ഒരു ചർച്ച നടന്നു. ചർച്ചയ്ക്കിടയിൽ മറ്റൊരു മുറിയിലെ ഒരു സുഹൃത്ത് കയറിവന്നിട്ട് പറഞ്ഞു: "ഒരു കഥാപാത്രമെന്ന നിലയിൽ രവി ആള് മിടുക്കനാണ്. അയാൾ എന്താണോ അങ്ങനെ തന്നെ ഇരിക്കട്ടെ. നമ്മക്കതിൽ കാര്യമില്ല. പക്ഷേ, യുവാക്കൾ അയാളെ മാതൃകയാക്കി ജീവിക്കാൻ പുറപ്പെട്ടുകളയരുത്. അത്രയേ ഉള്ളൂ.." സാഹിത്യകൃതികളുടെ വായനയിൽ, വിശേഷിച്ചും നോവലുകളുടെ വായനയിൽ കാര്യമായ താൽപ്പര്യമുള്ള ആളായിരുന്നില്ല അയാൾ. അതുകൊണ്ടു തന്നെ അവിചാരിതമായി കയറി വന്ന് ഇങ്ങനെ ഒരഭിപ്രായം പറഞ്ഞത് എന്നെ അത്ഭുതപ്പെടുത്തി.

അല്പം കഴിഞ്ഞ് സുഹൃത്തിനോട് ഞാൻ ചോദിച്ചു: "അപ്പോ ഖസാക്കിന്റെ ഇതിഹാസം വായിച്ചു അല്ലേ?" അയാൾ വളരെ കൂളായി മറുപടി പറഞ്ഞു: "ആര് വായിക്കാൻ. നിങ്ങള ചർച്ച കേട്ടപ്പോ എനക്ക് സംഗതി മനസ്സിലായി. എന്തായാലും ഞാൻ പറഞ്ഞേല് തെറ്റൊന്നും ഇല്ലല്ലോ."

14

പി.എൻ. മൂഡിത്തായ മാഷ് കുറച്ചുകാലം ബ്രണ്ണൻ കോളേജിൽ പ്രിൻസിപ്പാളായിരുന്നു. അദ്ദേഹം കന്നഡയിലെ ഒരു ഹാസ്യസാഹിത്യകാരനും കാർട്ടൂണിസ്റ്റും കന്നഡയിൽ നിന്ന് മലയാളത്തിലേക്കും മലയാളത്തിൽ നിന്ന് കന്നഡയിലേക്കും പല കൃതികളും വിവർത്തനം ചെയ്തിട്ടുള്ള ആളുമാണ്. 'ജ്ഞാനപ്പാന'യുടെ മാഷ് ചെയ്ത കന്നഡ വിവർത്തനം മാഷ് തന്നെ പാടുന്നതുകേൾക്കുക മനോഹരമായ ഒരനുഭവമാണ്. ഈ പറഞ്ഞ കാര്യങ്ങൾക്കെല്ലാം പുറമെ മാഷ് ഒരു രസികനും സവിശേഷമായ ഒരു വ്യക്തിത്വത്തിന്റെ ഉടമയുമാണ്.

ഞാൻ ഒരു ദിവസം പ്രിൻസിപ്പാളിന്റെ മുറിയിലേക്കു പോയപ്പോൾ അദ്ദേഹം അവിടെ ഇല്ലായിരുന്നു. ദൂരെയെങ്ങും പോവാനിടയില്ല, പെട്ടെന്നു വരും എന്ന ഉറപ്പിൽ ഞാൻ അദ്ദേഹത്തിന് അഭിമുഖമായി

അധ്യാപകർക്കും മറ്റും ഇരിക്കാനുള്ള കസേരകളിലൊന്നിൽ ഇരുന്നു. കുറച്ചു കഴിഞ്ഞപ്പോൾ മൂഡിത്തായ മാഷ് വന്നു. ഞാൻ എഴുന്നേൽക്കാൻ ശ്രമിക്കുമ്പോൾ തന്നെ അദ്ദേഹം പറഞ്ഞു: "ബേണ്ട സാർ, നിങ്ങള് എഴു ന്നേറ്റാൽ ഞാൻ നിങ്ങളേക്കാൾ ബല്ല്യതായിപ്പോവും. അത് ബേണ്ട." (കാസർകോടൻ മലയാളത്തിന്റെ നേരിയ ഛായയുള്ള ഭാഷയിലാണ് അദ്ദേഹം സംസാരിക്കാറ്).

പിന്നൊരു ദിവസം കോളേജിൽ യൂനിയൻവകയുള്ള ഒരു പരിപാ ടിക്ക് സംസാരിക്കാനെത്തിയ എം. എൻ. വിജയൻ മാഷെ ഞാനാണ് പ്രിൻസിപ്പാളിന്റെ മുറിയിലേക്ക് കൂട്ടിക്കൊണ്ടുപോയത്. മൂഡിത്തായ മാഷെ പരിചയപ്പെടുത്തിക്കൊണ്ട് വിജയൻ മാഷോട് ഞാൻ പറഞ്ഞു.

"മൂഡിത്തായമാഷ് കാർട്ടൂണിസ്റ്റാണ്, കന്നഡയിലെ വലിയൊരു ഹാസ്യസാഹിത്യകാരനാണ്. പിന്നെ...." എന്നെ മുഴുമിപ്പിക്കാൻ അനുവ ദിക്കാതെ മൂഡിത്തായമാഷ് വിജയൻ മാഷോട് പറഞ്ഞു. "അതൊന്നും ബല്യ കാര്യം അല്ല സാർ. അമ്പത് വയസ്സിനുമേൽ പ്രായമുള്ളവർക്ക് നടത്തത്തിൽ ഒരു സ്റ്റേറ്റ് ലവൽ മത്സരം ണ്ടായിരുന്നു. ഞാനാ ഫസ്റ്റ്."

15

ബ്രണ്ണൻ ഓർമകളിലൂടെയുള്ള സഞ്ചാരം എനിക്കും വളരെ പ്രി യപ്പെട്ടതു തന്നെ. പക്ഷേ, എഴുതിയെഴുതി വരുമ്പോൾ എന്തോ ഒരു വല്ലായ്മ തോന്നുന്നുണ്ട്. ഒരു പ്ലാനിംഗുമില്ലാതെയാണ് ഈ എഴുത്ത് ആരംഭിച്ചത്. ശ്വാസകോശം കടുത്ത തകർച്ച നേരിടുകയും, 'ഇനി വീട്ടിന് പുറത്തിറങ്ങരുത്, പുറത്തുള്ളവരുമായി കോൺടാക്റ്റ് ഉണ്ടാവരുത്, ഇനിയൊരു ചെറിയ ഇൻഫെക്ഷൻ വന്നാൽപ്പോലും ഒന്നും ചെയ്യാ നാവില്ല,' എന്ന് ഡോക്ടർ കർശനമായി പറഞ്ഞതുകൊണ്ട് സ്വയം അടിച്ചേൽപ്പിക്കേണ്ടിവന്ന വീട്ടുതടങ്കലിൽ നിന്നു രക്ഷപ്പെടാനാണ് ഞാനിത് എഴുതിത്തുടങ്ങിയത്. എന്നെ സംബന്ധിച്ചിടത്തോളം ഇത് വലിയ ഒരു കമ്യൂണിക്കേഷൻ തന്നെയായിരുന്നു. അതിലുപരി ഇതൊരു സ്വയം ചികിത്സയായിരുന്നു.

ഇനിയും കുറച്ചുനാൾ കൂടി നല്ല കരുതൽ വേണ്ടിവരുമെങ്കിലും ഇപ്പോൾ എന്റെ ശ്വാസകോശത്തിന്റെ പ്രവർത്തനം ശരാശരിയായി വരുന്നുണ്ട്. ഇനിയും സ്വയം ചികിത്സ തുടരും. എന്നാലും ശ്വാസകോശം ആരോഗ്യപൂർണമായ അവസ്ഥയിൽ എത്തിച്ചേരാൻ ഇനി സാധ്യതയി ല്ല. ഏന്തായാലും എഴുത്ത് മേലിലും ആസൂത്രണമില്ലാതെ തന്നെയാണ് മുന്നോട്ടു പോവുക. ഏത് തരം എഴുത്തിലും അമിതമായ ആസൂത്രണം ഗുണം ചെയ്യില്ല എന്നതാണ് എന്റെ അനുഭവം. വായനക്കാരിൽ നിന്ന്

ഏറ്റവും അനുകൂലമായ അഭിപ്രായമുണ്ടായ കഥകളിൽ ഏറിയ പങ്കും ഞാൻ പെട്ടെന്ന് എഴുതിയവ തന്നെയാണ്. മനസ്സിൽ വിശേഷിച്ച് തയ്യാറെടുപ്പില്ലാതെ തന്നെ ഒന്നോ രണ്ടോ ദിവസം കൊണ്ട്, ചിലപ്പോൾ ഏതാനും മണിക്കൂറുകൾ കൊണ്ട്, എഴുതാൻ കഴിഞ്ഞവ. ചിലത് ഓർമയിൽ നിന്ന് അപ്രതീക്ഷിതമായി വന്നു കയറിയ ചില സംഭവങ്ങളെയോ കാഴ്ചകളെയോ ഒക്കെ അടിസ്ഥാനപ്പെടുത്തിയുള്ളവ. ചിലത്, മറ്റൊരു സന്ദർഭത്തിലായിരുന്നെങ്കിൽ മനസ്സിൽ ഇടംപിടിക്കാനേ സാധ്യതയില്ലാത്ത, അത്രയും നിസ്സാരമായ കാഴ്ചകളിൽ നിന്ന്, പറയത്തക്ക പ്രാധാന്യമൊന്നുമില്ലാത്ത കുഞ്ഞനുഭവങ്ങളിൽ നിന്ന്, അവിചാരിതമായി പൊങ്ങിവന്നതും മനസ്സ് നിറഞ്ഞു കവിയുന്നതുപോലുള്ള പ്രതീതി ഉണ്ടാക്കിയതുമായ വിചാരങ്ങളിൽ നിന്ന്, അങ്ങനെയങ്ങനെ. എന്റെ മറുപിറവി, കാളപ്പാറ, ഒരു തോണിയുടെ ആത്മകഥയിൽ നിന്ന്, നിലാവിൽ ഒരു വഴി, മായാമയൻ, രാമേശ്വരം, വാഗൺയാത്ര, ഇളനീർ തുടങ്ങിയ കഥകളെല്ലാം അങ്ങനെ ഉണ്ടായതാണ്. ഒറ്റയാന്റെ പാപ്പാനും അങ്ങനെ തന്നെ. പക്ഷേ, അത് കഥയായി രൂപപ്പെട്ടുകിട്ടാൻ കുറച്ചധികം സമയമെടുത്തിരുന്നു എന്നുമാത്രം.

ബ്രണ്ണൻ കോളേജുമായി ബന്ധപ്പെട്ട അനുഭവങ്ങൾ ഇനിയും എത്രയോ എഴുതാനുണ്ട്. നോക്കട്ടെ, മനസ്സ് പറയുന്നതിനനുസരിച്ച് മുന്നോട്ടു പോവാം. എഴുത്തിന്റെ രൂപം ഓരോ കുറിപ്പിന്റെയും ഉള്ളടക്കം തന്നെ തീരുമാനിക്കട്ടെ.

16

എഴുത്തുകാരോട് സാധാരണയിൽ നിന്ന് വ്യത്യസ്തമായ ഭാഷയിൽ സംസാരിക്കാൻ, ചുരുങ്ങിയത് ഒന്നോ രണ്ടോ വാക്കിലെങ്കിലും 'സാഹിത്യം' പറയാൻ, മുമ്പൊക്കെ പലരും വ്യഗ്രത കാണിച്ചിരുന്നു. സ്വന്തമായി ഒന്നും വായിക്കാതെ കേട്ടറിവിലൂടെ എഴുത്തുകാർ വലിയ ആളുകളാണെന്നും സാഹിത്യഭാഷ എന്നാൽ അലങ്കരിച്ച ഭാഷയാണെന്നും ധരിച്ചുവെച്ചവരായിരിയിരുന്നിരിക്കാം അവരിലേറെയും. വായനയിലൂടെ എഴുത്തുകാരെ അറിയുന്നവർ എക്കാലത്തും എണ്ണത്തിൽ വളരെ കുറവായിരുന്നു. ചങ്ങമ്പുഴയെപ്പോലുള്ള ഏതാനും ചിലർ മാത്രമായിരിക്കും നേരിട്ട് ജനങ്ങളിൽ എത്തിച്ചേർന്നിരിക്കുക. അല്ലാതുള്ളവർ അവരെക്കുറിച്ചും അവരുടെ എഴുത്തിന്റെ ഉള്ളടക്കത്തെക്കുറിച്ചും പരക്കുന്ന കഥകളിലൂടെയും അവർ വ്യാപരിക്കുന്ന മറ്റു മേഖലകളുമായുള്ള ബന്ധത്തിലൂടെയുമൊക്കെയായിരിക്കും ആളുകൾക്ക് പരിചിതരായിത്തീരുന്നത്. കുമാരനാശാൻ കേരളത്തിലെ ജനകീയകവിയായിത്തീർന്ന കാലത്ത്

കേരളത്തിൽ സാക്ഷരരുടെ എണ്ണം വളരെ വളരെ കുറവായിരുന്നുവെന്ന കാര്യം ഒരു പ്രസംഗത്തിൽ എൻ. വി. കൃഷ്ണവാര്യർ ചൂണ്ടിക്കാണിച്ചത് ഓർമയിലുണ്ട്.

ടി. ആർ. ബ്രണ്ണൻ കോളേജ് ഇംഗ്ലീഷ് ഡിപ്പാർട്മെന്റിലെ അധ്യാപകനായിരുന്നു. ഞാൻ അദ്ദേഹത്തിന്റെ വിദ്യാർത്ഥിയായിരിക്കെത്തന്നെ അധ്യാപകനെന്നതിലേറെ അദ്ദേഹം എനിക്കൊരു സുഹൃത്തായിരുന്നു. ടി. ആറിന്റെ കഥകൾ, അവ മാതൃഭൂമി ആഴ്ചപ്പതിപ്പിൽ പ്രസിദ്ധീകരിച്ചു വന്നിരുന്ന കാലത്തും എത്രപേർ വായിച്ചിട്ടുണ്ടാകുമെന്നറിയില്ല. പക്ഷേ, ടി. ആർ ഒരെഴുത്തുകാരനാണെന്ന കാര്യം അക്കാലത്തെ ധർമടത്തുകാരിൽ ചിലർക്കൊക്കെ അറിയാമായിരുന്നു.

ഒരു ദിവസം ടി. ആറും ഞാനും മീത്തലെപ്പീടികയിലെ ഒരു ചായപ്പീടികയിലിരിക്കെ ഒരു മധ്യവയസ്കൻ വന്ന് ടി. ആറിന്റെ അടുത്ത് പേര് പറഞ്ഞ് സ്വയം പരിചയപ്പെടുത്തി.

"എവിടെയാ താമസം?" ടി. ആർ ചോദിച്ചു.

"ബ്രണ്ണൻ കോളേജ് ഹോസ്റ്റൽ എന്ന മഹാവനമില്ലേ, അത് കടന്നിട്ടു വേണം മാഷേ എനിക്ക് വീട്ടിലേക്കു പോവാൻ."

ഹോസ്റ്റൽ അന്തേവാസികളെക്കൊണ്ട് നാട്ടുകാർക്ക് പ്രത്യേകിച്ച് ബുദ്ധിമുട്ടൊന്നുമുണ്ടായിരുന്നില്ലെങ്കിലും അവിടെ നിന്നുണ്ടാവുന്ന നാനാതരം ശബ്ദകോലാഹലങ്ങൾ കൊണ്ടും എടുത്തു പറയാനാവാത്ത മറ്റെന്തൊക്കെയോ കാരണങ്ങൾ കൊണ്ടും പലരും ഹോസ്റ്റലിനെ ഭയന്നിരുന്നു. ആ ഭയമാണ് ഹോസ്ററൽ പരിസരത്തുടെ എന്നും കടന്നു പോവുന്ന ആ മനുഷ്യൻ ഇത്തിരി സാഹിത്യം കലർത്തി പ്രകടിപ്പിച്ചത്.

17

ഏതെങ്കിലും വിഷയവുമായോ പ്രശ്നവുമായോ ബന്ധപ്പെട്ട ആശയങ്ങളും നിരീക്ഷണങ്ങളും ആധികാരികമായി അവതരിപ്പിക്കുക എന്നതിലേറെ ഒരു പ്രസംഗകനിൽ നിന്ന് ശ്രോതാക്കൾ പ്രതീക്ഷിക്കുന്നത് പ്രസംഗം ആരംഭിച്ച് അവസാനിക്കുന്നതുവരെയുള്ള സമയം മുഴുവൻ ഒരു സവിശേഷ കലാപരിപാടി ആസ്വദിക്കുന്നതിന്റെ സുഖം അവർക്ക് നൽകാൻ കഴിയുക എന്നതാണ്. അവരെ രസിപ്പിക്കുന്നതിനാവശ്യമായ ഫലിതങ്ങൾ, വക്രോക്തികൾ, ദ്വയാർത്ഥപ്രയോഗങ്ങൾ, അലങ്കാരങ്ങൾ, നാടകീയത, സ്ഥായീവ്യതിയാനങ്ങൾ ഇവയൊക്കെ ഉൾച്ചേർന്ന ഒരു പ്രസംഗത്തെയാണ് സാധാരണ ഗതിയിൽ അവർ നല്ല പ്രസംഗം എന്നു പറയുക. അങ്ങനെയല്ലാതെ വിഷയത്തിന്റെ വിവിധ മാനങ്ങളിലേക്ക് ആളുകളെ നയിക്കുകയും അതേ വരെ അറിവിൽ വരാതിരുന്ന

വസ്തുതകളുടെ ധാരാളിത്തം കൊണ്ട് അത്ഭുതപ്പെടുത്തുകയും ചെയ്യുന്ന പ്രസംഗങ്ങൾക്കും പൊതുസമ്മതി കിട്ടാറുണ്ട് എന്നതിനുള്ള ചുരുക്കം ചില ഉദാഹരണങ്ങളും ചൂണ്ടിക്കാണിക്കാനാവും. എന്തായാലും പ്രസംഗഭാഷ എന്നത് വേറിട്ട ഒന്നു തന്നെയാണ്.

1971 മുതൽ 74 വരെയുള്ള കാലത്ത് ബ്രണ്ണൻ കോളേജിലെ മുൻനിരപ്രസംഗകരിലൊരാളായിരുന്നു ഞാൻ. ഇലക്ഷൻ കാലത്ത് കോളേജിനെ മുഴുവൻ ഇളക്കിമറിച്ച് പ്രസംഗിച്ചു നടക്കാൻ ഞങ്ങൾ മൂന്നുനാലുപേരാണുണ്ടായിരുന്നത്. അക്കാലത്തെ എന്റെ നാടകീയത കലർന്നതും തീപ്പൊരി ചിതറുന്നതുമായ പ്രസംഗശൈലി പിന്നീട് ഞാൻ പാടേ ഉപേക്ഷിച്ചു. ആ പ്രസംഗവൈഭവം എന്നെ വിട്ടുപോയി എന്നു പറയുന്നതാവും ശരി. ബ്രണ്ണനിൽ അധ്യാപകനായി തിരിച്ചെത്തുമ്പോഴേക്കും അതിന്റെ ഒരംശം പോലും ബാക്കിയുണ്ടായിരുന്നില്ല. അലങ്കാരപൂർണവും നാടകീയവുമായ പഴയ പ്രസംഗഭാഷയിലേക്ക് ഇനിയൊരിക്കലും തിരിച്ചുപോകാനാവില്ല എന്ന കാര്യം എനിക്ക് ഉറപ്പായിക്കഴിഞ്ഞിരുന്നു. ഇക്കാര്യം മനസ്സിലാക്കാതെ പഴയ ഓർമയും ഉള്ളിൽ വെച്ച് ചില ബ്രണ്ണൻ സുഹൃത്തുക്കൾ എന്നെ ചിലേടത്തേക്കൊക്കെ പ്രസംഗത്തിനു വിളിച്ചുകൊണ്ടുപോയി നിരാശപ്പെട്ടിട്ടുണ്ട്.

പ്രസംഗം ഒരു കലയാണെന്നു കരുതുന്നവരാണ് ഭൂരിപക്ഷം പേരും. പ്രസംഗത്തിന്റെ ഉള്ളടക്കത്തിൽ പ്രസക്തമായ എന്തെങ്കിലും പുതിയ കാര്യങ്ങൾ ഉണ്ടോ എന്ന കാര്യം അവർ ശ്രദ്ധിക്കാറില്ല. ഒരു മണിക്കൂറോ അതിൽ കൂടുതലോ തങ്ങളെ വാക്കുകളും ശരീരചലനങ്ങളും മറ്റഭ്യാസങ്ങളും കൊണ്ട് ഒരു മായാലോകത്ത് പിടിച്ചിരുത്താൻ കഴിയുന്നയാൾ അവരുടെ കണ്ണിൽ ഒന്നാന്തരം പ്രസംഗകനാണ്. ആ നിലപാട് തിരുത്തിക്കാൻ മറ്റൊരാൾ മിനക്കെടുന്നതിൽ അർത്ഥമില്ല. സ്വയം ബോധ്യപ്പെട്ട് തിരുത്താൻ തയ്യാറില്ലാത്തവരുടെ കാര്യത്തിൽ എല്ലാ എതിർവാദങ്ങളും പാഴാവും.

അലങ്കാര പ്രയോഗങ്ങളും നർമോക്തികളും ദ്വയാർത്ഥ പ്രയോഗങ്ങളും മറ്റും കൊണ്ട് ഒരു സംഗതി സ്ഥാപിച്ചെടുക്കുകയോ നിഷേധിക്കുകയോ ചെയ്യുന്നയാൾ ബോധപൂർവമോ അല്ലാതെയോ പലതും മറച്ചുവെക്കുന്നുണ്ട്. അയാളുടെ അഭിപ്രായം ഭാഗികമായി മാത്രമേ ശരിയാവൂ. ഒരു പുനരാലോചനയിൽ ആ അഭിപ്രായം അകം പൊള്ളയായി അനുഭവപ്പെടുകയും ചെയ്യും.

18

ഓർമകളുടെ പുനരുജ്ജീവനം ചിലപ്പോൾ അങ്ങേയറ്റം വേദനാജനകമാകാം. ചിലപ്പോഴൊക്കെ അത് ഊർജദായകവുമാവാം. സ്കൂളുകളിലെയും കോളേജുകളിലെയും പൂർവവിദ്യാർത്ഥി സംഗമങ്ങൾ ഈ നിലയിൽ ഒരു പാടുപേർക്ക് പ്രയോജനപ്പെടുന്നുണ്ടാവും. പക്ഷേ, ഇവ വിപരീത ഫലങ്ങളുണ്ടാക്കുകയും ആദ്യസംഗമത്തിനു ശേഷം തന്നെ നിർത്തിവെക്കേണ്ടി വരികയും ചെയ്ത അനുഭവം ചില സുഹൃത്തുക്കൾ പങ്കുവെച്ചിട്ടുമുണ്ട്. നിസ്സാരമായ കാരണം കൊണ്ടാണ് അത് സംഭവിക്കുന്നത്. വർഷങ്ങൾക്കു ശേഷം കണ്ടുമുട്ടുന്നവർ, ആൺപെൺ വ്യത്യാസമില്ലാതെ തന്നെ തങ്ങളുടെ പഠനകാലത്തെ സൗഹൃദം പുതുക്കി ഉന്മേഷം വീണ്ടെടുത്തതിന്റെ പിറ്റേന്നു തന്നെ ഹൃദയചിഹ്നം ചേർത്ത് Good Morning സന്ദേശം അയക്കും. ഇത് കണ്ണിൽപ്പെട്ടാൽ എല്ലാ ഭാര്യമാരും ഭർത്താക്കന്മാരും ക്ഷമിച്ചുകൊള്ളണമെന്നില്ല. ഇനി ആ പരിപാടിക്ക് പോവരുത് എന്ന കർശന നിലപാട് ചിലർ സ്വീകരിച്ചുകളയും. ചില പൂർവവിദ്യാർത്ഥിക്കൂട്ടായ്മകളുടെ അകാല ചരമം ഇങ്ങനെയാണ് സംഭവിക്കുന്നത്.

ഇങ്ങനെയുള്ള വിപരീതഫലത്തിലേക്ക് നീങ്ങാൻ യാതൊരു സാധ്യതയുമില്ലാത്ത ഒരു സംഭവത്തെക്കുറിച്ചുള്ളതാണ് ഈ കുറിപ്പ്.

ഏതാനും വർഷങ്ങൾക്കു മുമ്പ് ബ്രണ്ണൻ കോളേജിലെ പഴയ ഒരു ബാച്ചിന്റെ പൂർവവിദ്യാർത്ഥി സംഗമത്തിലേക്ക് എന്നെ ആശംസാ പ്രസംഗത്തിനു വേണ്ടി ക്ഷണിച്ചു. 'വരാം, പ്രസംഗമൊന്നും വേണ്ട, ശ്രോതാവായി ഇരുന്നുകൊള്ളാം,' എന്നു പറഞ്ഞ് ഞാൻ പോയി. വേദിയുടെ അടുത്തു തന്നെ ശ്രോതാക്കളുടെ രണ്ടാം നിരയിലാണ് ഞാൻ ഇരുന്നത്. എന്റെ ഇടത്തും വലത്തുമുള്ള സീറ്റുകൾ ഒഴിഞ്ഞു കിടക്കുകയായിരുന്നു. കുറച്ചു കഴിഞ്ഞപ്പോൾ ഇടതുവശത്തെ സീറ്റിൽ ഒരു സ്ത്രീയും ഏതാനും മിനുട്ടുകൾ കൂടി കഴിഞ്ഞപ്പോൾ വലതുവശത്തെ സീറ്റിൽ ഒരു പുരുഷനും വന്ന് ഇരുന്നു. സ്ത്രീയുടെ തലമുടി പാതിയും നരച്ചിരുന്നു. മുഖം വാർധക്യത്തിന്റെ അവശതകൾ അല്പമായി പ്രകടിപ്പിക്കുന്നുണ്ടായിരുന്നു. പുരുഷന് അത്രയും പ്രായം തോന്നിച്ചിരുന്നില്ല. അയാൾ നല്ല ടിപ്പ്ടോപ്പ് വേഷത്തിലുമായിരുന്നു.

വേദിയിലെ പ്രസംഗങ്ങളെല്ലാം കഴിഞ്ഞപ്പോൾ 'ഇനി പാട്ട് പാടാനുള്ള അവസരമാണ്,' എന്ന അനൗൺസ്മെന്റ് വന്നു. എന്റെ വലതു വശത്തിരുന്ന മനുഷ്യൻ ഉടനെ ഉത്സാഹപൂർവം എഴുന്നേറ്റു. വേദിയിലെത്തിയ അദ്ദേഹം പഴയ വിദ്യാർത്ഥിജീവിതത്തെക്കുറിച്ച്

ഏറെ ഗൃഹാതുരതയോടെ ചെറിയ ഒരു പ്രസംഗം നടത്തിയ ശേഷം മോശം എന്നു പറയാൻ പറ്റാത്ത രീതിയിൽ, 'പാവാടപ്രായത്തിൽ നിന്നെ ഞാൻ കണ്ടപ്പോൾ,' എന്നു തുടങ്ങുന്ന പാട്ട് പാടി. പാട്ട് കഴിഞ്ഞ് വർധിച്ച ആവേശത്തോടെ മടങ്ങി വന്ന അയാൾ എന്റെ ഇടതുവശത്തിരിക്കുന്ന സ്ത്രീയോട് അല്പം ഉറക്കെത്തന്നെ പറഞ്ഞു: "നിനക്കു വേണ്ടിയാണ് ആ പാട്ട് ഞാൻ പാടിയത്."അപരിചിതനായ ഒരാൾ അത് കേട്ടല്ലോ എന്ന ബേജാറ് കൊണ്ടുകൂടിയാവാം സ്ത്രീ ലജ്ജ ഒളിച്ചുവെക്കാനാവാതെ തല താഴ്ത്തി.

19

എം. എ പരീക്ഷയിലെ അവസാനത്തെ ഇനമായ വാചാപ്പരീക്ഷ (Viva Voce) മുമ്പൊക്കെ വിദ്യാർത്ഥികളുടെ പേടിസ്വപ്നമായിരുന്നു. ഭാഷയും സാഹിത്യവുമായി ബന്ധപ്പെടുന്ന സകല കാര്യങ്ങളെക്കുറിച്ചും ആധികാരികമായി അഭിപ്രായം പറയാൻ കെല്പുള്ളവരും വിദ്യാർത്ഥികളെ അവർ ഒട്ടും പ്രതീക്ഷിക്കാത്ത ചോദ്യങ്ങൾ കൊണ്ട് വിറപ്പിച്ചു കളയുന്നവരുമായിരിക്കും വൈവയ്ക്ക് വരുന്ന പ്രഗത്ഭന്മാർ എന്ന ധാരണയാണ് പൊതുവെ ഉണ്ടായിരുന്നത്. പാണ്ഡിത്യം '0' വട്ടത്തിൽ കറങ്ങുന്നതായിരിക്കുമെങ്കിലും വിദ്യാർത്ഥികളെ ചോദ്യങ്ങൾ കൊണ്ട് വലച്ച് രസിക്കുന്നതിൽ പ്രത്യേക വിരുതുള്ളവർ തന്നെയായിരുന്നു വാചാപ്പരീക്ഷയ്ക്കു വരുന്ന പല അധ്യാപകരും.

വൈവയെക്കുറിച്ചുള്ള പല കഥകളും ഞാൻ പഠിക്കുന്ന കാലത്തു തന്നെ വിദ്യാർത്ഥികൾക്കിടയിൽ പ്രചരിച്ചിരുന്നു. അവയിൽ ചിലത് പറയാം.

മലയാളം ബി. എ, എം. എ വിദ്യാർത്ഥികൾക്ക് പരീക്ഷയെഴുതാൻ സഹായകമാവുന്ന ഗൈഡുകൾ എഴുതുന്നതിൽ വിദഗ്ധനായ ഒരാളുണ്ടായിരുന്നു. ആ ഗൈഡുകൾ വായിച്ചു പഠിച്ചാൽ ഒരു വിധം ചോദ്യങ്ങൾക്കൊക്കെ സാമാന്യം തൃപ്തികരമായ രീതിയിൽ ഉത്തരമെഴുതാം. പാഠപുസ്തകങ്ങൾ കണ്ടിട്ടില്ലാത്തവരും ക്ലാസിലിരിക്കുന്ന ശീലമേ ഇല്ലാത്തവരുമെല്ലാം ഈ ഗൈഡുകളെയാണ് ആശ്രയിച്ചിരുന്നത്.

ഒരു വർഷത്തെ വാചാപ്പരീക്ഷയ്ക്ക് ഗൈഡെഴുത്തുകാരനായ ഈ അധ്യാപകനും പരീക്ഷകനായി എത്തിയിരുന്നു. അദ്ദേഹം തന്റെ മുന്നിലെത്തിയ വിദ്യാർത്ഥിയോട് ചോദിച്ച ചോദ്യങ്ങളും വിദ്യാർത്ഥി അതിനു നൽകിയ ഉത്തരങ്ങളും താഴെ എഴുതാം:

"സാഹിത്യകൃതികളൊക്കെ വായിക്കാറുണ്ടല്ലോ?"

"ഉണ്ട് സാർ."

"ആരാണ് ഏറ്റവും ഇഷ്ടപ്പെട്ട എഴുത്തുകാരൻ?"

"താങ്കൾ തന്നെയാണ് സാർ."

"ഞാനോ? ഞാൻ കഥയോ കവിതയോ നോവലോ ഒന്നും എഴുതിയിട്ടില്ലല്ലോ."

"ഇല്ല സാർ. എങ്കിലും താങ്കൾ തന്നെയാണ് എനിക്ക് ഏറ്റവും ഇഷ്ടപ്പെട്ട എഴുത്തുകാരൻ. താങ്കളുടെ ഗൈഡുകളാണ് എന്റെ ഇഷ്ടപുസ്തകങ്ങൾ."

ഇനി മറ്റൊരു വൈവാക്കഥ:

വല്യതായി ഗൗരവം ഭാവിക്കുന്നയാളാണ് പരീക്ഷകൻ. സംസാരത്തിൽ പരപുച്ഛം തല പൊക്കുന്നത് എപ്പോഴെന്നു പറയാനാവില്ല. ഇദ്ദേഹം വിദ്യാർത്ഥിയോട് ചോദിച്ചു: "അച്ഛൻ എന്നെഴുതാനറിയില്ലേ?"

"അറിയാം സാർ."

"എങ്കിൽപ്പിന്നെ ആൻസർ പേപ്പറിൽ താനെന്താ തെറ്റിച്ചെഴുതിയത്?"

"അത് തിരക്കിട്ടെഴുതിയതു കാരണം വ്യക്തമാവാതെ പോയതാവും സാർ."

"ഓ അതു ശരി. അതാണ് കാര്യം അല്ലേ, പക്ഷേ, അച്ഛൻ തെറ്റിപ്പോകരുത് കേട്ടോ."

വിദ്യാർത്ഥി വളരെ ശാന്തനായി മറുപടി പറഞ്ഞു: "അതിനും ഉദാഹാരണങ്ങളുണ്ടാവും സാർ."

വൈവാക്കഥ -3

കുമാരനാശന്റെ ഇഷ്ടപ്പെട്ട നാലു വരി ചൊല്ലാൻ വാചാപ്പരീക്ഷയ്ക്കു വന്ന പരീക്ഷകരിലൊരാൾ ആവശ്യപ്പെട്ടപ്പോൾ ഒരു വിദ്യാർത്ഥി ചൊല്ലിയത് വീണപൂവിലെ ആദ്യ ശ്ലോകം തന്നെയാണ്. പക്ഷേ, അതിലെ

ശ്രീ ഭൂവിലസ്ഥിര - അസംശയം -ഇന്നു നിന്റെ-

യാഭൂതിയെങ്ങു പുനരെങ്ങു കിടപ്പിതോർത്താൽ.

എന്ന വരികൾ

സ്ത്രീ ഭൂവിലസ്ഥിര- അസംശയം എന്നാണ് അയാൾ തുടങ്ങിയത്. പരീക്ഷകൻ നിർത്താൻ കയ്യാംഗ്യം കാണിച്ചിട്ട് ചോദിച്ചു: "സ്ത്രീ മാത്രമാണോ ഭൂമിയിൽ അസ്ഥിരം, അപ്പോൾ പുരുഷന്മാരൊക്കെ ഇവിടെ സ്ഥിരമാണോ?"

വിദ്യാർത്ഥി നൽകിയ മറുപടി ഇതാണ്: "പുരുഷന്മാരും അസ്ഥിരം തന്നെയാണ് സാർ. പക്ഷേ, കുമാരനാശാൻ സ്ത്രീയുടെ കാര്യം മാത്രമാണ് പറഞ്ഞിരിക്കുന്നത്."

വൈവാക്കഥ -4:

ഇതിനു മുമ്പ് പറഞ്ഞ കാര്യങ്ങളിൽ കഥയുടെ അംശം മുന്നിട്ടു നിൽക്കുന്നുണ്ടാവാം.

പക്ഷേ, ഇനി പറയാൻ പോകുന്നത് നൂറ് ശതമാനവും സംഭവം തന്നെയാണ്. ഇത് ഈയടുത്ത കാലത്ത് ഒരു സുഹൃത്ത് പറഞ്ഞതാണ്. അദ്ദേഹം തീർത്തും വിശ്വസ്തനായതുകൊണ്ട് ഇതിൽ കലർപ്പുണ്ടാവില്ല.

ഈ സംഭവത്തിൽ ബ്രണ്ണൻ കോളേജിലെ മലയാളം വകുപ്പ് മേധാവിയായിരുന്ന മാധവൻ മാഷും മറ്റു പല സ്ഥാപനങ്ങളിൽ നിന്നുമായി വൈവയ്ക്കായി എത്തിയ മൂന്ന് അധ്യാപകരുമാണുള്ളത്. വിദ്യാർത്ഥിയായി അവരുടെ മുന്നിലുള്ളത് എന്റെ ഒരു ദീർഘകാല സുഹൃത്താണ്. വലിയ സംസ്കൃത പണ്ഡിതനാണ്. അദ്ദേഹം. ഞാൻ സംസ്കൃതത്തിലെ ഏതെങ്കിലും വാക്കിനെക്കുറിച്ചോ പ്രയോഗത്തെക്കുറിച്ചോ സംശയം വന്നാൽ എന്റെ സഹപ്രവർത്തകനായിരുന്ന നരേന്ദ്രൻ മാഷോടോ വടകരയിലെ രാധാകൃഷ്ണൻ മാഷോടോ ആണ് ചോദിക്കുക. അവർ രണ്ടുപേരും സംശയരഹിതമായ ഒരു മറുപടി തന്നില്ലെങ്കിൽ പിന്നെ ചോദിക്കുന്നത് ഈ സുഹൃത്തിനോടാണ്. അയാൾ പറഞ്ഞാൽ പിന്നെ ഒന്നും സംശയിക്കാനില്ല. ഈ സുഹൃത്തിന് അല്പം വൈകി മലയാളത്തിൽ കൂടി ഒരു എം. എ. ബിരുദം എടുക്കണമെന്നു തോന്നി. അയാൾ പ്രൈവറ്റായി പരീക്ഷ എഴുതി ഇപ്പോൾ വൈവയ്ക്കായി എത്തിയിരിക്കയാണ്.

വാചാപ്പരീക്ഷക്ക് പുറത്തു നിന്ന വന്ന പരീക്ഷകരിലൊരിൽ പാണ്ഡിത്യത്തിന്റെ ഭാരം വഹിക്കുന്നതായി സ്വയം സങ്കൽപിക്കുന്ന ആളാണ്. അയാൾ എന്റെ സുഹൃത്തിനോടു ചോദിച്ച ആദ്യചോദ്യം വ്യാകരണത്തിൽ നിന്നായിരുന്നു. സുഹൃത്ത് വളരെ വിശദമായി മറുപടി പറഞ്ഞു. മലയാളത്തിൽ നിന്നു മാത്രമല്ല സംസ്കൃതത്തിൽ നിന്നും ഉദാഹരണങ്ങൾ നിരത്തുകയും ചെയ്തു. അതോടെ തന്നെ പരീക്ഷകൻ പരവശനായിട്ടുണ്ടാവും. എന്നിട്ടും അയാൾ പിന്നെയും നാലഞ്ച് ചോദ്യങ്ങൾ ചോദിച്ചു. അവസാനത്തെ ചോദ്യത്തിന്, 'ഇതൊരു നല്ല ചോദ്യമാണ്,' എന്നു പറഞ്ഞാണ് സുഹൃത്ത് മറുപടി പറഞ്ഞത്. അതും വിസ്തരിച്ചുള്ള മറുപടി തന്നെ. അതോടെ പരീക്ഷകൻ ശരിക്കും തളർന്നു. അയാൾ മാധവൻ മാഷോട് പറഞ്ഞു, "ഇനി സാറ് ചോദിച്ചോളൂ."

“ഇനിയെന്തു ചോദിക്കാനാ?” എന്നു പറഞ്ഞ മാധവൻ മാഷ് ഡിപ്പാർട്ട്മെന്റിലെ പ്യൂണായിരുന്ന മുത്തുവിനെ വിളിച്ചു പറഞ്ഞു: “മുത്തു നീ പോയി നാല് ചായ കൊണ്ടുവരാൻ പറ.”

ചോദ്യം ചോദിച്ചു തളർന്ന അധ്യാപകനും കേട്ടു തളർന്ന മറ്റുള്ളവരും ഒരു ചായകുടിച്ച് ആശ്വസിച്ചോട്ടെ എന്ന് നല്ലവനായ മാധവൻമാഷ് വിചാരിച്ചിട്ടുണ്ടാവും.

20

മുമ്പ് വിവിധ ഭാഷാവിഭാഗങ്ങളിലായി സാഹിത്യം പഠിപ്പിച്ച അധ്യാപകരിൽ കുറച്ചു പേർ കടുത്ത സാഹിത്യവിരോധികളായിരുന്നു. (ഇപ്പോഴും അത്തരക്കാരായി ചിലർ ഉണ്ടാവും എന്നു തന്നെയാണ് കരുതുന്നത്). കോളേജ് അധ്യാപകരാവുന്നതിലെ ഗമ മാത്രമാവും അവരെ എം. എ കോഴ്സിനു ചേരാൻ പ്രേരിപ്പിച്ചിട്ടുണ്ടാവുക. പരീക്ഷയിൽ അവർ ഉന്നതവിജയം നേടിയിട്ടുണ്ടാവുകയും ചെയ്യും. അപ്പോഴും സാഹിത്യം എന്താണ്, എങ്ങനെയാണ് അതുണ്ടാവുന്നത്, എന്താണതിന്റെ പ്രയോജനം എന്നൊന്നും അവർ ആലോചിച്ചിട്ടുണ്ടാവില്ല. അല്ലെങ്കിൽ അത് മനസ്സിലാക്കാനുള്ള ബുദ്ധിയും താൽപര്യവും അവർക്കുണ്ടായിട്ടുണ്ടാവില്ല. അവരുടെ മനോഘടന തന്നെയും സാഹിത്യാസ്വാദനത്തെയും പഠനത്തെയും പ്രതിരോധിക്കുന്ന ഒന്നായിരുന്നിരിക്കാനുള്ള സാധ്യതയും ഉണ്ട്. ഇങ്ങനെയുള്ള അധ്യാപകരിലൊരാൾ കേരളത്തിലെ പ്രശസ്തമായ ഒരു കോളേജിലെ മലയാളം ബി. എക്കാരുടെ ഒരു ക്ലാസിൽ ചെന്നു പറഞ്ഞു: “കവികൾ എന്നു പറയുന്നവന്മാരുണ്ടല്ലോ. അവന്മാർ മറ്റൊരു പണിക്കും കൊള്ളാത്തവരാണ്. അവന്മാർ എഴുതിവിടുന്ന സാധനം കൊണ്ട് സമൂഹത്തിന് ഒരു പ്രയോജനവുമില്ല.”

ഇദ്ദേഹം നടത്തിയ ഈ അഭിപ്രായപ്രകടനത്തിന്റെ വിവരം അതേ കോളേജിൽ നേരത്തേ വിദ്യാർത്ഥിയായിരുന്ന കരുത്തനായ ഒരു കവിയെ ചിലർ അന്നു തന്നെ അറിയിച്ചു. പിറ്റേ ദിവസം കവി കോളേജിലെത്തി. സാഹിത്യവിരുദ്ധനായ അധ്യാപകൻ പഠിപ്പിക്കാനുള്ള പുസ്തകവുമായി ഒരു ക്ലാസ് മുറയിലേക്കു പോവുകയായിരുന്നു. കവി അദ്ദേഹത്തെ പിടിച്ചു നിർത്തിയിട്ടു പറഞ്ഞു: “ഇന്നലെ താങ്കൾ ഒരു ക്ലാസിൽച്ചെന്ന് കവികൾ വേറെ പണിക്കൊന്നും കൊള്ളാത്തവരാണ്, കവിത നിഷ് പ്രയോജകമാണ് എന്നൊക്കെ പറഞ്ഞതായി അറിഞ്ഞു. കവിതയെക്കൊണ്ടുള്ള മറ്റു പ്രയോജനങ്ങളൊക്കെ അവിടെ നിൽക്കട്ടെ. തന്നെപ്പോലുള്ളവർ കോണകം മുതലങ്ങോട്ടുള്ള എല്ലാ സാധനങ്ങളും

വാങ്ങുന്നത് എന്നെപ്പോലുള്ളവർ എഴുതിയ കവിത പഠിപ്പിച്ചിട്ടാണ്. അതെങ്കിലും മറന്നുകളയരുത്."

21

എം. എൻ. വിജയൻ മാഷ് ഞാൻ കണ്ട അധ്യാപകരിൽ ഏറ്റവും ഉയർന്ന സ്ഥാനത്തു നിൽക്കുന്ന ആളാണ്. അദ്ദേഹം ക്ലാസ് മുറിയിലെത്തിയിരുന്നത് ഒരു സാധാരണ അധ്യാപകനെപ്പോലെയല്ല. ഓരോ ക്ലാസിനെയും തന്റെ ആശയങ്ങൾ ഏറ്റവും സർഗാത്മകമായി അവതരിപ്പിക്കാനുള്ള ഇടങ്ങളായാണ് അദ്ദേഹം കണ്ടിരുന്നത്. കവിതയായിരുന്നു അദ്ദേഹം ഏറെയും പഠിപ്പിച്ചിരുന്നത്. എം. എ. ക്ലാസിൽ സാഹിത്യസിദ്ധാന്തവും. വിദ്യാർത്ഥിയായിരിക്കെത്തന്നെ പാഠപുസ്തകങ്ങൾക്കപ്പുറത്തുള്ള ജ്ഞാനത്തിന്റെ ആഴങ്ങളിലേക്കും പരപ്പുകളിലേക്കും സഞ്ചരിച്ചു തുടങ്ങിയിരുന്ന വിജയൻ മാഷ്ക്ക് ഒരു കവിത രണ്ടോ മൂന്നോ ക്ലാസ് കൊണ്ടു പഠിപ്പിച്ചു തീർക്കാനാവുമായിരുന്നില്ല. ഞാൻ രണ്ടാം വർഷ എം. എ വിദ്യാർത്ഥിയായിരുന്നപ്പോൾ അദ്ദേഹം സാഹിത്യസിദ്ധാന്തമാണ് പഠിപ്പിച്ചത്. ഏതാണ്ട് വർഷം മുഴുവൻ പഠിപ്പിച്ചു കഴിഞ്ഞിട്ടും മാഷ് അരിസ്റ്റോട്ടിലിനപ്പുറം എത്തിയിരുന്നില്ല. അരിസ്റ്റോട്ടിലിന്റെ കാവ്യശാസ്ത്രം അദ്ദേഹത്തിന് സർഗാത്മകതയുടെ സമസ്ത സാധ്യതകളിലേക്കും സഞ്ചരിച്ചെത്താൻ സൗകര്യം നൽകുന്ന ഒന്നായിരുന്നു, മനഃശാസ്ത്രം, ചരിത്രം, സാഹിത്യത്തിന്റെ ഉറവിടങ്ങൾ, സാഹിത്യത്തിന്റെ സാമൂഹ്യപ്രയോജനത്തെക്കുറിച്ചുള്ള വിവിധ സങ്കല്പങ്ങൾ, അരിസ്റ്റോട്ടിലിനെ തുണ കൂട്ടി ഇവയിലേക്കെല്ലാം യാത്ര ചെയ്യുമ്പോൾ സിലബസ്സിൽ പിന്നെയും ഒരുപാട് ബാക്കി കിടക്കുന്നല്ലോ എന്ന കാര്യം അദ്ദേഹം ആലോചിച്ചില്ല. ഒടുവിൽ ഒരു നിവൃത്തിയുമില്ലാതായപ്പോൾ പതിവില്ലാത്ത ഒരു കാര്യം അദ്ദേഹം ചെയ്തു, വെക്കേഷനിൽ ക്ലാസ് വെച്ച് നോട്ട് തന്നു.

അദ്ദേഹത്തിന്റെ ചില പ്രസംഗങ്ങൾ ആരിലും അത്ഭുതമുളവാക്കുന്നവയായിരുന്നു. കുറേ വർഷങ്ങൾക്കു മുമ്പ് സൗന്ദര്യശാസ്ത്രപരീക്ഷണങ്ങൾ എന്ന വിഷയത്തെക്കുറിച്ചുള്ള അദ്ദേഹത്തിന്റെ ഒരു പ്രസംഗം ഞാൻ എഴുതിയെടുത്ത് അതേപടി ലേഖനരൂപത്തിലാക്കി ദേശാഭിമാനി വാരികയ്ക്ക് അയച്ചിരുന്നു. ചുവടെ ഇന്ന സ്ഥലത്ത് ഇന്ന ദിവസം നടത്തിയ പ്രഭാഷണം എന്നു രേഖപ്പെടുത്തുകയും ചെയ്തിരുന്നു. ആ ലേഖനം അച്ചടിച്ചു വന്നപ്പോൾ സാഹിത്യവാരഫലത്തിൽ എം. കൃഷ്ണൻ നായർ എഴുതി: 'ഇതൊരു പ്രസംഗമാണെന്നു കാണുന്നു. അത് സത്യമാണെങ്കിൽ അത്ഭുതം തന്നെയാണ്,' എന്നെഴുതിയിരുന്നു.

തന്റെ ജ്ഞാനംകൊണ്ടും ബോധനരീതിയിലെ സർഗാത്മകത കൊണ്ടും ഒരു സാഹിത്യകൃതിയുടെ ആസ്വാദനവും മൂല്യനിർണയനവും അതിന്റെ എല്ലാ മാനങ്ങളെയും മനസ്സിലാക്കിക്കൊണ്ടായിരിക്ക ണമെന്നും പരീക്ഷയെ മുൻനിർത്തി വളരെ യാന്ത്രികമായി പഠനം നിർവഹിക്കരുതെന്നും ഏറ്റവും സ്വാഭാവികമായ രീതിയിൽ വിദ്യാർത്ഥി കളെ ബോധ്യപ്പെടുത്തിയ വിജയൻമാഷെപ്പോലുള്ള ഒരധ്യാപകൻ/ അധ്യാപിക മലയാളത്തിലായാലും മറ്റു ഭാഷകളിലായാലും ബിരുദാ നന്തര കോഴ്സുകളും ഗവേഷണവുമൊക്കെ നടക്കുന്ന ഒരു ഡിപ്പാർട്ടുമെ ന്റിൽ ഉണ്ടായിരിക്കേണ്ടതാണ്. അതേ സമയം സിലബസ്സിൽ ഉൾപ്പെട്ട പുസ്തകങ്ങളും വിഷയങ്ങളും ചിട്ടയോടെ അവയുടെ ഒരു വിശദാംശവും ഒഴിവാക്കാതെയും അതേ സമയം ആവർത്തനം കൊണ്ടോ അധ്യാപന രീതിയുടെ വരൾച്ച കൊണ്ടോ വിദ്യാർത്ഥികളെ മടുപ്പിച്ചു കളയാതെയും ക്ലാസെടുക്കുന്നവരും വേണം. അക്കാര്യത്തിൽ നല്ല അച്ചടക്കം നില നിലനിൽക്കുകയും വേണം. അല്ലെങ്കിൽ, കോഴ്സ് കഴിഞ്ഞ് പുറത്തു പോവുമ്പോൾ വിജയൻ മാഷെപ്പോലുള്ള ഒരധ്യാപകന്റെ ക്ലാസുകളുടെ ഓർമ മനസ്സിന്റെ ഒരു കോണിൽ വറ്റാത്ത ഉറവ പോലെ നിൽക്കുമ്പോ ഴും വർഷങ്ങളുടെ പഠനം കൊണ്ട് താൻ കാര്യമായി ഒന്നും നേടിയില്ലല്ലോ എന്ന ഭാഗികമായെങ്കിലും ശരിയായ ഒരു തോന്നൽ വിദ്യാർത്ഥിക്കു ണ്ടാവും. “കാലം മാറിയതറിയാതെയാണ് നിങ്ങൾ സംസാരിക്കുന്നത്. ഒന്നിലും താൽപര്യമില്ലാത്ത, ഒന്നും വേണ്ടാത്ത വിദ്യാർത്ഥികളാണ് ഇന്ന് കോളേജ് ക്ലാസുകളിലെത്തുന്നവരിൽ മഹാഭൂരിപക്ഷവും. നിങ്ങൾ രണ്ടാമതു പറഞ്ഞ വിഭാഗത്തിൽപ്പെട്ട അധ്യാപകർക്കു മാത്രമല്ല വിജ യൻമാഷ്ക്കും അവരെ പഠിപ്പിക്കുക സാധ്യമല്ല. അധ്യാപനം എന്നതിന് ഒരാളുടെ ഉപജീവനമാർഗം എന്നതിൽ കവിഞ്ഞ അർത്ഥം ഇന്നത്തെ കാലത്തില്ല,” പുതിയകാലത്തെ അധ്യാപകരിൽ നിന്ന് പതിവായി കേൾക്കുന്നതാണിത്. അവരെ കുറ്റം പറയുന്നില്ല. നമ്മുടെ വിദ്യാഭ്യാസ ത്തിന് എന്തു സംഭവിച്ചു എന്ന് തികഞ്ഞ ഉത്തരവാദിത്വബോധത്തോടെ, സത്യസന്ധതയോടെ ആലോചിക്കാൻ ഇനിയും വൈകിച്ചു കൂടാ. അത് ചെയ്യുന്നതിനു പകരം പ്രൈമറി അധ്യാപകർ, ഹൈസ്കൂൾ അധ്യാപകർ, ഹയർസെക്കന്ററി അധ്യാപകർ, കോളേജ് അധ്യാപകർ ഈ വിഭാ ഗങ്ങളിൽ ഏതെങ്കിലുമൊന്നാണ് തകർച്ചയ്ക്ക് കാരണമായിത്തീർന്നത് എന്നു പറയുന്ന പതിവ് അവസാനിപ്പിക്കണം.

22

1974-ലെ കോളേജ് യൂനിയൻ തിരഞ്ഞെടുപ്പിൽ ഞാൻ ബ്രണ്ണൻ കോളേജിൽ എസ്. എഫ്. ഐയുടെ ചെയർമാൻ

സ്ഥാനാർത്ഥിയായിരുന്നു.. വൈസ്ചെയർമാൻ സ്ഥാനത്തേക്ക് ടി. എ. ഉഷാകുമാരിയാണ് മത്സരിച്ചത്. ഉഷാകുമാരി പിന്നീട് കേരളവർമ കോളേജിലെ ഹിസ്റ്ററി അധ്യാപികയായി. 1987-ൽ സമത എന്ന സ്ത്രീക ളുടെ കലാവേദി സ്ഥാപിക്കുന്നതിൽ അവർ പ്രധാനപ്പെട്ട പങ്കു വഹിച്ചു. സമത എന്ന പേരിൽത്തന്നെ സ്ത്രീകളുടെ ഒരു പ്രസിദ്ധീകരണസംരംഭം ആരംഭിക്കുന്നതിലും മുഖ്യപങ്കു വഹിച്ചയാളാണ് ഉഷാകുമാരി. സമതയുടെ പ്രവർത്തനങ്ങളുമായി അവർ സജീവമായി ഇപ്പോഴും രംഗത്തുണ്ട്.

ജനറൽ സെക്രട്ടറി സ്ഥാനത്തേക്ക് മത്സരിച്ച പി. ഷറഫുദ്ദീൻ ഇപ്പോൾ സജീവരാഷ്ട്രീയത്തിലില്ല. എഡിറ്റർ സ്ഥാനാർത്ഥിയായിരുന്ന എ. പി. മോഹനനെ കോളേജ് വിട്ടതിൽപ്പിന്നെ കണ്ടിട്ടേയില്ല. അദ്ദേ ഹത്തെക്കുറിച്ചുള്ള വിവരങ്ങളൊന്നും ശേഖരിക്കാൻ കഴിഞ്ഞതുമില്ല. യു. യു. സി സ്ഥാനത്തേക്ക് മത്സരിച്ച പി. സുരേഷ് പിന്നീട് അഡ്വക്കേറ്റായി. കെ. വി. മനോജ് കുമാറിനു മുമ്പ് പി. സുരേഷ് ആയിരുന്നു ബാലവകാശ കമ്മീഷൻ ചെയർപേഴ്സൺ.

സലീം ആയിരുന്നു ഫൈൻ ആർട്സ് സെക്രട്ടറി സ്ഥാനത്തേക്ക് മത്സരിച്ചത്. സലീം കോളേജ് വിട്ടതിൽപ്പിന്നെയും രാഷ്ട്രീയ പ്രവർത്തനം സജീവമായി മുന്നോട്ടുകൊണ്ടുപോയി. 2000 മുതൽ 2005 വരെ തലശ്ശേരി മുനിസിപ്പൽ ചെയർമാനായിരുന്നു സലീം (അഡ്വ. മുഹമ്മദ് സലീം). കോളേജിലെ തിരഞ്ഞെടുപ്പ് പരിപാടികളിൽ സദാ ഒന്നിച്ചുണ്ടായിരു ന്നത് ഞാനും സലീമുമാണ്. ഞാൻ ഒരു ക്ലാസിൽ കയറി പ്രസംഗിക്കും. പിന്നെ ഞാനും സലീമും കൂടി വോട്ടുപിടിക്കും.

വാശിയേറിയ തിരഞ്ഞെടുപ്പായിരുന്നു 1974ലേത്. 73-ൽ എസ്. എഫ്. ഐ. സ്ഥാനാർത്ഥികളായ എ. കെ. ബാലൻ ചെയർമാൻ സ്ഥാനത്തേ ക്കും കവിയൂർബാലൻ സെക്രട്ടറി സ്ഥാനത്തേക്കും മത്സരിച്ചു ജയിച്ചത് കെ. എസ്. യുവിനെ ശരിക്കും ഞെട്ടിച്ചിരുന്നു. ഇ. എം. എസ്. വന്ന് കോളേജ് യൂനിയൻ ഉദ്ഘാടനം ചെയ്യുക കൂടി ചെയ്തതോടെ ബ്രണ്ണൻ രാഷ്ട്രീയം പുതിയൊരു ഘട്ടത്തിലേക്ക് പ്രവേശിച്ചു കഴിഞ്ഞിരിക്കുന്നു വെന്ന തോന്നൽ പൊതുവെ ഉണ്ടായി. ഇതെല്ലാം കൊണ്ട് എങ്ങനെ യെങ്കിലും തിരിച്ചുപിടിച്ചേ മതിയാവൂ എന്ന വാശിയിലായിരുന്നു കെ. എസ്. യു. 73-ൽ എസ്. എഫ്. ഐ. വിജയത്തിലെത്തുന്നതിന് സഹാ യകമായിത്തീർന്ന ചില ഘടകങ്ങൾ 74-ൽ ഇല്ലാതാവുകയും ചെയ്തു. എങ്കിലും വിജയ പ്രതീക്ഷ കൈവിട്ടിരുന്നില്ല ഞങ്ങൾ. പ്രചാരണപ്രവ ർത്തനങ്ങൾ തകൃതിയായിത്തന്നെ നടന്നു. സമാപാനത്തിന് ഏതാനും ദിവസങ്ങൾ മുമ്പ് പ്രകാശ് കാരാട്ടും ബിമൻ ബസുവും ബ്രണ്ണനിലെത്തി, അവരുടെ വരവ് കോളേജിലെ എസ്. എഫ്. ഐ പ്രവർത്തകരിൽ

പുതിയ ഒരുണർവുണ്ടാക്കി കോളേജിനു മുന്നിൽ, രണ്ടാമത്തെ ഗേറ്റിന് എതിർവശത്തായി ചെറിയ ഒരു തറയുണ്ടായിരുന്നു. അതായിരുന്നു അവർക്കുള്ള പ്രസംഗവേദി..

എല്ലാമായിട്ടും സലീമും പി. സുരേഷും മാത്രമാണ് ഞങ്ങളുടെ കൂട്ടത്തിൽ നിന്ന് ജയിച്ചത്. നിസ്സാരവോട്ടിനാണെങ്കിലും ഞാൻ പരാജയപ്പെട്ടു. മറ്റു സ്ഥാനാർത്ഥികളുടെ പരാജയം അല്പം കൂടുതൽ കനത്തതായിരുന്നു. റിസൽട്ടറിയാൻ കാത്തുനിന്നിരുന്ന എസ്. എഫ്. ഐക്കാർക്ക് ആശ്വാസത്തിന് വകയായി സലീമിന്റെയും സുരേഷിന്റെയും വിജയം ഉണ്ടായിരുന്നുവെങ്കിലും മറ്റെല്ലാവരുടെയും പരാജയം അവരെ ഞെട്ടിച്ചു കളഞ്ഞിരുന്നു.

എങ്കിലും ആ ഞെട്ടൽ ഞങ്ങളെ അപ്പാടെ തളർത്തിക്കളഞ്ഞില്ല. ഞങ്ങൾ കോളേജു മുതൽ തലശ്ശേരി നഗരത്തിന്റെ ഒരു ഭാഗം തന്നെയായ മഞ്ഞോടി വരെ പ്രകടനമായി പോയി. അവിടെ പാതയോരത്തു നിന്ന് ഞാനും മറ്റുള്ളവരും വലിയ ആവേശത്തിൽത്തന്നെ പ്രസംഗിച്ചു. ഉശിരൻ മുദ്രാവാക്യം വിളികൾക്കു ശേഷമാണ് എല്ലാവരും പിരിഞ്ഞു പോയത്.

74 ലെ യൂനിയൻ തിരഞ്ഞെടുപ്പിലെ സ്ഥാനാർത്ഥിത്വവും ഇലക്ഷൻ പ്രവർത്തനങ്ങളും മറക്കാനാവാത്ത സംഗതികളാണ്. അത് തലശ്ശേരിയിലും പ്രാന്തപ്രദേശങ്ങളിലുമായി നൂറു കണക്കിന് നല്ല സുഹൃത്തുക്കളെ തന്നു. രോഗാവസ്ഥ കാരണം വീട്ടിൽ നിന്ന് പുറത്തിറങ്ങുന്നത് കൊല്ലത്തിൽ രണ്ടോ മൂന്നോ തവണ മാത്രമായി ചുരുങ്ങുന്നതിനു മുമ്പുള്ള കാലത്ത് അവരിൽ പലരെയും എവിടെയെങ്കിലും വെച്ചൊക്കെ കാണാറുണ്ടായിരുന്നു. അപ്പോഴെല്ലാം ഞങ്ങളുടെ സംസാരത്തിന്റെ മുഖ്യവിഷയം ബ്രണ്ണനിലെ പഴയ നാളുകൾ തന്നെയായിരുന്നു.

തിരഞ്ഞെടുപ്പിലൂടെ വിരലിലെണ്ണാവുന്ന ചില സുഹൃത്തുക്കളെ എനിക്ക് കെ. എസ്. യുവിൽ നിന്നും കിട്ടിയിരുന്നു. കണ്ടിട്ട് വർഷങ്ങൾ തന്നെയായെങ്കിലും അവരിലൊരാൾ എടക്കാട് ലക്ഷ്മണനാണ്. മറ്റൊരാൾ മാനന്തവാടിയിലെ അഡ്വ. എം. വേണുഗാപാലനും. നീണ്ട ഇടവേളകൾക്കു ശേഷമാണെങ്കിലും വേണുവിനെ ഇപ്പോഴും കാണാറുണ്ട്. എന്റെ എതിർസ്ഥാനാർത്ഥിയായി മത്സരിച്ചു ജയിച്ച രാധാകൃഷ്ണനെ കോളേജ് വിട്ടതിൽപ്പിന്നെ ഒരിക്കൽ മാത്രമേ കണ്ടുള്ളൂ. അതും പല വർഷങ്ങൾക്കു മുമ്പ്.

രാഷ്ട്രീയ വിദ്യാഭ്യാസത്തിന്റെ കുറവിൽ നിന്നാരംഭിക്കുന്ന പരിമിതികൾ പലതുമുണ്ടായിരുന്നെങ്കിലും പഴയ കോളേജ് രാഷ്ട്രീയത്തിന്

ഉൾക്കനമുണ്ടായിരുന്നു. അന്നത്തെ സൗഹൃദങ്ങൾ ഏകദേശം അരനൂറ്റാണ്ടിനു ശേഷവും അതേപടി നിലനിൽക്കുന്നത് അതുകൊണ്ടു തന്നെയാണ്.

23

ബി. രാജീവൻ മാഷ് ബ്രണ്ണൻ കോളേജിൽ എന്റെ അധ്യാപകനായിരുന്നു. വർഷങ്ങൾക്കു ശേഷം അദ്ദേഹം എന്റെ സഹപ്രവർത്തകനുമായി. വിദ്യാർത്ഥികൾക്ക് ബൗദ്ധികമായ നവോന്മേഷം നൽകുന്ന മികച്ച ക്ലാസുകളായിരുന്നു മാഷുടേത്. പഠിപ്പിക്കുന്ന സാഹിത്യകൃതിയെ സാമൂഹ്യയാഥാർത്ഥ്യങ്ങളും മാർക്സിയൻ ദർശനവുമായി, ചിലപ്പോൾ ഇതരദർശനങ്ങളുമായി ബന്ധപ്പെടുത്തിക്കൊണ്ടു നടത്തുന്ന പ്രഭാഷണങ്ങൾ തന്നെയായിരുന്നു ഓരോ ക്ലാസും.

വിദ്യാർത്ഥിയായിരുന്നപ്പോഴേ രാജീവൻ മാഷുമായി എനിക്ക് നല്ല സൗഹൃദമുണ്ടായിരുന്നു. മാഷ് ബ്രണ്ണനിൽ നിന്നുപോയതിനു ശേഷവും ആ സൗഹൃദം തുടർന്നു. തിരുവനന്തപുരത്ത് ഗവേഷണ വിദ്യാർത്ഥിയായിരുന്നപ്പോൾ ഞാൻ ഇടയ്ക്കിടെ പോവാറുണ്ടായിരുന്ന വീടാണ് അദ്ദേഹത്തിന്റേത്. സാവിത്രിരാജീവൻ ആദ്യം മുതൽക്കേ മാഷുടെ ഒരു ശിഷ്യനെന്നതിനേക്കാളേറെ എന്നെ സഹോദരനായിത്തന്നെയാണ് കണ്ടിരുന്നത്. അവരുടെ ജ്യേഷ്ഠനുമായി എനിക്കുള്ള രൂപസാദൃശ്യത്തെക്കുറിച്ച് സാവിത്രി തന്നെ ഒരു തവണ പറഞ്ഞിരുന്നു.

പാളയം ബസ് സ്റ്റോപ്പിൽ നിന്ന് ചെറിയ ദൂരം മാത്രമുള്ള രാജീവൻ മാഷുടെ വാടകവീട്ടിൽ ജനകീയ സാംസ്കാരികവേദിയുടെ ചില പ്രവർത്തകരുൾപ്പെടെ ഇടതുപക്ഷ തീവ്രവാദത്തോട് ആശയതലത്തിൽ ആഭിമുഖ്യം പുലർത്തിയിരുന്ന യുവാക്കളായ പല ബുദ്ധിജീവികളും പലേടത്തു നിന്നായി എത്തിയിരുന്നു. അവർക്കു പുറമെ കോളേജ് ഓഫ് ഫൈൻ ആർട്സിൽ നിന്നുള്ള ദാമോദരൻ നമ്പിടി ഉൾപ്പെടെയുള്ള ചില ചിത്രകാരന്മാരും. നമ്പിടിയുമായി അന്നു തുടങ്ങിയ സൗഹൃദം നേരിൽ കണ്ടിട്ട് കാലം കുറേ കഴിഞ്ഞെങ്കിലും ഇപ്പോഴും പഴയ ഊഷ്മളതയോടെ തന്നെ നിലനിൽക്കുന്നു.

തിരുവനന്തപുരത്തെ പി. ടി. പി നഗറിലെ പ്ലോട്ടിൽ (ഒന്നാം നമ്പർ പ്ലോട്ട് തന്നെയാണെന്നാണ് എന്റെ ഓർമ) രാജീവൻ മാഷുടെ വീടിന് തറകെട്ടുന്ന ഘട്ടം മുതൽ ഞാൻ അവിടെ പോയ്ക്കൊണ്ടിരിക്കുന്നുണ്ട്. ആ വീട്ടിലും സ്വന്തം വീട്ടിലെന്നപോലെയുള്ള സ്വാതന്ത്ര്യം ഒരു കാലത്ത് ഞാൻ അനുഭവിച്ചിരുന്നു.

രാജീവൻ മാഷ് അക്കാലത്തെ ഏറ്റവും പുതിയ കവിതയെപ്പറ്റി പ്രത്യേകിച്ചും, സാഹിത്യത്തെപ്പറ്റി പൊതുവായും ഒരുപാട് സംസാരിച്ചിരുന്നു. മാർക്സിയൻ ദർശനത്തിലും സൗന്ദര്യശാസ്ത്രത്തിലും ആഴത്തിൽ വേരുകളുള്ളതും അതേ സമയം മൗലികവുമായിരുന്നു അദ്ദേഹത്തിന്റെ ചിന്ത. പിൽക്കാലത്ത് അദ്ദേഹത്തിന്റെ രാഷ്ട്രീയ നിലപാടുകളിൽ മാറ്റം വന്നതായാണ് മനസ്സിലാക്കാനാവുന്നത്. അടുത്തൊന്നും നേരിൽക്കണ്ടു സംസാരിച്ചിട്ടില്ലാത്തതുകൊണ്ട് ഇതേപ്പറ്റി കൂടുതലായി എന്തെങ്കിലും പറയാനാവില്ല.

നമ്മുടെ ചിന്ത ധൈഷണികമായി നമുക്കു തന്നെ തൃപ്തികരമായി അനുഭവപ്പെടുന്ന ഒരു തലത്തിലെത്തുന്നതു വഴി കൈവരുന്ന ഉണർവ് എല്ലായ്പ്പോഴും യാഥാർത്ഥ്യമായിത്തീരില്ല. നമ്മുടെ ആശയങ്ങളും താല്പര്യങ്ങളും ശരിയായി മനസ്സിലാക്കുന്നവരും തിരിച്ചിങ്ങോട്ട് സാഹിത്യവും രാഷ്ട്രീയവുമായൊക്കെയായി ബന്ധപ്പെട്ട് അവർ രൂപപ്പെടുത്തിയിരിക്കുന്ന ധാരണകൾ നമുക്കുമേൽ അടിച്ചേൽപിക്കാൻ ഉദ്ദേശിക്കാതുള്ള സ്വച്ഛമായ ഒരു സംവാദത്തിനു തയ്യാറാവുന്നവരുമായ ആളുകളോട് സംസാരിക്കുമ്പോഴേ അങ്ങനെയൊരു തോന്നലിൽ നാം എത്തിച്ചേരുകയുള്ളൂ. രാജീവൻ മാഷോടും സാവിത്രിയോടും സംസാരിക്കുമ്പോൾ ആ സംതൃപ്തി ഞാൻ അനുഭവിച്ചിരുന്നു.

തിരുവനന്തപുരം വിട്ടതിൽപ്പിന്നെ സാവിത്രിയെ ഒരു തവണയാണ് കണ്ടത്. കൂത്തുപറമ്പ് നിർമലഗിരി കോളേജിലെ ഒരു സാഹിത്യപരിപാടിക്ക് മാഷും സാവിത്രിയും ഞാനും ഒന്നിച്ച് വേദിയിലുണ്ടായിരുന്നു. രാജീവൻമാഷെ ഏതാനും വർഷങ്ങൾക്കുമുമ്പ് കോഴിക്കോട്ട് വെച്ച് വീണ്ടും കണ്ടു. ടൗൺഹാളിൽ നടന്ന ഒരു സാംസ്കാരിക പരിപാടിയിൽ ഞാനും മാഷും സംസാരിച്ചിരുന്നു.

24

രാജേശ്വരനും ഭാര്യയും ഇപ്പോൾ മകളോടൊപ്പം മൊറോക്കോവിലാണുള്ളത്. 1971-ൽ രാജേശ്വരൻ എനിക്കൊരു ഷർട്ടിന്റെ തുണി തന്നിരുന്നു. കാഴ്ചക്കാരിൽ പ്രസാദം പരത്തുന്ന പ്രത്യേകതരം നീലനിറമായിരുന്നു ആ തുണിക്ക്. അതുപയോഗിച്ച് ഞാനൊരു ഫുൾകൈ ഷർട്ട് തുന്നിച്ചു. 3 രൂപയായിരുന്നു അന്നത്തെ സ്റ്റിച്ചിംഗ് ചാർജ്. 3 രൂപയ്ക്ക് അക്കാലത്ത് ഒന്നാന്തരം തലശ്ശേരി ബിരിയാണി കിട്ടുമായിരുന്നു. (അന്ന് അതിന് ആ പേരുണ്ടായിരുന്നില്ലെങ്കിലും). 'ഇന്നിപ്പോൾ 3 രൂപ കൊണ്ട് ഷർട്ട് തുന്നാനുള്ള നൂല് പോലും കിട്ടുല്ലല്ലോ, 3 രൂപ കൊടുത്താൽ ബിരിയാണി വെറുതെ ഒന്നു കാണാൻ പോലും

കിട്ടില്ലല്ലോ,' എന്നൊക്കെ ആളുകൾ പറയുമായിരിക്കും. പക്ഷേ, 71-ലെ വാസ്തവം ഞാൻ പറഞ്ഞതു തന്നെയാണ്.

1980-ൽ ഞാൻ കോളേജ് വിദ്യാഭ്യാസ വകുപ്പിൽ ജൂനിയർ ലക്ചററായി ചേർന്നപ്പോൾ ആദ്യമായി വാങ്ങിയ ശമ്പളം 600 രൂപയായിരുന്നു. രണ്ട് കൊല്ലം കഴിഞ്ഞാൽ ജൂനിയർ എന്നതു പോയി ലക്ചറർ തന്നെ ആകും. പക്ഷേ, മറ്റു ചിലരുടെയെന്ന പോലെ എന്റെ കാര്യത്തിലും പ്രമോഷന് അനാവശ്യമായ കാലതാമസമുണ്ടായി. അതുകൊണ്ട് പിന്നെയും കുറച്ചുകാലം അറുന്നൂറിൽത്തന്നെ നിൽക്കേണ്ടി വന്നു.

അമ്പത് കൊല്ലം കൊണ്ട് നമ്മുടെ പൊതുവായ സാമ്പത്തിക സ്ഥിതിയിൽ വലിയ മാറ്റമുണ്ടായിട്ടുണ്ട്. പല സ്വകാര്യ സ്ഥാപനങ്ങളിലും കുറഞ്ഞ വേതനത്തിന് ജോലി ചെയ്യുന്നവർ ഇപ്പോഴുമുണ്ട്. ആവശ്യത്തിന് പണം കയ്യിലില്ലാത്തതുകൊണ്ട് ഒഴിവാക്കാനാവാത്ത പല ജീവിതാവശ്യങ്ങൾക്കും മുന്നിൽ പകച്ചു നിൽക്കുന്ന വേറെ കുറേയാളുകളുമുണ്ട്. പക്ഷേ, അധ്യാപകർ, സർക്കാർ ജീവനക്കാർ ഇവരുടെയൊക്കെ ശമ്പളത്തിൽ നല്ല വർധനവുണ്ടായിട്ടുണ്ട്. സാധാരണ കൂലിപ്പണിക്കാർ തന്നെ മാസത്തിൽ ഏതെങ്കിലും ഒരു ദിവസം ഒഴികെയുള്ള എല്ലാ ദിവസങ്ങളിലും ജോലി ചെയ്യുകയാണെങ്കിൽ വലിയ ബുദ്ധിമുട്ടില്ലാതെ ജീവിച്ചു പോകാവുന്ന സ്ഥിതിയിലെത്തിയിട്ടുണ്ട്. വിദഗ്ധ തൊഴിലാളികളിൽ പലരും മെച്ചപ്പെട്ട തുക കയ്യിൽ വരുന്നവരായിത്തീർന്നിട്ടുമുണ്ട്. ഡോക്ടർമാരും മറ്റു പലരും ഉയർന്ന പ്രതിമാസവേതനത്തിനു പുറമെ നല്ല നിത്യവരുമാനവുമുള്ളവരായിരിക്കുന്നു. കോളേജ് അധ്യാപകരുടെ ശമ്പളവും ഗണ്യമായി വർധിച്ചിട്ടുണ്ട്.

ഞാൻ കോളേജിൽ പഠിക്കുന്ന കാലത്തും അതിനുമുമ്പും വിദ്യാർത്ഥികൾ അധ്യാപകരെ ഏതാണ്ട് വർഗശത്രുക്കളെ പോലെയാണ് കണ്ടിരുന്നത്. മിക്ക ക്ലാസ് മുറികളും അശാന്തമായതിനു പിന്നിലെ ഒരു കാരണം അതായിരുന്നു. അധ്യാപകരുടെ വേഷം, ഇംഗ്ലീഷിലുള്ള അവരുടെ ചീത്ത വിളി, വിദ്യാർത്ഥികളുമായി അവർ സൂക്ഷിച്ചിരുന്ന അകലം എല്ലാം അവർ ഉപരിവർഗത്തിൽപ്പെട്ടവരാണെന്ന തെറ്റിദ്ധാരണയുണ്ടാക്കി. അധ്യാപകജോലിയിൽ പ്രവേശിച്ചതോടെയാണ് സത്യാവസ്ഥ എനിക്ക് മനസ്സിലായത്. ഞാൻ ഉൾപ്പെടെ പുതുതായി ജോലി നേടിയ കോളേജ് അധ്യാപകരിൽ പലരും നല്ല സാമ്പത്തിക പ്രയാസം അനുഭവിക്കുന്നവരായിരുന്നു. അമ്പത് രൂപ സഹപ്രവർത്തകന്റെ കയ്യിൽ നിന്ന് കടം വാങ്ങിയിട്ടുണ്ടെങ്കിൽ അടുത്ത മാസം അത് തിരിച്ചുകൊടുക്കുക എന്നത് വലിയ തലവേദനയുണ്ടാക്കിയിരുന്നു

അന്നൊക്കെ. ദരിദ്രന്റെ അധമബോധത്തോടെ തന്നെയാണ് ഞങ്ങൾ ജീവിച്ചത്. ഞാൻ ജോലിയിലിരിക്കെത്തന്നെ യു. ജി. സി സ്കെയിൽ നടപ്പിലാക്കിത്തുടങ്ങിയിരുന്നെങ്കിലും വർധനവ് വലിയ തോതിൽ ഉണ്ടായിരുന്നില്ല. അതുകൊണ്ട് ഉദ്യോഗത്തിലിരുന്ന കാലം ഏതാണ്ട് മുഴുവനായിത്തന്നെ എന്നു പറയാം ഞങ്ങളിൽ പലരും പണം ഇഷ്ടം പോലെ എടുത്തുപയോഗിക്കാൻ ധൈര്യപ്പെട്ടിരുന്നില്ല.

"കട്ടിംഗ് എല്ലാം ഒഴിവായി തുക മുഴുവനായി കയ്യിൽ കിട്ടിയ അവസാനവർഷം മാത്രമാണ് ശമ്പളം വാങ്ങുന്നുണ്ട് എന്ന തോന്നലിന്റെ സുഖം ഞാൻ അനുഭവിച്ചത്," ഞാൻ റിട്ടയർ ചെയ്തതിന്റെ അടുത്ത വർഷം റിട്ടയർ ചെയ്ത ഒരധ്യാപകൻ എന്നോടു പറഞ്ഞിരുന്നു.

സ്വന്തം ജീവിതാവശ്യങ്ങൾ നിറവേറ്റാനുള്ളതിൽ കവിഞ്ഞുള്ള പണം കയ്യിലില്ലെങ്കിൽ മറ്റുള്ളവർക്ക് വേണ്ടത്ര സ്നേഹം കൊടുക്കുന്നതിൽപ്പോലും പിശുക്ക് കാണിക്കേണ്ടി വരുമെന്നത് ഒരു സത്യമാണ്. ഏത് തലത്തിലുള്ളതായാലും നമ്മുടെ സമൂഹത്തിൽ ദാരിദ്ര്യം പല മാനങ്ങളുള്ള ഒരു കഠിന യാഥാർത്ഥ്യം തന്നെയാണ്.

25

വടക്കൻ കേരളത്തിലെ ഒരു കോളേജിൽ കുറച്ചുകാലം മുമ്പു വരെ പ്രചാരത്തിലിരുന്ന ഒരു കഥയുണ്ട്. വെറും കഥയല്ല, സംഭവകഥ തന്നെയാണെന്നന്നാണ് പറയപ്പെട്ടിരുന്നത്. അങ്ങനെ ആകാൻ തന്നെയാണ് സാധ്യത.

ഈ കോളേജിലെ ഒരു പ്രി-ഡിഗ്രി വിദ്യാർത്ഥി കോപ്പിയടിക്കുന്നതിനിടയിൽ പിടിക്കപ്പെട്ടു. പരീക്ഷാഹാളിൽ നിന്ന് ഇറങ്ങി ഓടിയ വിദ്യാർത്ഥിയെ പിന്നാലെ ഓടി പിടികൂടാൻ അധ്യാപകന് പറ്റിയില്ല. വിദ്യാർത്ഥി വീട്ടിലേക്കു പോയില്ല. നേരെ കള്ള വണ്ടി കയറി, പല വണ്ടികളും മാറിക്കയറി, ഒടുവിൽ ബോംബെയിലെത്തി. അവിടെ നിന്ന് ആരുടെയോ സഹായത്താൽ ഗൾഫിലെത്തി. അഞ്ചാറ് കൊല്ലം കഴിഞ്ഞ് ത്രീപീസ് സൂട്ടും കൂളിംഗ് ഗ്ലാസുമൊക്കെയായി വന്ന് നേരെ കോളേജിൽ പോയി പണ്ട് തന്നെ കോപ്പിയടിക്കിടയിൽ പിടിച്ച അധ്യാപകന്റെ മുന്നിൽ ചെന്നു നിന്നിട്ട് പറഞ്ഞു, "താങ്ക് യു സാർ. മാഷ് അന്ന് എന്നെ ഓടിച്ചില്ലായിരുന്നെങ്കിൽ ഞാൻ ഇന്നീ നിലയിലെത്തില്ലായിരുന്നു."

അതിജീവനത്തിനുള്ള, അതും കഴിഞ്ഞ് മെച്ചപ്പെട്ട വരുമാനമുണ്ടാക്കാനുള്ള സാമർത്ഥ്യം നേടൽ മാത്രമാണ് വിദ്യാഭ്യാസംകൊണ്ട് ലക്ഷ്യമാക്കുന്നതെങ്കിൽ, അതിന് എഴുതാനും വായിക്കാനും കൂട്ടാനും

കിഴിക്കാനും ഹരിക്കാനും ഗുണിക്കാനുമൊക്കെ പഠിച്ച്, പഴയ കാലത്താണെങ്കിൽ ടൈപ്പ് റൈറ്റിംഗും പഠിച്ച് നാട്ടു വിട്ടാൽ മതി. പിന്നെ വേണ്ടി വരുന്ന പഠിപ്പുകളെല്ലാം ചെന്നു ചേരുന്നേടത്തു നിന്ന് പഠിക്കാം. ഹൈസ്കൂൾ, ഹയർ സെക്കന്ററി, കോളേജ് ഈ പടവുകളൊന്നും കയറിപ്പോവേണ്ട കാര്യമേയില്ല. പക്ഷേ, വിദ്യാഭ്യാസത്തിന്റെ അർത്ഥം അതിജീവനത്തിനുള്ള സാമർത്ഥ്യം നേടൽ എന്നതല്ല. അത് ഒരു വിദ്യാർത്ഥിയുടെ വ്യക്തിത്വത്തിന്റെ പല തലങ്ങളിലുള്ള വികാസം ലക്ഷ്യമാക്കുന്നുണ്ട്. പല പരിമിതികൾക്കിടയിലും മുമ്പൊക്കെ അത് ഒരു പരിധി വരെ സാധിച്ചിരുന്നു. വിദ്യാഭ്യാസത്തോടുള്ള മനോഭാവം തന്നെ മാറ്റുകയും ജീവിതവിജയത്തിന് സമൂഹം വളരെ ഇടുങ്ങിയ ഒരർത്ഥം മാത്രം കല്പിക്കുകയും ചെയ്യുകയാണെങ്കിൽ പിന്നെ വിദ്യാർത്ഥികൾ ഒന്നും വായിക്കുകയും പഠിക്കുകയും ചെയ്യാതെതന്നെ ചുളുവിൽ പരീക്ഷകൾ ജയിച്ചു കയറാനുള്ള വിദ്യകൾ വശത്താക്കും. അവർക്ക് സാഹിത്യം നിസ്സാരസംഗതിയായിത്തീരും. സാഹിത്യം മാത്രമല്ല ചരിത്രവും ദർശനവും രാഷ്ട്രീയവുമെല്ലാം നിസ്സാരസംഗതികളായിത്തീരും. ശാസ്ത്രവിഷയങ്ങളെയും അവർ മാനിക്കാൻ തയ്യാറാവില്ല. എത്ര ഗൗരവത്തോടെ നിർവഹിക്കേണ്ട കാര്യവും അവർ ലാഘവത്തോടെ ചെയ്തുകളയും.

'ചിന്താവിഷ്ടയായ സീത'യെപ്പറ്റി അവിടന്നും ഇവിടന്നും കേട്ട കാര്യങ്ങൾ എഴുതിവെച്ച് ബന്ധപ്പെട്ട പേപ്പറിൽ മലയാളം ബി. എ/ എം. എ പരീക്ഷയ്ക്ക് ഉയർന്ന മാർക്ക് വാങ്ങാമെന്നു വന്നാൽ, ഷെയ്ക്സ്പിയർ കൃതികളെയും ഷെല്ലിയുടെയും കീറ്റ്സിന്റെയും ഓഡന്റെയും യേറ്റ്സിന്റെയും കവിതകളെയും കുറിച്ചുള്ള കേട്ടറിവ് തന്നെ ഇംഗ്ലീഷിൽ ബിരുദം നേടുന്നതിന് മതിയാവും എന്നു വന്നാൽ, എം. ടി. വാസുദേവൻ നായർ എന്ന് എഴുതേണ്ടതിനു പകരം ടി. കെ വാസുദേവൻ എന്നും ശ്രീനാരായണ ഗുരു എന്നെഴുതേണ്ടിടത്ത് ഗോപാലകൃഷ്ണ ഗോഖലെ എന്നുമൊക്കെ എഴുതിവെച്ചാലും മാർക്ക് കിട്ടുമെന്നു വന്നാൽ, ഏതെങ്കിലും ഡി. ടി. പി സെന്ററിൽ നിന്ന് മുമ്പ് ആരെങ്കിലും സമർപ്പിച്ച ഡിസർട്ടേഷന്റെ കോപ്പി കിട്ടുമെങ്കിൽ അത് വാങ്ങി ഒന്നു വായിച്ചു നോക്കുക പോലും ചെയ്യാതെ സബ്മിറ്റ് ചെയ്യാമെന്നു വന്നാൽ, ആ വിദ്യാർത്ഥികൾ പിന്നീടുള്ള ജീവിതത്തിൽ എന്തു വായിക്കാനാണ്. ഈ വിദ്യാർത്ഥികളെ സംബന്ധിച്ചിടത്തോളം പണ്ട് പരീക്ഷാഹാളിൽ നിന്ന് ഓടിപ്പോയി പണക്കാരനായി തിരിച്ചുവന്ന ആ പഴയ വിദ്യാർത്ഥി മാതൃകാപുരുഷനായിത്തീരും. അധ്യാപകരെ കബളിപ്പിക്കാനായി എന്തെങ്കിലുമൊക്കെ

കാട്ടിക്കൂട്ടും എന്നതിനപ്പുറം കടന്ന് അവർ സത്യസന്ധമായി വിദ്യാഭ്യാസത്തെ സമീപിക്കുകയേയില്ല.

മുമ്പ് ബ്രണ്ണൻ കോളേജ് മലയാളവിഭാഗത്തിൽ ജോലി ചെയ്തിരുന്ന പ്രസന്നൻമാഷ് ആവശ്യപ്പെട്ട് ഒരിക്കൽ ഞാൻ മഞ്ചേശ്വരം ഗവ. കോളേജിൽ പോയി പ്രസംഗിച്ചിരുന്നു. മുകളിൽ എഴുതിയ കാര്യങ്ങൾ തന്നെയായിരുന്നു ആ പ്രസംഗത്തിന്റെ കാതലായ ഭാഗം; ഇവിടെ എഴുതിയിരിക്കുന്ന മുഴുവൻ കാര്യങ്ങളും അതേ വാക്കുകളിൽ ഞാൻ അന്ന് പറഞ്ഞിരിക്കാനിടയില്ലെങ്കിലും. അന്ന് അവിടെയുണ്ടായിരുന്ന പല അധ്യാപകരെയും എന്റെ പ്രസംഗം പ്രകോപിപ്പിച്ചിരുന്നു എന്നാണ് പിന്നീട് മനസ്സിലാക്കാൻ കഴിഞ്ഞത്. ഞാൻ വിവരിച്ച സംഭവകഥ മാത്രമേ അവർ ശ്രദ്ധിച്ചിരിക്കാൻ ഇടയുള്ളൂ. അതിനെ ആധാരമാക്കി എന്റെ പ്രസംഗം വിദ്യാർത്ഥികളെ കോപ്പിയടിക്കാൻ പ്രേരിപ്പിക്കുന്ന ഒന്നാണെന്ന് അവർ തെറ്റിദ്ധരിച്ചു പോയിരുന്നോ, എന്തോ.

വർഷങ്ങൾക്കു ശേഷം ബ്രണ്ണൻ കോളേജിലെ ഒരധ്യാപകന്റെ വീട്ടിൽ വെച്ച് മുമ്പ് മഞ്ചേശ്വരം കോളേജിലുണ്ടായിരുന്ന ഒരധ്യാപകനെ കണ്ടു. ബ്രണ്ണൻ അധ്യാപകൻ എന്നെ പരിചയപ്പെടുത്തിയപ്പോൾ അദ്ദേഹം തന്റെ പ്രതികരണം അസുഖകരമായ ഒരു കനത്ത മൂളലിൽ ഒതുക്കി.

26

മുകളിലെഴുതിയ കുറിപ്പ് ഞാൻ ഫെയ്സ് ബുക്കിലിട്ടപ്പോൾ ലഭിച്ച പ്രതികരണങ്ങളിൽ യോജിപ്പിനു പുറമെ വിമർശനം, സംശയം, രോഷം ഇങ്ങനെ പലതുമാണ് കാണാൻ കഴിഞ്ഞത്.

വിദ്യാഭ്യാസമേഖല ഇന്നഭിമുഖീകരിക്കുന്ന സങ്കീർണമായ പ്രശ്നങ്ങളും അവയ്ക്കു പിന്നിലെ കാരണങ്ങളും ഈ മേഖലയിൽ നിലനിൽക്കുന്ന കടുത്ത അവ്യക്തതകളും സമഗ്രമായി അവതരിപ്പിക്കണമെങ്കിൽ ഒരു പുസ്തകം തന്നെ എഴുതേണ്ടിവരും. തൽക്കാലം ഞാൻ എഴുതിയ കാര്യങ്ങൾക്ക് കൂടുതൽ തെളിച്ചം കിട്ടാൻ ആവശ്യമായ ചില സംഗതികൾ മാത്രം മൂന്നോ നാലോ പോസ്റ്റുകളിലായി എഴുതാം.

അതിലേക്ക് കടക്കും മുമ്പ് ഒരു കാര്യം ആദ്യമേ വ്യക്തമാക്കാം. പഴയ കാലത്തെ അധ്യാപകർ മുഴുവൻ ഉന്നത നിലവാരം പുലർത്തിയവരായിരുന്നതു കൊണ്ടാണ് അക്കാലത്ത് നമ്മുടെ വിദ്യാർത്ഥികളുടെ പൊതുനിലവാരവും ഉയർന്നത് എന്ന അഭിപ്രായം എനിക്കില്ല. പഴയ അധ്യാപകരിൽ, വിശേഷിച്ചും കോളേജ് അധ്യാപകരിൽ, തങ്ങളുടെ ജോലിയെ തികച്ചും നിരുത്തരവാദപരമായി സമീപിക്കുകയും വിദ്യാർത്ഥികളോട്

വളരെ ധിക്കാരപൂർവം പെരുമാറുകയും ചെയ്തിരുന്ന പലരും ഉണ്ടായിരുന്നു. എന്റെ അനുഭവം വെച്ച് പഴയ കാലത്തെ സിലബസ് വളരെ മികച്ചതായിരുന്നു എന്നും പറയാനാവില്ല. അത് കാലോചിതമായി നവീകരിക്കപ്പെട്ടിരുന്നതേയില്ല. ഉള്ള സിലബസിനകത്തെ കാര്യങ്ങൾ തന്നെ വിദ്യാർത്ഥികളിൽ താൽപര്യമുണർത്തും വിധം പഠിപ്പിക്കാൻ പല അധ്യാപകർക്കും കഴിഞ്ഞിരുന്നുമില്ല. മൂല്യനിർണയനത്തിൽ കൈക്കൊണ്ടിരുന്ന ഉദാരസമീപനം കൊണ്ടു തന്നെയാണ് പല വിദ്യാർത്ഥികൾക്കും പരീക്ഷ കടന്നു ചാടാൻ പറ്റിയത്. താരതമ്യേന കുറഞ്ഞ തോതിലാണെങ്കിലും പരസ്പരമുള്ള കബളിപ്പിക്കൽ അന്നും നടന്നിരുന്നു, എന്നർത്ഥം. ഡിഗ്രി കഴിഞ്ഞോ ബിരുദാനന്തര ബിരുദം നേടിയോ പുറത്തു വരുന്ന വിദ്യാർത്ഥികളിൽ ഭൂരിപക്ഷവും തങ്ങളുടെ കയ്യിൽ കാര്യമായി ഒന്നുമില്ലല്ലോ എന്ന തോന്നൽ അനുഭവിക്കുന്നവർ തന്നെയായിരുന്നു. (എം. എ. കഴിഞ്ഞപ്പോഴുള്ള എന്റെ അവസ്ഥ വിശദീകരിച്ചുകൊണ്ട് ദേശാഭിമാനി വാരികയിൽ ഞാനൊരു ലേഖനമെഴുതിയിരുന്നു. ആ ലേഖനത്തിൽ പറഞ്ഞ കാര്യങ്ങൾ ശ്രദ്ധിക്കേണ്ടവ തന്നെയാണ് എന്ന അർത്ഥത്തിൽ പ്രൊഫ. എം. ലീലാവതി വായനക്കാരുടെ പംക്തിയിൽ എഴുതുകയും ചെയ്തിരുന്നു).

പ്രശ്നങ്ങൾ പലതുമുണ്ടായിരുന്നെങ്കിലും പഴയ വിദ്യാഭ്യാസവും പുതിയ വിദ്യാഭ്യാസവും തമ്മിൽ കാതലായ ചില വ്യത്യാസങ്ങളുണ്ട് എന്ന വസ്തുതയുടെ പ്രാധാന്യം കുറച്ചു കാണാനാവില്ല. പ്രധാനമായും വിദ്യാഭ്യാസത്തോടുള്ള സമീപനത്തിലും ബോധനത്തിന്റെ രീതിശാസ്ത്രത്തിലും വന്ന വ്യത്യാസങ്ങളാണവ. ഇത് ഏറ്റവുമധികം പ്രകടമായി കാണാനാവുക സ്കൂൾ തലത്തിലാണ്. അധ്യാപകർ വിദ്യാർത്ഥികളുടെ സഹായികൾ മാത്രമായിരിക്കണം, അവർ ഒരു കാര്യവും കുട്ടികളെ നിർബന്ധിച്ച് പഠിപ്പിക്കരുത്, അക്ഷരം പഠിപ്പിക്കുന്നതിന് വലിയ പ്രാധാന്യമൊന്നും കല്പിക്കരുത്. അത് കുട്ടികൾ താനേ പഠിച്ചുകൊള്ളും. Whole language approach അങ്ങനെയാണ് പറയുന്നത്, വിദ്യാർത്ഥികൾ വരുത്തുന്ന തെറ്റുകൾ തിരുത്താൻ അധ്യാപകർ ശ്രമിക്കരുത്, കോപ്പി എഴുതിക്കരുത്, മന:പാഠം പഠിക്കാൻ പറയരുത്, കളി വിദ്യാഭ്യാസത്തിന്റെ ഭാഗമാവേണ്ടത് ഒന്നാം ക്ലാസിൽ മാത്രമല്ല, ജ്ഞാനനിർമാണത്തിനുള്ള വിദ്യാർത്ഥിയുടെ കഴിവിനെ പരമാവധി പ്രോത്സാഹിപ്പിക്കാൻ ആവശ്യമായതെല്ലാം ചെയ്യണം, പഠിപ്പിക്കലിന് രണ്ടാം സ്ഥാനമേ ഉള്ളൂ, പഠിക്കുന്നതിനേക്കാൾ പ്രാധാന്യം പഠിച്ചതിന്റെ ഇരട്ടി പ്രകടിപ്പിക്കാൻ കഴിയുന്നതിനാണ്. കുട്ടികൾ എത്രത്തോളം പഠിച്ചിരിക്കുന്നു എന്ന് പരിശോധിക്കുന്നതിലല്ല അവരെ മുഴുവൻ

പാസ്സാക്കുന്നതിലാണ് അധ്യാപകർ മനസ്സ് വെക്കേണ്ടത്, എന്തു ചെയ്തും വിജയശതമാനം വർധിപ്പിക്കുന്നതിലായിരിക്കണം ഒരു വിദ്യാഭ്യാസ സ്ഥാപനത്തിന്റെ ശ്രദ്ധ, കാര്യങ്ങൾ ചെയ്യുന്നതിനേക്കാൾ ഊന്നൽ നൽകേണ്ടത് രേഖകൾ ഉണ്ടാക്കിവെക്കുന്നതിലാണ് എന്നിങ്ങനെയുള്ള കാര്യങ്ങൾ പ്രത്യക്ഷമായോ പരോക്ഷമായോ പറയാൻ പണ്ട് ആരും ധൈര്യപ്പെട്ടിരുന്നില്ല.

27

പഴയ സ്കൂൾ അധ്യാപകരിൽ ഏതാനും ചിലർ തങ്ങളുടെ അധികാര പ്രയോഗത്തിൽ അഭിരമിച്ചിരുന്നു. വിദ്യാർത്ഥികളെ ശിക്ഷിക്കുന്നതിൽ അവർ രസം കണ്ടെത്തിയിരുന്നു. മറ്റുള്ളവർ പക്ഷേ, നല്ല വക തിരിവുള്ളവരും അധ്യാപനത്തെ സമർപ്പണബുദ്ധിയോടെ കാണുന്നവരുമായിരുന്നു. ഫിസ്ക്സും കെമിസ്ട്രിയും പഠിപ്പിച്ചിരുന്ന അധ്യാപകരുടെ ക്ലാസുകൾ മാത്രമാണ് എനിക്ക് വളരെ വിരസമായി അനുഭവപ്പെട്ടത്. തങ്ങൾ പഠിച്ച വന്ന കാര്യങ്ങൾ അതിന്റെ അപ്പുറവും ഇപ്പുറവും പോകാതെ പറഞ്ഞു തീർക്കുക മാത്രമായിരുന്നു അവർ. ഗണിതവും മറ്റ വിഷയങ്ങളും പഠിപ്പിച്ചിരുന്ന അധ്യാപകർ വളരെ വ്യത്യസ്തരായിരുന്നു. മലയാളം വ്യാകരണത്തിലെ പ്രാഥമിക കാര്യങ്ങളെക്കുറിച്ചും വൃത്തം, അലങ്കാരം എന്നിവയയെക്കുറിച്ചും എസ്. എസ്. എൽ. സി കഴിയുമ്പോഴേക്കും സാമാന്യം തൃപ്തികരമായ ധാരണ ഉണ്ടാക്കാൻ എനിക്കു കഴിഞ്ഞിരുന്നു. സാഹിത്യത്തെ സ്നേഹിക്കാൻ പഠിപ്പിക്കുന്നതിലും സ്കൂളിലെ എന്റെ മലയാളം അധ്യാപകന് നല്ല പങ്കുണ്ട്.

പയ്യന്നൂർ കോളേജിൽ നിന്ന് പ്രിഡിഗ്രി കഴിഞ്ഞ് 1970-ൽബ്രണ്ണനിൽ ബി. എക്ക് ചേർന്നപ്പോഴാണ് വളരെ വ്യത്യസ്തമായ ഒരധ്യാപക സമൂഹത്തെ കണ്ടത്. അവരിൽ അധ്യാപനത്തെ തികച്ചും സർഗാത്മകമാക്കി മാറ്റിയ മികച്ച ചിലരുണ്ടായിരുന്നു. ഒപ്പം തന്നെ ശമ്പളത്തിനും വിനോദത്തിനും ഉള്ള ഏർപ്പാടായി മാത്രം അധ്യാപനത്തെ കണ്ടിരുന്ന വേറെ കുറേ പേരും.

സമൂഹം തന്നിൽ നിന്ന് ഏതു രീതിയിലുള്ള പെരുമാറ്റം പ്രതീക്ഷിക്കുന്നു എന്നതിനെക്കുറിച്ചുള്ള ധാരണ സ്വരൂപിക്കുന്നതിൽ വ്യക്തികൾ തമ്മിൽ വലിയ അന്തരമുണ്ടാവും. അധ്യാപകന്റെ അവകാശങ്ങളെക്കുറിച്ചുള്ള ധാരണയിലും ഈ അന്തരം കാണും. ഇതിലെല്ലാം ഓരോ കാലത്തെയും സമൂഹത്തിന്റെ മനോഭാവവും സ്വാധീനം ചെലുത്തും. മദ്യപാനം തങ്ങളുടെ അവകാശമാണ്, കോളേജ് അധ്യാപകനായാൽ അതൊക്കെ ആവാം എന്നു കരുതിയിരുന്ന ചിലരുണ്ടായിരുന്നു

അക്കാലത്ത് ബ്രണ്ണൻ ഉൾപ്പെടെ പല കോളേജുകളിലും. അവരിൽത ന്നെ ഈ അവകാശത്തെ പലരും പല തരത്തിലാണ് വിനിയോഗിച്ചി രുന്നത്. രാത്രിയാവും വരെ മദ്യപിച്ച് അടിമുടി ഫിറ്റായ അവസ്ഥയിൽ തലശ്ശേരിയിൽ നിന്ന് മേലൂരേക്കുള്ള ബസ്സിൽ കയറി സുഗതകുമാ രിയുടെ 'പാവം മാനവഹൃദയം' പോലുള്ള കവിതകൾ ഉച്ചത്തിൽ പാടിയിരുന്നവരും രാവിലെ അടിച്ച മദ്യത്തിന്റെ ലഹരി വിട്ടുപോവും മുമ്പേ ക്ലാസിൽ കയറിയിരുന്നവരും വൈകുന്നേരം കോളേജ് ഓഡി റ്റോറിയത്തിന്റെ വരാന്തയിലിരുന്ന് വിദ്യാർത്ഥികളുടെ കയ്യിൽ പണം കൊടുത്ത് കോളേജ് പരിസരത്തു തന്നെ ലഭ്യമായിരുന്ന വാറ്റു ചാരായം വാങ്ങി കഴിച്ചിരുന്നവരും കൂട്ടത്തിലുണ്ടായിരുന്നു. ചില വിദ്യാർത്ഥികൾ മാത്രമല്ല നാട്ടുകാരിൽ ചിലരും അവർ ഉപയോഗിച്ച ഈ ദുഃസ്വാതന്ത്ര്യ ത്തെ അവരുടെ കഴിവായാണ് കണ്ടിരുന്നത്. ചില കോളേജുകളിലെ അധ്യാപകരെപ്പറ്റി ആദരപൂർവം, "ബെസ്റ്റ് ക്ലാസാ അയാളുടേത്. വെറും പച്ചക്കറിയായിട്ടല്ലല്ലോ, നല്ല ഫിറ്റിലല്ലേ ക്ലാസിൽ വരിക," എന്നു പറയാൻ വിദ്യാർത്ഥികൾ ഉത്സാഹം കാണിച്ചിരുന്നു.

ചെറിയ തോതിൽ മനസ്സിന്റെ സമനില തെറ്റിയ പലരും എല്ലാ മാസവും ബ്രണ്ണനിലെത്തിയിരുന്നു. അധ്യാപകരിൽ നിന്നും ഓഫീസ് ജീവനക്കാരിൽനിന്നും ചില്ലറ കിട്ടിക്കഴിഞ്ഞാൽ അവർ പോയ്ക്കൊള്ളും. കൂട്ടത്തിൽ ഏതാണ്ട് പൂർണമായിത്തന്നെ മനസ്സിന്റെ സമനില തെറ്റി യതിന്റെ ലക്ഷണങ്ങൾ തന്റെ ഉടുപ്പിലൂടെയും നടപ്പിലൂടെയും തെറി വിളികളിലൂടെയുമെല്ലാം പ്രകടമാക്കിയിരുന്ന ഒരാളും ഉണ്ടായിരുന്നു. അയാളെപ്പറ്റി സ്ഥിരം മദ്യപാനിയായ ഒരധ്യാപകൻ പറഞ്ഞിരുന്നത് ഇങ്ങനെയാണ്: "ഓന്റെ അച്ഛന് കൊറച്ച് പൈസയിണ്ടായിരുന്നെങ്കില് ഓനേം കോളേജില് ചേർത്തു പഠിപ്പിക്ക്വായിരുന്നു. ഓനും ഡിഗ്രിയും പിജിയുമൊക്കെ പാസ്സാവുകയും കോളേജ് ലക്ചററാവുകയും ചെയ്യ്വാ യിരുന്നു." തമാശ മട്ടിലാണ് ഇങ്ങനെ പറഞ്ഞിരുന്നതെങ്കിലും ആ അധ്യാപകന് ബിരുദാനന്തരബിരുദത്തെയും അധ്യാപനം എന്ന തൊഴിലിനെയും കുറിച്ചുള്ള impression ഈ പറച്ചിലിൽ ഉൾച്ചേർന്നി ട്ടുണ്ടല്ലോ.

പത്തിരുപത്തഞ്ചിലേറെ കൊല്ലം കഴിഞ്ഞിരിക്കും, ബ്രണ്ണനിലെ മേത്തരം മദ്യപാനിയായ ഒരാൾ പ്രമോഷനെ തുടർന്ന് പ്രിൻസി പ്പാളായി, ട്രാൻസ്ഫറായി മറ്റൊരു കോളേജിൽ പോയി. അവിടെയും അദ്ദേഹം തന്റെ ശീലങ്ങൾ തുടർന്നു. അദ്ദേഹത്തിന്റെ സ്ഥാനത്ത് പിന്നെ നിയമിതനായത് ബ്രണ്ണനിലെ തന്നെ മറ്റൊരധ്യാപകനാണ്. അദ്ദേഹം അങ്ങോട്ടു പോകുന്നതു തന്നെ കുടിച്ചു ഫിറ്റായി, പിറ്റേ ദിവസം

തൊട്ട് തനിക്ക് ധരിക്കാനുള്ള വസ്ത്രങ്ങൾ വാരിക്കൂട്ടിയിട്ട ഒരു ബക്കറ്റുമായിട്ടാണ്. രാവിലെ കോളേജിലെത്തിയ അധ്യാപകരും ജീവനക്കാരും തങ്ങളുടെ സ്ഥാപനത്തിലെ പുതിയ പ്രിൻസിപ്പാളിനെ ഈ പരുവത്തിൽ കണ്ട്, "ഓ, ബ്രണ്ണൻകാരുടെ മുഴുവൻ അവസ്ഥ ഇതാണോ," എന്ന് മൂക്കത്ത് വിരൽ വെച്ചുപോയതിനെപ്പറ്റി പറഞ്ഞു കേട്ടിട്ടുണ്ട്.

28

പഴയകാല ബ്രണ്ണൻ അധ്യാപകർ അനുഭവിച്ചതിനു സമാനമായ ദു:സ്വാതന്ത്ര്യം വിദ്യാർത്ഥികളിലൊരു വിഭാഗവും അനുഭവിച്ചിരുന്നു. അവരിൽ പലരും ക്ലാസിൽ പോയിരുന്നില്ല. അച്ചടക്കമുള്ള ഒരു വിദ്യാർത്ഥി എന്ന അംഗീകാരം അവർ ആഗ്രഹിച്ചിരുന്നുമില്ല. പല വിധ തമാശകളൊപ്പിച്ച് കാമ്പസ് ജീവിതം ആഘോഷിക്കാൻ തന്നെയാണ് അവർ ശ്രമിച്ചത്. അധ്യാപകരിലും വിദ്യാർത്ഥികളിലും ഒരു വിഭാഗം ഇങ്ങനെയായിരുന്നിട്ടും ബ്രണ്ണനിലെ വിദ്യാർത്ഥി ജീവിതത്തെപ്പറ്റി അന്നത്തെ വിദ്യാർത്ഥികളിൽ മഹാഭൂരിപക്ഷവും മോശമായി ഒന്നും പറയാതിരിക്കുന്നതെന്തുകൊണ്ടാണ്? താൻ ബ്രണ്ണനിലാണ് പഠിച്ചത് എന്നു പറയുമ്പോൾ അവരോരുത്തരും അഭിമാനം കൊള്ളുന്നതെന്തുകൊണ്ടാണ്? അധ്യാപകരിൽ ചിലർക്ക് ന്യായമായിത്തന്നെ ലഭിച്ചിരുന്ന പരിവേഷമാണ് ഒരു കാരണം. ബ്രണ്ണനിലെ ഒന്നാന്തരം ജനറൽ ലൈബ്രറി, ഡിപ്പാർട്മെന്റ് ലൈബ്രറികൾ, കോളേജിലെ കൊതിപ്പിക്കുന്ന സൗഹ്യദാന്തരീക്ഷം, കാമ്പസ്സിലേക്കു കയറുമ്പോൾ തന്നെ അനുഭവപ്പെട്ടിരുന്ന സ്വാതന്ത്ര്യത്തിന്റെ സുഖം എല്ലാം അതിനു കാരണമാണ്. ഇവയെക്കാളെല്ലാം പ്രധാനപ്പെട്ടതാണ് തങ്ങളുടെ ചിന്താജീവിതത്തിന് കൈവന്ന വളർച്ചയെപ്പറ്റി വിദ്യാർത്ഥികൾക്ക് തോന്നിയിരുന്ന അഭിമാന ബോധവും ബ്രണ്ണൻ നൽകിയ ആത്മവിശ്വാസവും. വിദ്യാർത്ഥി സമരങ്ങൾ കുറവായിരുന്നില്ല, പ്രവൃത്തി ദിവസങ്ങൾ തന്നെ പലരെ സംബന്ധിച്ചിടത്തോളവും കാമ്പസ്സിനകത്ത് തങ്ങൾ നിശ്ചയിക്കുന്ന സ്വതന്ത്രമായ പാഠ്യേതര പ്രവർത്തനങ്ങൾക്കുള്ളതായിരുന്നു. അങ്ങനെയൊക്കെയായിരുന്നെങ്കിലും സാഹിത്യവും രാഷ്ട്രീയവും സാമൂഹ്യപ്രശ്നങ്ങളും വളരെ ഗൗരവത്തോടെ ചർച്ച ചെയ്യുന്നതിൽ നിന്ന് വിദ്യാർത്ഥികൾ മാറിനിന്നിരുന്നില്ല. അത്തരം ചർച്ചകളിലൂടെ കൈവന്ന ബൗദ്ധികമായ ഉണർവ് ബ്രണ്ണനിൽ വന്നില്ലായിരുന്നെങ്കിൽ തങ്ങൾക്ക് നഷ്ടമാവുമായിരുന്നു എന്ന തോന്നൽ വിദ്യാർത്ഥികൾക്കുണ്ടായിരുന്നു. പരമ പ്രധാനമായ കാര്യം എല്ലാ കളിതമാശകൾക്കുമപ്പുറം പഠനവും പരീക്ഷയെഴുത്തും

തമാശയല്ലെന്ന കാര്യത്തിൽ അവർക്ക് ഉറപ്പുണ്ടായിരുന്ന എന്നതാണ്. എന്തെങ്കിലും എഴുതിവെച്ചാലും ഫസ്റ്റ് ക്ലാസിനുള്ള മാർക്ക് കിട്ടുമെന്ന് അന്നത്തെ ഒരു വിദ്യാർത്ഥിക്കും പ്രതീക്ഷിക്കാൻ കഴിയുമായിരുന്നില്ല.

1970–75 കാലത്ത് ആവർത്തിച്ച് ചർച്ച ചെയ്യപ്പെട്ടിരുന്ന വിഷയങ്ങളിലൊന്ന്, 'ഇന്ത്യൻ ജനാധിപത്യത്തിന്റെ ഭാവി,' ആയിരുന്നു. അന്ന് ആ വിഷയത്തെ ആധാരമാക്കി ചർച്ച ചെയ്തിരുന്നത് ബൂർഷ്വാഭൂപ്രഭു വർഗങ്ങളുടെ താൽപര്യങ്ങൾ സംരക്ഷിക്കുന്നതിനു വേണ്ടി ഇന്ത്യൻ ഭരണകൂടം രാജ്യത്തെ ഏറ്റവും അടിത്തട്ടിലുള്ളവരുടെ അവകാശങ്ങളും അവസരങ്ങളും ഇല്ലായ്മ ചെയ്തുകൊണ്ടിരിക്കുന്നതിന് എങ്ങനെ അറുതിവരുത്തും, പാവപ്പെട്ടവരുടെ സംരക്ഷണം ഉറപ്പു വരുത്താത്ത ഒരു ജനാധിപത്യം എങ്ങനെ മുന്നോട്ടു പോവും, രാജ്യത്തെ വിവിധ രാഷ്ട്രീയപ്പാർട്ടികൾ ഇന്ത്യൻ ജീവിതയാഥാർത്ഥ്യങ്ങളെ എത്ര സത്യസന്ധമായി നേരിടും, ഏത് പാർട്ടിക്ക് മേൽക്കൈ ലഭിക്കുമ്പോഴാണ് ജനാധിപത്യം കേവലം രാഷ്ട്രീയ സ്വാതന്ത്ര്യം എന്നതിൽ നിന്നു മാറി സമസ്ത ജനങ്ങളുടെയും സാമ്പത്തിക സ്വാതന്ത്ര്യം കൂടിയായി മാറുക, തൊഴിലില്ലായ്മ എന്നാണ് പരിഹരിക്കപ്പെടുക, രാജ്യത്ത് അനതിവിദൂരഭാവിയിൽ ജനാധിപത്യം തന്നെ ഇല്ലാതാവുമോ, എന്നിങ്ങനെയുള്ള കാര്യങ്ങളാണ്.

ബ്രണ്ണനിലെ വിദ്യാർത്ഥിക്കൂട്ടായ്മയിൽ ഒന്നിലധികം തവണ ചർച്ച ചെയ്യപ്പെട്ട ഒരു വിഷയം, 'അകാല വാർധക്യം ബാധിച്ച ഇന്ത്യൻ യുവത്വം,' ആയിരുന്നു. അന്നത്തെ വിദ്യാർത്ഥികളിൽ ആലസ്യമോ ഉദാസീനതയോ കർമവൈമുഖ്യമോ ഒന്നും ഉണ്ടായിരുന്നില്ല. സാമൂഹ്യ രാഷ്ട്രീയ യാഥാർത്ഥ്യങ്ങളുടെ നേരെ സദാ ഉണർന്നിരിക്കുന്ന മനസ്സു തന്നെയായിരുന്നു അവരുടേത്. എന്നിട്ടുപോലും 'പോരാ, പോരാ' എന്ന തോന്നൽ, യുവജനങ്ങൾക്ക് ഉണ്ടാവേണ്ട അത്രയും ഊർജസ്വലത തങ്ങൾക്കുണ്ടാവുന്നില്ല എന്ന തോന്നൽ അവർക്കുണ്ടായിരുന്നു. അതുകൊണ്ടാണല്ലോ, 'അകാല വാർധക്യം ബാധിച്ച ഇന്ത്യൻ യുവത്വം,' എന്ന വിഷയത്തെക്കുറിച്ച് ചർച്ച ചെയ്യണമെന്ന് അവർക്കു തോന്നിയത്. ഏറ്റവും പുതിയ തലമുറ അങ്ങനെയൊരു വിഷയത്തിലേക്ക് വരില്ല. ഗൗരവപൂർണമായ സാഹിത്യവായനയും രാഷ്ട്രീയ ചർച്ചയും അവരിൽ ഭൂരിപക്ഷത്തിനും അന്യമാണ്, ഏത് വിഷയത്തെക്കുറിച്ചുള്ള സംസാരവും തികഞ്ഞ താല്പര്യക്കേടോടെ മാത്രമേ അവർ കേൾക്കൂ. എന്നാലും തങ്ങൾ നിരന്തരം പല പല കാര്യങ്ങളും ചെയ്തുകൊണ്ടിരിക്കുന്നുണ്ട് എന്ന തോന്നലിലാണവർ. മൊബൈലിൽ തങ്ങൾ നടത്തുന്ന വ്യവഹാരങ്ങൾ മാത്രമാണ് ആ തോന്നലിന് ആധാരം.

70–75 കാലത്ത് ബ്രണ്ണൻ ഉൾപ്പെടെ പല കോളേജ് കാമ്പസ്സുകളിലും മുഴങ്ങിക്കേട്ടിരുന്ന ഒരു മുദ്രാവാക്യമുണ്ട്:

"കലാലയങ്ങളിൽ നിന്നു തരും

ബിരുദം പീറക്കടലാസല്ലേ

അതുമായ് തെരുവിൽ തെണ്ടി നടക്കും

യുവചേതനയൊരു തീപ്പന്തം."

ഈ മുദ്രാവാക്യം കഴിഞ്ഞ നാല് പതിറ്റാണ്ടിലധികമായി കേൾക്കാറില്ല. തൊഴിലില്ലായ്മ ഇപ്പോഴും ഉണ്ട്. പക്ഷേ, എവിടെയെങ്കിലുമായി എങ്ങനെയെങ്കിലും ഒരു രക്ഷാമാർഗം കണ്ടെത്താനാവും എന്ന വിശ്വാസവും എല്ലാവർക്കുമുണ്ട്. പഴയ ആശങ്കകളും പ്രതീക്ഷാരാഹിത്യവുമെല്ലാം പുതിയ കോളേജ് വിദ്യാർത്ഥികളെ വിട്ടകന്നിരിക്കുന്നു. അതിന്റെ സ്ഥാനത്ത് മറ്റു ചില പ്രശ്നങ്ങളാണ് അവർക്കുള്ളത്. ഭാവിയെക്കുറിച്ച് ഗൗരവമായ ആലോചനകൾക്കൊന്നും അവർ തയ്യാറല്ല. പഠനത്തെ വളരെ ലാഘവത്തോടെ സമീപിക്കാൻ ചെറിയ ക്ലാസുകൾ തൊട്ടേ പരിശീലിപ്പിക്കപ്പെടുന്നതുകൊണ്ടാണെന്നു തോന്നുന്നു, ഒന്നിനും ഒരു പ്രാധാന്യവും അവർ കല്പിക്കില്ല. അവരും രാജ്യവും ഇന്നാട്ടിലെ മനുഷ്യർ ഇടപെടുന്ന വിവിധ വ്യവഹാരങ്ങളും നേരിട്ടുകൊണ്ടിരിക്കുന്ന പല പ്രശ്നങ്ങളെയും കണ്ണു തുറന്നു കാണാൻ അവരിൽ ഏറെപ്പേരും തയ്യാറേയല്ല. അതു തന്നെയാണോ അവരുടെ ഏറ്റവും വലിയ പ്രശ്നം? ഏത് വിഷയത്തെക്കുറിച്ച് നടക്കുന്ന ചർച്ചയായാലും കോളേജിനകത്ത് ഡിപ്പാർട്മെന്റ് നേരിട്ടു നടത്തുന്നതാണെങ്കിലോ, പോയില്ലെങ്കിൽ ബുദ്ധിമുട്ടായേക്കുമോ എന്ന തോന്നലുണ്ടാക്കുന്ന പരിപാടിയാണെങ്കിലോ അവർ ഇരുന്നുകൊടുക്കും. അല്ലാതുള്ള ഒരിടത്തും, വിഷയം എത്ര പ്രധാനപ്പെട്ടതാണെങ്കിലും, അവരുടെ സാന്നിധ്യം കാണാതിരിക്കെ മറ്റെന്താണ് ഊഹിക്കാനാവുക.

29

നിലവിലുള്ള പാഠ്യപദ്ധതിയെയും ബോധനരീതിയെയും വിമർശിക്കാൻ പുറപ്പെടുന്നവരെ മുഴുവൻ നാല്പതോ അമ്പതോ വർഷം മുമ്പുണ്ടായിരുന്നതിനെ തിരികെക്കൊണ്ടുവരാൻ ശ്രമിക്കുന്ന പഴഞ്ചന്മാർ എന്നു മുദ്രകുത്തി രക്ഷപ്പെടാൻ ശ്രമിക്കുന്ന പലരെയും കാണാം. കൺമുന്നിൽ സംഭവിച്ചുകൊണ്ടിരിക്കുന്നത് കാണാൻ തയ്യാറാവില്ല എന്ന തീർപ്പിന്റെ ഭാഗം മാത്രമാണ് അവരുടെ ഈ ശ്രമം.

1970 മുതൽ ഏതാണ്ട് 2000 വരെയുള്ള കാലത്ത് നമ്മുടെ അധ്യാപകർക്കും ബോർഡ് ഓഫ് സ്റ്റഡീസിനുമെല്ലാം പല പരിമിതികളുമുണ്ടായിരുന്നു. റഫറൻസ് സ്രോതസ്സുകൾ അന്നൊക്കെ നന്നേ കുറവായിരുന്നു. രാജ്യത്തിനു പുറത്ത് ഓരോ ജ്ഞാനമേഖലയിലും ഉണ്ടായിക്കൊണ്ടിരിക്കുന്ന വികാസപരിണാമങ്ങളെ അടുത്തറിയാനുള്ള സൗകര്യങ്ങളുടെ കാര്യവും വ്യത്യസ്തമല്ല. ആഗോളവൽക്കരണവുമായി കണ്ണി ചേർക്കപ്പെടാതെ തന്നെ ഈ പ്രശ്നങ്ങളെ മറികടന്നു പോവാൻ നമുക്ക് കഴിയേണ്ടതായിരുന്നില്ലേ എന്ന ചോദ്യത്തിന് സാമ്പത്തിക വിദഗ്ധന്മാരും സാങ്കേതിക വിദഗ്ധന്മാരും ഭരണകാര്യങ്ങളിൽ നല്ല പരിചയമുള്ളവരും തന്നെയാണ് മറുപടി പറയേണ്ടത്. 'ഈ പ്രവാഹത്തിലേക്ക് എടുത്തുചാടാതെ നിവൃത്തിയില്ല. നീന്താനറിയണം എന്നേയുള്ളു,' എന്ന് ഒരു മാർക്സിസ്റ്റ് സൈദ്ധാന്തികൻ തന്നെ പറഞ്ഞതാവാം ശരി. എന്തായാലും തൊണ്ണൂറുകളുടെ രണ്ടാം പകുതിയോടെയാണ് അറിവ് നേടുന്നതിലും ആശയവിനിമയത്തിലും നമുക്ക് പുതിയ പുതിയ വഴികൾ തുറന്നു കിട്ടുന്നു എന്ന തോന്നൽ പൊതുവായി ഉണ്ടായിത്തുടങ്ങിയത്. അനുഭവം അതാണ്. അസമത്വങ്ങൾ ഈ മേഖലയിലും തുടർന്നുകൊണ്ടിരിക്കുന്നു എന്നത് മറ്റൊരു വസ്തുതയാണ്.

ആഗോളവൽക്കരണത്തിന്റെ കാറ്റ് എല്ലാ മേഖലകളിലും ആഞ്ഞു വീശുന്നതിനു മുമ്പുള്ള കാലത്ത് ഇവിടെ രൂപപ്പെടുത്തിയ സിലബസ്സിന് തീർച്ചയായും പരിമിതികളുണ്ടായിരുന്നു. ലൈബ്രറികളിൽ നിന്ന് തപ്പിപ്പിടിച്ചെടുക്കുന്നതും തങ്ങളുടെ കയ്യിലുള്ളതുമായ പുസ്തകങ്ങളെ മാത്രം ആശ്രയിച്ച് അധ്യാപനം നടത്താൻ നിർബന്ധിതരായവർ അതിന്റെ വിഷമം നല്ലപോലെ അനുഭവിക്കുകയും ചെയ്തിരുന്നു. അങ്ങനെയൊക്കെയായിരുന്നെങ്കിലും തങ്ങളുടെ അറിവിലും നിയന്ത്രണത്തിലും പെടാത്ത കേന്ദ്രങ്ങളിൽ രൂപകല്പന ചെയ്യപ്പെടുന്ന ബോധനരീതി അവരുടെ അധ്യാപനത്തെ ബാധിച്ചിരുന്നില്ല. അറിവ് നേടുന്നതിലേറെ അറിവിന്റെ പ്രകടനത്തിലാണ് ശ്രദ്ധിക്കേണ്ടത് എന്ന തോന്നൽ വിദ്യാർത്ഥികളിൽ സൃഷ്ടിക്കാനായി അവർ ഒന്നും ചെയ്തിരുന്നുമില്ല. അല്പം നീണ്ട ഇടവേളകളിലാണെങ്കിലും സിലബസ്സിൽ ചെറിയ ചെറിയ മാറ്റങ്ങൾ വരുത്താൻ അവർ ശ്രദ്ധിക്കുകയും ചെയ്തിരുന്നു. എന്നിട്ടും ഭൂതകാലത്തിന്റെ ഭാരം താങ്ങാവുന്നതിലേറെ വഹിച്ചിരുന്നു, അന്നത്തെ സിലബസ്. രാജ്യത്തിനകത്തു തന്നെ സാഹിത്യത്തിലും സാംസ്കാരിക മേഖലയിലും രാഷ്ട്രീയ ദർശനത്തിന്റെ മണ്ഡലത്തിലും സംഭവിച്ചു കൊണ്ടിരുന്ന മാറ്റങ്ങളെ ഉൾക്കൊള്ളുന്നതിലും അത് ജാഗ്രത പുലർത്തിയിരുന്നില്ല. മുഖ്യമായും മലയാളം ബി. എ, എം. എ സിലബസ്സിനെ ഉദ്ദേശിച്ചു തന്നെയാണ്

ഞാനിത് പറയുന്നത്. മറ്റു വിഷയങ്ങളുടെ കാര്യത്തിൽ വളരെ വ്യത്യസ്തമായിരുന്നു സ്ഥിതി എന്നു കരുതാനാവില്ല.

കേരളത്തിലെ വിദ്യാഭ്യാസത്തെ ഉയർന്ന നിലവാരത്തിലെത്തിക്കാൻ അനുകൂലമായ സാഹചര്യമാണ് പുതുപുത്തൻ അറിവുകളുടെ ലഭ്യതയിലുണ്ടായിരിക്കുന്ന അത്ഭുതകരമായ വർധനവിലൂടെ യാഥാർത്ഥ്യമായിത്തീർന്നിരിക്കുന്നത്. പക്ഷേ, ഇന്നാട്ടിലെ അധ്യാപകരും മുതിർന്ന വിദ്യാർത്ഥികളും വിദ്യാഭ്യാസവിചക്ഷണരും കൂട്ടായി ആലോചിച്ച് പാഠ്യപദ്ധതിയും സിലബസ്സും ബോധനരീതിയും സ്വതന്ത്രമായി മാറ്റിപ്പണിയുന്നതിലൂടെ മാത്രമേ ഈ സാഹചര്യങ്ങളുടെ ഫലപ്രദമായ വിനിയോഗം സാധ്യമാവൂ. അത് ചെയ്യുന്നതിനു പകരം ഇവിടെ അനുകൂലഫലമുണ്ടാക്കുന്നില്ലെന്ന് വലിയൊരു വിഭാഗം അധ്യാപകർക്കും ഇതിനകം ബോധ്യപ്പെട്ടു കഴിഞ്ഞിരിക്കുന്ന സിദ്ധാന്തങ്ങളുടെയും ബോധനരീതിയുടെയും പ്രയോഗം തുടർന്നുകൊണ്ടുപോവുന്നതുകൊണ്ട് ഒന്നും നേടാനില്ല. പല വിദേശരാജ്യങ്ങളിലും ഇതുതന്നെയാണ് അനുഭവം എന്നാണ് മനസ്സിലാക്കാനാവുന്നത്. പക്ഷേ, വിദ്യാർത്ഥിയുടെ ജ്ഞാനോൽപാദനശേഷിയിലുള്ള ന്യായീകരണം സാധ്യമല്ലാത്ത വിധത്തിലുള്ളതും ഫലത്തിൽ ഉദാസീനതയോളമെത്തുന്നതുമായ അമിതവിശ്വാസം, അധ്യാപകൻ തെറ്റുകൾ തിരുത്തിക്കാണിക്കുക പോലും ചെയ്യാതെ വിദ്യാർത്ഥികൾക്ക് ക്ലാസ്റൂമിൽ പരമാവധി സ്വാതന്ത്ര്യം നൽകുന്നതും മന:പാഠം പഠിക്കുന്നത് വിലക്കുന്നതും പഠനത്തിന്റെ നിലവാരം ഉയർത്തും എന്നും മറ്റുമുള്ള ആശയങ്ങൾ ഇവയൊക്കെയും കാല്പനികം മാത്രമല്ല കടുത്ത വിപരീതഫലം ചെയ്യുന്നതുമാണെന്ന നിരീക്ഷണം അവിടങ്ങളിൽ ശക്തിപ്പെട്ടു തുടങ്ങിയിട്ടുണ്ട്.

ഓരോ വിഷയത്തിന്റെയും ഉള്ളടക്കത്തെക്കുറിച്ചുള്ള പരികല്പനയിൽ വന്നുചേർന്ന മാറ്റങ്ങളും ജീവിതത്തിന്റെ സമസ്തമേഖലകളിലും സംഭവിച്ച മാറ്റങ്ങളും കണക്കിലെടുത്തുകൊണ്ടു തന്നെയാണ് വിദ്യാഭ്യാസമേഖലയിൽ പരിഷ്കരണങ്ങൾ കൊണ്ടുവരേണ്ടത്. ശാസ്ത്രസാങ്കേതികമേഖലയ്ക്ക് സംഭവിച്ച വളർച്ചയെ മനസ്സിലാക്കി ഉൾക്കൊള്ളുന്നതോടെ എല്ലാം പൂർണ്ണമാകുമെന്ന് ധരിക്കരുത്. താൽക്കാലിക ഭ്രമങ്ങൾ നമ്മെ നയിക്കുകയുമരുത്. ഭാഷയും സാഹിത്യവും മാനവികവിഷയങ്ങളുമെല്ലാം പുതിയ കാലത്ത് ടെക്നോളജിക്കും ബിസിനസ് സയൻസിനും വഴങ്ങണമെന്നു പറയുന്നതിൽ ഒട്ടും ശാസ്ത്രീയതയില്ല. ഓരോ വിഷയത്തിന്റെയും സ്വച്ഛവും സ്വതന്ത്രവുമായ വളർച്ച ഉറപ്പു വരുത്താത്തതുകൊണ്ടാണ് പല കോളേജുകൾക്കും മാത്തമാറ്റിക്സ്, ഫിസിക്സ് എന്നീ വിഷയങ്ങൾക്കുപോലും

കുട്ടികളെ കിട്ടാൻ വിഷമിക്കേണ്ടിവരുന്നത്. 'നിങ്ങൾ തൊഴിൽ മാർക്കറ്റിൽ സ്വയം വിൽക്കേണ്ടവരാണ്. വാങ്ങുന്നവരെ തൃപ്തിപ്പെടുത്തുന്നതിനുള്ള ഉപായങ്ങളാണ് ആദ്യം പഠിച്ചെടുക്കേണ്ടത്,' എന്ന് ബോധ്യപ്പെടുത്തപ്പെടുന്ന വിദ്യാർത്ഥി ഏത് വിഷയത്തെയാണ് ആത്മാർത്ഥമായി സമീപിക്കുക.

30

1972-ൽ തന്നെയാണെന്നാണ് ഓർമ, ബ്രണ്ണൻ കോളേജ് ജനറൽ ലൈബ്രറിയിൽ പുതുതായി വാങ്ങിയ പുസ്തകങ്ങൾ റജിസ്റ്ററിൽ ചേർക്കുന്നതിന് വാസു അണ്ണൻ എന്നു വിളിക്കപ്പെട്ടിരുന്ന ലൈബ്രേറിയനെ ഞാനും സഹായിച്ചിരുന്നു. പല രാത്രികളിലും ഏറെ താല്പര്യപൂർവമാണ് ആ പണി ചെയ്തത്. ലൈബ്രറിയുമായി അങ്ങനെയൊരു ബന്ധം ഇല്ലായിരുന്നെങ്കിൽ Down and out in Paris and London (George Orwel)l, Inside Asia (John Gunther), The struggle of the modern (Stephen Spender), എന്നീ പുസ്തകങ്ങൾ അക്കാലത്തു തന്നെ ഞാൻ വായിക്കാനിടയില്ല. വളരെയേറെ കൗതുകം തോന്നിച്ച മറ്റൊരു പുസ്തകവും അവിചാരിതമായി അന്നത്തെ വായനയിൽ വന്നു. 'All too Human' എന്നാണ് പുസ്തകത്തിന്റെ പേര്. ഇത് കണ്ണൂരിൽ ജോലി ചെയ്തിരുന്ന ഒരു ഡോക്ടർ എഴുതിയതാണ്. അദ്ദേഹത്തിന്റെ പേര് ഓർത്തെടുക്കാനാവുന്നില്ല. പിന്നീട് ബ്രണ്ണൻ കോളേജ് ജനറൽ ലൈബ്രറിയിൽ പരതി നോക്കിയിട്ടും മറ്റു പലേടത്തും അന്വേഷിച്ചിട്ടും പുസ്തകം കിട്ടിയതുമില്ല. കണ്ണൂരിൽ ജോലിയിലിരിക്കെ കാണാനിടയായ കരിമ്പിൽ കുഞ്ഞിമാണി എന്ന സ്ത്രീയോട് ഇഷ്ടം തോന്നി അവളെ വിവാഹം കഴിച്ച് ലണ്ടനിൽ കൊണ്ടുപോയ കാര്യം All too Human ൽ ഡോക്ടർ എഴുതിയിട്ടുണ്ട്. പുസ്തകത്തിലെ ഏറ്റവും കൗതുകകരമായി തോന്നിയ സംഭവം അതാണ്.

തലശ്ശേരിക്കാരേക്കാൾ കൂടുതൽ സായിപ്പന്മാരോട് അടുപ്പം പുലർത്തിയിരുന്നത് കണ്ണൂർക്കാരാണ്. ഇപ്പോൾ എൺപതു കഴിഞ്ഞവരുടെ തലമുറയിലെ ഇടത്തരക്കാരിൽതന്നെ മേൽത്തട്ടുകാരായ പലരും ഇംഗ്ലീഷ് സംസാരിക്കുന്നത് വലിയ അന്തസ്സായി കരുതിയിരുന്നു. ഇംഗ്ലീഷ് പുസ്തകങ്ങളുടെ വായനയിൽ പക്ഷേ അവർ അല്പം പോലും താൽപര്യം കാണിക്കുന്നതായി കണ്ടിട്ടില്ല. അതേസമയം, Hindu പത്രത്തിൽ വന്ന വാർത്തകളെപ്പറ്റി സംസാരിക്കുന്നതിൽ അഭിമാനവും ആഹ്ലാദവും കണ്ടെത്തിയിരുന്നു. ഒരിക്കൽ രാജ്യം ഭരിച്ചിരുന്ന സാമ്രാജ്യശക്തിയോടുള്ള ആദരവും വിധേയത്വവും തന്നെയാണ് അവരെ

ഇംഗ്ലീഷിനോട് അടുപ്പിച്ച നിർത്തിയത്. അല്ലായിരുന്നുവെങ്കിൽ ഇംഗ്ലീഷ് ഭാഷയിലെ സാഹിത്യത്തെയും അവർ സ്നേഹിക്കേണ്ടതായിരുന്നു.

ഇംഗ്ലീഷ് അറിഞ്ഞു കൂടാത്തവരും സായിപ്പന്മാരുമായി ഏതെങ്കിലും തരത്തിൽ നേരിട്ട ബന്ധപ്പെടാൻ സാധ്യത ലഭിക്കാത്തവരും ഇക്കൂട്ടരുടെ ഇംഗ്ലീഷിനെ Butler English എന്നു കളിയാക്കിയിരുന്നു. ഇംഗ്ലീഷുകാരുടെ ബംഗ്ളാവുകൾ വൃത്തിയായി സൂക്ഷിക്കുകയും മുഖ്യ പാചകക്കാരന്റെയും വിളമ്പുകാരന്റെയുമൊക്കെ റോളിൽ പ്രവർത്തിക്കുകയും ചെയ്തിരുന്നവരെയാണല്ലോ ബട്ലർ എന്നു വിളിച്ചിരുന്നത്. നിത്യോപയോഗത്തിൽ ആവശ്യമായി വരുന്ന ഇംഗ്ലീഷ് വാക്കുകളെല്ലാം ഉപയോഗിക്കാനും ചെറിയ ഇംഗ്ലീഷ് വാക്യങ്ങൾ വ്യാകരണപ്പിശകില്ലാതെ ആത്മവിശ്വാസത്തോടെ പറയാനും ബട്ലർമാർക്ക് കഴിഞ്ഞിരുന്നു. സ്വന്തം കുട്ടികളെ വൃത്തിയായി വസ്ത്രം ധരിപ്പിക്കുന്നിതിലും ഇംഗ്ലീഷ് പറഞ്ഞു ശീലിപ്പിക്കുന്നതിലും അവർ മനസ്സ് വെക്കുകയും ചെയ്തിരുന്നു.

കണ്ണൂരിലെയും നഗരത്തിനടുത്തുള്ള മറ്റു ചില പ്രദേശങ്ങളിലെയും പഴയകാല ഇംഗ്ലീഷ് പ്രേമികളിൽ ചിലരെ പരിചയപ്പെടാൻ സ്കൂൾ വിദ്യാർത്ഥിയായിരിക്കെത്തന്നെ എനിക്ക് അവസരം കൈവന്നിരുന്നു. അവരുടെ പെരുമാറ്റം ഉപചാരപൂർവമായി തോന്നിയിരുന്നെങ്കിലും വ്യക്തിബന്ധത്തെ അത് ബാധിക്കുന്നതായി അനുഭവപ്പെട്ടിരുന്നില്ല. പലരും പറയത്തക്ക കാപട്യങ്ങളും സാമർത്ഥ്യവും ഇല്ലാത്ത മനുഷ്യരായിരുന്നു. ജീവിതം ഇത്രയൊന്നും മത്സരാധിഷ്ഠിതമല്ലാതിരുന്നതു കൊണ്ടാണ് അവർക്കൊക്കെ അതിജീവനം സാധ്യമായത് എന്നു പോലും പിൽക്കാലത്ത് ഞാൻ ആലോചിച്ചിട്ടുണ്ട്. പല കാരണങ്ങളാൽ അവരുമായി തുടർച്ചയായി ബന്ധപ്പെടാൻ കഴിഞ്ഞില്ല. അവരിൽ ഒട്ടുമിക്കയാളുകളും മരിച്ചു കഴിഞ്ഞു. കണ്ണൂർ നഗരത്തിന്റെ ചില ഭാഗങ്ങളിലൂടെ നടക്കുമ്പോൾ അവർ ഓർമയിലെത്തും. അത് വലിയ മനോവേദനയുണ്ടാക്കുകയും ചെയ്യും.

കണ്ണൂർക്കാർക്കല്ല തലശ്ശേരിക്കാർക്കാണ് ഇംഗ്ലീഷുകാരുമായി അധികം ബന്ധമുണ്ടായിരുന്നത് എന്ന അഭിപ്രായം പലർക്കുമുണ്ട്. വടക്കേ മലബാറിന്റെ തലസ്ഥാനമായിരുന്ന തലശ്ശേരിയെ 1866-ൽ തന്നെ ബ്രിട്ടീഷ് ഗവണ്മെന്റ് മുനിസിപ്പാലിറ്റിയാക്കി ഉയർത്തിയിരുന്നു. തലശ്ശേരി കമ്മീഷൻ എന്നായിരുന്നു അന്ന് മുനിസിപ്പാലിറ്റിയുടെ പേര്. മലബാർ കലക്ടറായിരുന്ന ജി. എം. ബെല്ലാർഡ് ആയിരുന്നു തലശ്ശേരി മുനിസിപ്പൽ കമ്മീഷന്റെ ആദ്യത്തെ പ്രസിഡന്റ്. പിന്നീട് എ. എഫ്. ലമറാൾ എന്ന യൂറോപ്യൻ ബാരിസ്റ്റർ തലശ്ശേരിയുടെ ആദ്യത്തെ മുനിസിപ്പൽ ചെയർമാനായി. ഇങ്ങനെ ബ്രിട്ടീഷുകാർ

അധികാരികളായിരുന്ന ഭരണ സിരാകേന്ദ്രവുമായി അടുത്തു പെരു മാറാനുള്ള സൗകര്യം കൈവന്നവരെന്ന നിലയ്ക്ക് തലശ്ശേരിക്കാർക്ക് ഇംഗ്ലീഷുകാരുമായി കൂടുതൽ ബന്ധമുണ്ടായിരുന്നു എന്നു പറയാം. തലശ്ശേരിയിലും പരിസരപ്രദേശങ്ങളിലും പല സായിപ്പന്മാരും താമ സിച്ചിരുന്നു. ധർമടം ഗ്രാമത്തിലും ഒരു കാലത്ത് കുതിരപ്പുറത്തു കയറി പ്പോവുന്ന സായിപ്പന്മാരുണ്ടായിരുന്നുവെന്ന് തങ്ങളുടെ രക്ഷിതാക്കൾ പറഞ്ഞിരുന്നതായി പ്രായമായ ചില ധർമടക്കാർ ഓർത്തെടുത്തു പറയുന്നതു കേട്ടിട്ടുണ്ട്. കണ്ണൂരിൽ ഉള്ള അത്രയുമില്ലെങ്കിലും തലശ്ശേരി യിലും ആംഗ്ലോ ഇന്ത്യക്കാർ ഉണ്ടായിരുന്നു. 2015 ജൂലൈയിൽ ഇന്ത്യൻ പാർലിമന്റിലെ ആംഗ്ളോ ഇന്ത്യൻ പ്രതിനിധിയായി നോമിനേറ്റു ചെയ്യ പ്പെട്ട പ്രൊഫ. റിച്ചാഡ് ഹേ ബ്രണ്ണൻ കോളേജിലെ കോമേഴ്സ് വിഭാഗം അധ്യാപകനായിരുന്ന തലശ്ശേരിക്കാരനായിരുന്നു.

ഇതെല്ലാം വസ്തുതകളായിരിക്കെത്തന്നെ ബ്രിട്ടീഷുകാരോടും ഇംഗ്ലീഷ് ഭാഷയോടുമുള്ള വിധേയത്വസ്വഭാവമുള്ള അടുപ്പം സ്വാതന്ത്ര്യലബ്ധിക്കുശേ ഷവും കുറേക്കാലം ഉലയാതെ സൂക്ഷിച്ച ഇടത്തരക്കാർ എണ്ണത്തിൽ കൂടുതലായിരുന്നത് കണ്ണൂരിൽത്തന്നെയാണെന്നു തോന്നുന്നു.

31

ഒരു കാലത്ത്, ഒരു പ്രായത്തിൽ ഒരാൾ കേവലം തമാശയായി ചെയ്തുകൂട്ടുന്ന പലതിലും പരപീഡനത്തിലുള്ള താൽപര്യവും മറ്റൊരു മനുഷ്യജീവിയുടെ ഏറ്റവും പ്രാഥമികമായ അവകാശങ്ങളുടെ നേർക്കുള്ള കടുത്ത അവഗണനയുമെല്ലാം ഉൾച്ചേർന്നിരുന്നു എന്ന വാസ്തവത്തിലേ ക്കു നാം ഉണരുന്നത് ദശകങ്ങൾ കഴിഞ്ഞു തന്നെയാകാം. അങ്ങനെ യുള്ള ഒരു സംഭവത്തെക്കുറിച്ചുള്ളതാണ് ഈ കുറിപ്പ്.

1973 അക്കാഡമിക് വർഷം. ഒന്നാം വർഷ പ്രീഡിഗ്രി ക്ലാസ് തുടങ്ങി യിട്ട് ഏതാനും ദിവസങ്ങളേ ആയുള്ളൂ. ഒരു ദിവസം സന്ധ്യക്ക് ഹോസ്റ്റൽ അന്തേവാസികളിലൊരാളുടെ മുറിയിലേക്കു പോയപ്പോൾ വിചിത്രമായ ഒരു കാഴ്ച കണ്ടു. ഞാൻ കാണാൻ പോയ സുഹൃത്ത് പൂർണനഗ്നനായി, രോമവളർച്ച സമൃദ്ധമായുള്ള തന്റെ ശരീരവും പ്രദർശിപ്പിച്ചുകൊണ്ട് ഒറ്റക്കാലിൽ നിൽക്കുകയായിരുന്നു. അയാളെക്കൂടാതെ അപ്പോൾ ആ മുറിയിൽ ഹോസ്റ്റലിലെ പുതിയ താമസക്കാരിലൊരാൾ മാത്രമേ ഉണ്ടാ യിരുന്നുള്ളൂ, ഒരു ഫസ്റ്റ് പി. ഡി. സിക്കാരൻ. ആ പാവത്താൻ നഗ്നനായി നിൽക്കുന്ന ആളുടെ മുന്നിൽ മുട്ടുകുത്തി തലകുനിച്ച് നിൽക്കുകയായി രുന്നു. എന്നെക്കണ്ടപ്പോൾ പുറത്തു പോയ്ക്കൊള്ളാൻ സുഹൃത്ത് കണ്ണു കൊണ്ട് ആംഗ്യം കാണിച്ചു. എന്തോ ഒരു തമാശയൊപ്പിക്കുകയാവും

എന്നറപ്പിച്ച്, കാര്യമെന്തെന്നന്വേഷിക്കാതെ ഞാൻ പുറത്തുപോവുകയും ചെയ്തു. കുറച്ചുനേരം കഴിഞ്ഞ് ഹോസ്റ്റൽ വരാന്തയിൽ സാധാരണവേഷത്തിൽക്കണ്ട സുഹൃത്തിനോട് നേരത്തേ കണ്ട സംഗതി എന്താണെന്നു ഞാൻ ചോദിച്ചപ്പോൾ അവൻ പറഞ്ഞു: "ഓൻ ആളൊരു പാവാ. ഒരു കാട്ടുമൂലക്ക്ന്നാ വെര്ന്ന്. കോളേജിലെത്തിയതിന്റെ ബേജാറ് മാറീറ്റില്ല. പിന്നെ, ഈട റാഗിംഗെല്ലംണ്ടാവുന്നു പറഞ്ഞ് ആരല്ലോ പേടിപ്പിച്ച് വിട്ടിറ്റ്ണ്ട്. ഓന് ഒരു മന്ത്രവാദീന്റെയോ സന്ന്യാസീന്റെയോ മറ്റോ സഹായം കിട്ട്ന്നത് നല്ലതാന്നെനക്ക് തോന്നി. ഞാൻ അജ്ജാതിയൊരു വേന്ദ്രനാന്ന് ഓനെ ബോധ്യപ്പെടുത്തി എന്റെ ശിഷ്യനാക്കീറ്റ്ണ്ട്. അയിന്റെ കളിയാ നേരത്തേ കണ്ടത്. നോക്കിക്കോ, എനി ഓൻ ഒരുത്തനേം പേടിക്കുല്ല."

ഒരു കുഗ്രാമത്തിലെ ദരിദ്രമായ വീട്ടിൽ നിന്നു വന്ന ആ പാവത്താന് ഈ ശിഷ്യത്വം കൊണ്ട് അല്പമായ ഗുണമെങ്കിലും കിട്ടിയിരുന്നോ എന്നറിയില്ല. എന്തായാലും അവൻ തനി പാവമായിത്തന്നെ തുടർന്നു. ആരെയും അവൻ ഉപദ്രവിച്ചില്ല. ആരും അവനെയും.

32

1970-ൽ ഞാൻ ബ്രണ്ണൻ കോളേജിൽ ചേരുമ്പോൾ 40 പൈസയ്ക്ക് കോളേജ് കാന്റീനിൽ നിന്ന് ഉച്ചയൂണ് കിട്ടുമായിരുന്നു. പുറത്തു നിന്ന് കഴിച്ചാൽ 60 പൈസ. പൊരിച്ച മീൻ(മിക്കവാറും മത്തി)വാങ്ങി ഊണിന് നിലവാരം വർധിപ്പിച്ചാൽ 80 പൈസ. രാവിലത്തെ ചായകുടി മിക്കപ്പോഴും 30–40 പൈസയിൽ നിൽക്കും. വൈകുന്നേരത്തേതിന് 20 അല്ലെങ്കിൽ 30 പൈസ. രാത്രി ഭക്ഷണം ചിറക്കുനിയിലെ ശൈലജ, ലക്ഷ്മണ വിലാസ് എന്നീ ഹോട്ടലുകളിലൊന്നിൽ. അതിനു വേണ്ടി വരുന്ന 60–80 പൈസ കൂടി കണക്കു കൂട്ടിയാൽ പരമാവധി രണ്ടരയുറുപ്പിക. കോളേജ് വ്യൂ ലോഡ്ജിൽ മുറിവാടക 15 രൂപയായിരുന്നു. 100 രൂപ കയ്യിലുണ്ടെങ്കിൽ ഒരു മാസത്തെ ജീവിതം അല്ലലില്ലാതെ പോവും. പക്ഷേ, 100 രൂപ അന്ന് ഭൂരിപക്ഷം പേരെ സംബന്ധിച്ചിടത്തോളവും വലിയ തുക തന്നെയായിരുന്നു, വീട്ടിൽ നിന്ന് മാസം തോറും 30 രൂപ മാത്രം കിട്ടുന്നവരും 50 കിട്ടുന്നവരും ഉണ്ടായിരുന്നു. ചുരുക്കം ചിലർക്കേ 80 രൂപ കയ്യിൽ വന്നിരുന്നുള്ളൂ. അപൂർവം ചിലർ മാത്രമാണ് 100 രൂപയുടെ സൗഭാഗ്യം അനുഭവിച്ചത്. അവരൊഴിച്ചുള്ളവർ തിരിഞ്ഞും മറിഞ്ഞും ജീവിച്ചു എന്നോ ആ കാലം എങ്ങനെയോ കഴിച്ചുകൂട്ടി എന്നോ അല്ലാതെ എന്താണ് പറയുക.

ഈ ദാരിദ്ര്യത്തിനിടയിലും കോളേജ് ജീവിതത്തെ സ്നേഹിക്കാൻ മഹാഭൂരിപക്ഷത്തിനും കഴിഞ്ഞിരുന്നു. കോളേജിനോട്, വൈവിധ്യപൂർണവും ചലനാത്മകതയുടെ സൗന്ദര്യം നേരിട്ടനുഭവപ്പെടുത്തുന്നതുമായ അവിടത്തെ ജീവിതത്തോട് മൊത്തത്തിൽ തോന്നിയ ഇഷ്ടം തന്നെ പ്രധാന കാരണം. പിന്നെ നിത്യവും ഓരോരോ തമാശയൊപ്പിക്കാൻ, കഴിയുന്നവരുമായുള്ള കൂട്ട്. ആർക്കും പ്രതീക്ഷിക്കാനാവാത്ത വിധത്തിലാണ് (പലപ്പോഴും ചെറിയ സാഹസികതയിലൂടെ തന്നെ) ചിലർ തമാശയ്ക്കുള്ള വഴി കണ്ടെത്തിയത്.

ഒരനുഭവം പറയാം:

ജനുവരി ആദ്യവാരത്തിലെ ഒരു രാത്രി. സാധാരണ അനുഭവപ്പെടാറുള്ളതിന്റെ ഇരട്ടിയായിരുന്നു അന്നു രാത്രിയിലെ തണുപ്പ്. മണി പതിനൊന്നു കഴിഞ്ഞിരിക്കണം. കോളേജ് വ്യൂ ലോഡ്ജിലെ ചിലരൊക്കെ മൂടിപ്പുതച്ചുകിടന്ന് ഉറങ്ങുകയാണ്. ഉണർന്നിരിക്കുന്നവർക്ക് തണുപ്പ് വല്ലാതെ അസഹ്യമായപ്പോൾ ഒരു സുഹൃത്ത് പറഞ്ഞു: "വാടാ, എല്ലാരും വാ, നമ്മക്ക് രണ്ട് മുദ്രാവാക്യം വിളിച്ച് നടന്നിട്ട് വരാം."ഉറക്കത്തിലേക്ക് ചാഞ്ഞവരൊഴിച്ചുള്ള എല്ലാവരും കൂടി പുറത്ത് റോഡിലേക്കിറങ്ങി. പിന്നെ കൂട്ടം ചേർന്ന് ഒരു ജാഥ. 'തണുപ്പ് ഉടൻ മാറ്റുക' എന്ന മുദ്രാവാക്യവും ഭജനയുടെ സ്റ്റൈലിൽ അന്നേരം ഉണ്ടാക്കിയെടുത്ത ചില വരികളുടെ ആലാപനവുമായി നേരെ ഓഡിറ്റോറിയത്തിന്റെ ഭാഗത്തേക്ക്. അതിന്റെ തെക്കുഭാഗത്ത് സൗകര്യപ്രദമായി ലേഡീസ് ഹോസ്റ്റൽ കാണാവുന്നിടത്തു നിന്ന് പാട്ടു തുടർന്നു. മുദ്രാവാക്യംവിളി അപ്പോഴേക്കും ഉപേക്ഷിച്ചിരുന്നു. കുറച്ചു നേരം അങ്ങനെ നിന്നിരിക്കണം. ലേഡീസ് ഹോസ്റ്റലിലെ വെളിച്ചമുള്ള ജാലകങ്ങളിലെല്ലാം കമ്പികൾക്കപ്പുറം മുഖങ്ങൾ പ്രത്യക്ഷപ്പെട്ടു കഴിഞ്ഞിരുന്നു. ആ തണുപ്പത്രയും സഹിച്ച്, അത്രയും ദൂരം താണ്ടി അവിടംവരെ എത്തി ലേഡീസ് ഹോസ്റ്റൽ കണ്ടതിന്റെ സന്തോഷം വിളിച്ചറിയിക്കുന്ന ഏതാനും വരികൾ രണ്ടോ മൂന്നോ തവണ ആവർത്തിച്ചു പാടിയാണ് പരിപാടി അവസാനിപ്പിച്ചത്. 'കണ്ടു സന്തോഷിച്ചു, ഹായ്, സന്തോഷിച്ചു,' എന്നുള്ളതായിരുന്നു ആ വരികളിലെ അവസാന വാക്കുകൾ.

പാട്ടില്ലാതെ തമാശപറച്ചിലുകളും ഉച്ചത്തിലുള്ള ചിരിയും മാത്രമായി മടങ്ങുമ്പോഴേക്കും തണുപ്പു മാറി അത്യാവശ്യം ചൂട് കിട്ടിക്കഴിഞ്ഞിരുന്നു.

33

ഞാൻ വിദ്യാർത്ഥിയായി ബ്രണ്ണനിലെത്തിയപ്പോൾ ആദ്യം കേട്ടത് ഒരു നവാഗതനെ ശരിക്കും പേടിപ്പെടുത്തുന്ന കുറേ കഥകളാണ്.

പ്രസിദ്ധരായ മൂന്ന് റൗഡികൾ കോളേജിലുണ്ടായിരുന്നു. പണ്ടൊന്നുമല്ല. 1967–68 കാലത്തോ അതിനു മുമ്പുള്ള കാലത്തോ. അവരെ പേടിച്ചാണ് എല്ലാവരും നടന്നിരുന്നത്. കോളേജ് ഡേ പരിപാടികൾ കലക്കുക, കുടത്തിൽ ചേരയെ കൊണ്ടുവന്ന് പെൺകുട്ടികൾ ഇരിക്കുന്ന ഭാഗത്ത് തുറന്നുവിട്ട് പരിഭ്രാന്തി പരത്തുക, പ്രിൻസിപ്പാളിനെ അദ്ദേഹം ഇരിക്കുന്ന കസേരയോടു കൂടി പൊക്കി താഴെ കൊണ്ടുവരിക, ശ്രീധരേട്ടന്റെ പീടികയിൽ നിന്ന് പ്രിൻസിപ്പാളിന്റെ മുറിയിലേക്ക് ചായയും കൊണ്ടു പോകുന്ന പയ്യന്റെ കയ്യിൽ നിന്ന് കെറ്റിൽ പിടിച്ചു വാങ്ങി ചായ പുറത്തു കളഞ്ഞ് പകരം ചാരായം ഒഴിച്ച് കൊടുത്തയക്കുക, അങ്ങനെ പിന്നീടുള്ള കാലത്ത് ആലോചിക്കുമ്പോൾ ഇതൊക്കെ നടന്നിട്ടുണ്ടാവുമോ എന്നു തോന്നിപ്പോവുന്നകാര്യങ്ങളാണ് ആ മൂവർസംഘം ചെയ്തുകൂട്ടിയത്. അവർ എന്തിനായിരിക്കും അങ്ങനെയൊക്കെ ചെയ്തിട്ടുണ്ടാവുക. ഇന്ന് നമുക്ക് ഊഹിച്ചെടുക്കാൻ കഴിയാത്ത പലതുമാവാം അവരെ അതിനെ പ്രേരിപ്പിച്ചിരിക്കുക.

ഈ റൗഡികളിൽ ഒരാളെ മാത്രമേ ഞാൻ കണ്ടിട്ടുള്ളൂ. അത് 1975-ലായിരുന്നിരിക്കണം. കോഴിക്കോട്ടെ ഒരു ഹോട്ടലിൽ ചില സിൽബന്ദികളോടൊപ്പമിരുന്ന് അലസമായി ചായ കുടിക്കുകയായിരുന്നു അയാൾ. എന്റെ കൂടെയുണ്ടായിരുന്ന ആൾ ശബ്ദം താഴ്ത്തി അയാളുടെ പേര് പറഞ്ഞിട്ട് ചോദിച്ചു: "കേട്ടിട്ടില്ലേ?" ഞാൻ തല കുലുക്കി. "എന്നാ കണ്ടോ. ആ കക്ഷി തന്നെയാണിത്."കാഴ്ചയിൽ അയാളിൽ ഒരു ഭീകരതയും ഉള്ളതായി എനിക്കു തോന്നിയില്ല. ആ പ്രായത്തിലുള്ള മറ്റാരെയും പോലെ ഉള്ള ഒരാൾ.

ആൺകുട്ടികളെപ്പറ്റി മാത്രമല്ല പെൺകുട്ടികളെപ്പറ്റിയും പല വിചിത്ര കഥകളും കേട്ടിരുന്നു. ആരെയും പേടിയില്ലാത്തവരായി അവർക്കിടയിലും ഉണ്ടായിരുന്നുവത്രെ രണ്ടുമൂന്നു പേർ. അവരിലൊരാൾ ഒരു ദിവസം ഒരോലക്കുടയും പിടിച്ച് കോളേജിലേക്ക് കയറിച്ചെന്നു. സ്വാഭാവികമായും കൂവലും വിളിയും കമന്റടിയുമായി ഒരുപാടുപേർ പിന്നാലെ കൂടി. ഒടുവിൽ ഈ വിദ്യാർത്ഥിനി കുടയുമായി നേരെ പ്രിൻസിപ്പാളിന്റെ മുറിയിലേക്കു കയറിയിട്ട് പറഞ്ഞു: "സാർ ഇത് പുറത്തെവിടെയും വെക്കാൻ പറ്റില്ല. പിടിച്ചു വലിച്ചും ഇതിനുമേൽ കുത്തിയും ഇതിന്റെ പണി കഴിക്കും. അതുകൊണ്ട് വൈകുന്നേരം കോളേജ് വിടുന്നതുവരെ ഈ കുട ഇവിടെ വെക്കാൻ സമ്മതിക്കണം."

ആരോ ഉണ്ടാക്കിയ ഒരു തമാശക്കഥ മാത്രമായേ ഇന്നിപ്പോൾ ഈ സംഭവത്തെ നമുക്ക് സങ്കല്പിക്കാനാവൂ. പക്ഷേ, അത്

അങ്ങനെയായിരുന്നില്ല, സത്യം തന്നെയാണ് എന്നാണ് രണ്ടുമൂന്നു പേർ എന്നോടു പറഞ്ഞത്.

കോളേജ്കോമ്പൗണ്ടിൽ ഒരു കാലത്ത് വലിയ മരങ്ങളും കുറ്റിച്ചെടികളുമൊക്കെ വളർന്നു നിന്ന നന്നേ ചെറുതല്ലാത്ത ഒരു ഭാഗമുണ്ടായിരുന്നു. 'ശാന്തിവനം' എന്നു വിളിക്കപ്പെട്ടിരുന്ന ആ സ്ഥലത്ത് പിന്നീട് പുതിയ കെട്ടിടങ്ങൾ വന്നു. പഴയ ഡിപ്പാർട്ടുമെന്റുകളിൽ ചിലത് അങ്ങോട്ടു മാറ്റി. അതോടെ വനം പേരിൽ മാത്രമായി. ആരെയും കൂസാത്ത ചില ആൺകുട്ടികളും പെൺകുട്ടികളും സ്വതന്ത്രവിഹാരങ്ങൾക്ക് പോയിരുന്ന ഒരു സ്ഥലമായിട്ടാണ് 'ശാന്തിവനം'പണ്ട് അറിയപ്പെട്ടിരുന്നത്. പക്ഷേ, പഴയ കാലത്ത് ബ്രണ്ണനിൽ വിദ്യാർത്ഥികളായിരുന്നവരോട് ചോദിച്ചാൽ ആൺപെൺ ഭേദമില്ലാതെ കിട്ടുന്ന ഉത്തരം മിക്കവാറും ഒന്നു തന്നെയായിരിക്കും: "ങ്ഹാ, അങ്ങനെയൊരു സ്ഥലമുള്ളതായി കേട്ടിട്ടുണ്ട്. പക്ഷേ, ഞാനങ്ങോട്ട് പോയിട്ടേയില്ല." ഇതേപ്പറ്റി ഒരിക്കൽ ഒരു സുഹൃത്ത് പറഞ്ഞത് ഇങ്ങനെയാണ്: "ശാന്തിവനത്തെപ്പറ്റി ചോദിച്ചാൽ എല്ലാവരും മുൻക്കൂർ ജാമ്യമെടുക്കും."

34

ഞാൻ ബ്രണ്ണനിൽ പഠിക്കുന്ന കാലത്ത് ബി. എ/ബി. എസ്. സിക്കാരിൽ മഹാഭൂരിപക്ഷത്തിനും ഇംഗ്ലീഷ് (Common English) ഒരു പേടി സ്വപ്നമായിരുന്നു. അന്ന് ഇംഗ്ലീഷ് പരീക്ഷ പാസ്സായിക്കിട്ടുക ഒട്ടും എളുപ്പമായിരുന്നില്ല. നൂറു പേരിൽ പതിനഞ്ചുപേർ പാസ്സായാൽ ഭാഗ്യം. സ്വന്തമായി കുത്തിയിരുന്നു പഠിച്ച് ഇംപ്രൂവ്മെന്റ് പരീക്ഷ ചാടിക്കടക്കാമെന്ന ആത്മവിശ്വാസം വളരെ കുറച്ചുപേർക്കേ ഉണ്ടായിരുന്നുള്ളൂ. അവർ ഗൈഡ് (പരശുരാമൻ എന്ന ഒരാളുടെ എന്നാണോർമ) പഠിച്ച് കഠിന ശ്രമം നടത്തും. കുറച്ചുപേർ അങ്ങനെ രക്ഷപ്പെടും. ബാക്കിയുള്ളവർക്കും സ്വന്തമായി പഠിച്ചു പാസ്സാവുക അസാധ്യമാണെന്നു നേരത്തേ തീരുമാനിച്ചവർക്കുമെല്ലാം പാട്യംസ് കോളേജായിരുന്നു ഒരേയൊരാശ്രയം. തലശ്ശേരിയിലെ ആദ്യ ട്യൂട്ടോറിയൽ കോളേജുകൾ എം. ബി കോളേജും ഷണ്മുഖംസും പാട്യംസും ആയിരുന്നു. പാട്യംസ് കുമാരൻ മാഷ് എന്ന പേരിൽ അറിയപ്പെട്ടിരുന്ന മാഷ് ഡിഗ്രി കോമൺ ഇംഗ്ലീഷ് പേപ്പറുകൾക്ക് നോട്ട് കൊടുക്കും. ലളിതവും പഠിക്കാനുള്ള ഓരോ കൃതിയുടെയും എല്ലാ വശങ്ങളെയും സ്പർശിച്ചുകൊണ്ടുള്ളതുമായിരുന്നു ആ നോട്ടുകൾ. അവ അദ്ദേഹം നല്ല നിർബന്ധം ചെലുത്തി ബൈഹാർട്ട് പഠിപ്പിക്കുകയും ചെയ്യും. പാട്യംസ് കുമാരൻ മാഷാണ് അക്കാലത്ത് ഒരുപാടുപേരെ ഇംഗ്ലീഷ് കടത്തിവിട്ടത്. (ENGLISH NEVER A NIGHTMARE

എന്നതായിരുന്നു പാട്യംസ് കോളേജിന്റെ പരസ്യമെന്ന് ആനന്ദകൃഷ്ണൻ വി. വി എന്ന സുഹൃത്ത് ഓർമിപ്പിച്ചിരുന്നു).

പാട്യംസിലെ നോട്ടുമായി ഹോസ്റ്റലിൽ ഒരു സുഹൃത്ത് പഠിക്കാനിരിക്കുന്നത് ഞാൻ ഇപ്പോഴും ഓർമിക്കുന്നു. ഇരുന്നുകൊണ്ടുള്ള നോട്ടുപഠനം ക്ഷീണകരമാവുമ്പോൾ മൂപ്പർ കിടന്നുകൊണ്ടു പഠനം തുടരും. ആ സമയത്ത് രണ്ട് കാലുകളും കട്ടിലിന്റെ മേക്കട്ടിയുടെ കാലിനോട് (മിക്കവാറും ആ കാല് മാത്രമേ ഉണ്ടാവൂ). നല്ല ചൂടിക്കയർകൊണ്ട് കെട്ടിയിടും. 'എന്തിനാ ഇങ്ങനെ തന്നത്താൻ കെട്ടിയിടുന്നത്' എന്നു ചോദിച്ചപ്പോൾ ഈ സുഹൃത്ത് തന്ന മറുപടി ഇങ്ങനെയായിരുന്നു: "കുറച്ചുനേരം കഴിയുമ്പോ നോട്ടും നെഞ്ചത്തുവെച്ച് ഞാൻ ഒറങ്ങിപ്പോവാനുള്ള സാധ്യതയുണ്ട്. ഒറക്കത്തിലേക്ക് വീഴുമ്പോ അങ്ങോട്ടുമിങ്ങോട്ടും തിരിയുമല്ലോ. അന്നേരം കയറ് മുറുകി കാല് വേദനയെടുക്കുമല്ലോ പിന്നെ ഞെട്ടാതെ നിവൃത്തിയില്ല. അപ്പോ പഠിപ്പ് തുടരാം." സുഹൃത്ത് പ്രയോഗിച്ച വിദ്യ മറ്റെവിടെയെങ്കിലും ആരെങ്കിലും പ്രയോഗിച്ചതായി കേട്ടിട്ടില്ല. എന്തായാലും മൂപ്പര് അപ്രാവശ്യം ഇംഗ്ലീഷ് പരീക്ഷ പാസ്സായി.

ഇംഗ്ലീഷ് പഠനത്തിന് നാം നേരത്തേ തന്നെ വലിയ പ്രാധാന്യം നൽകിപ്പോരുന്നുണ്ട്. എന്നിട്ടും, ഡിഗ്രി കഴിയുമ്പോഴും ഇംഗ്ലീഷ് ധൈര്യപൂർവം പറയാനോ രണ്ടോ മൂന്നോ വാക്യങ്ങൾ ഇംഗ്ലീഷിൽ തെറ്റില്ലാതെ എഴുതാനോ മഹാഭൂരിപക്ഷത്തിനും കഴിയുന്നില്ല. എന്താവാം ഇതിന്റെ കാരണം? പഴയതുപോലുള്ള പരീക്ഷാപ്പേടി ഇപ്പോൾ ആർക്കുമില്ല. പാസ്സാവുന്നവർക്ക് ഭേദപ്പെട്ട മാർക്ക് കിട്ടുന്നുമുണ്ട്. പക്ഷേ, ഇംഗ്ലീഷ് ഭാഷയുടെ പ്രയോഗത്തിന്റെ കാര്യത്തിൽ പഠനം ഗുണം ചെയ്തതായി കാണുന്നില്ല.

ഉയർന്ന മത്സരപ്പരീക്ഷകൾക്ക് രാജ്യത്തിന്റെ പല ഭാഗത്തുമുള്ളവർക്ക് ഇംഗ്ലീഷിൽ കോച്ചിംഗ് നൽകിയതിന്റെ അനുഭവസമ്പത്തുള്ള തമിഴനായ ഒരധ്യാപകൻ നാല്പത്തഞ്ചു വർഷത്തിലധികം മുമ്പ് പറഞ്ഞ കാര്യം ഇപ്പോഴും ഓർമയിലുണ്ട്: "മാതൃഭാഷയുടെ പിടുത്തം മലയാളികളിലാണ് ഏറ്റവും കൂടുതൽ കാണുന്നത്. സ്വന്തം ഭാഷയെപ്പറ്റി വലിയ അഭിമാനബോധം സൂക്ഷിക്കുന്ന തമിഴർക്കു പോലും ഈയൊരു പ്രശ്നമില്ല."

35

മുകളിൽ ചേർത്ത ചെറിയ ഫെയ്സ്ബുക് പോസ്റ്റ് എഫ്. ബിയിൽ സാമാന്യം നല്ല ചർച്ചയക്ക് വഴിതുറന്നു. പലരും പറഞ്ഞ കാര്യങ്ങളിൽ ശരികൾ പലതും ഉണ്ടായിരുന്നു. പക്ഷേ, അല്പമെങ്കിലും

സാവകാശത്തിലുള്ള ആലോചനയ്ക്ക് തയ്യാറാവാതെ പ്രകടിപ്പിക്കപ്പെട്ട ചില അഭിപ്രായങ്ങളും കൂട്ടത്തിൽ കണ്ടു.

മലയാളികളിൽ മാതൃഭാഷയുടെ പിടുത്തം കൂടുതലാണ്, ഇംഗ്ലീഷ് പറയുന്നതിലും എഴുതുന്നതിലും വൈദഗ്ധ്യം നേടാൻ അവർക്ക് മറ്റുള്ളവരേക്കാൾ കൂടുതൽ പ്രയാസപ്പെടേണ്ടി വരുന്നു എന്ന് ഒരാൾ നിരീക്ഷിച്ചാൽ അയാൾ മലയാളികളുടെ മാതൃഭാഷയെ പ്രതിസ്ഥാനത്തു നിർത്തിയിരിക്കാണ് എന്നു പറയുന്നത് ശരിയല്ല. അയാളുടെ നിരീക്ഷണം ശരിയല്ല എന്നു സ്ഥാപിക്കാൻ കഴിഞ്ഞേക്കാം. സ്വാനുഭവത്തെ അടിസ്ഥാനമാക്കിയാണ് അയാൾ ഒരു നിരീക്ഷണത്തിന് മുതിർന്നിരിക്കുന്നത്. സിവിൽ സർവീസിലെ ഉയർന്ന മത്സരപ്പരീക്ഷകൾക്ക് അയാൾ ഇംഗ്ലീഷിൽ പ്രത്യേകപരിശീലനം നൽകിയവരിൽ ഉൾപ്പെട്ടവരെ മാത്രം അടിസ്ഥാനമാക്കിയാണ് അത് പറഞ്ഞിരിക്കുന്നത്. മറ്റു ഭാഷകൾ മാതൃഭാഷയായിട്ടുള്ളവരിലെ സാമ്പത്തികമായി പിന്നാക്കം നിൽക്കുന്നവർ ആ വിദ്യാർത്ഥികളിൽ വളരെ കുറവും ആ സെക്ഷനിൽ നിന്നുള്ള മലയാളി വിദ്യാർത്ഥികൾ എണ്ണത്തിൽ അവരേക്കാൾ വളരെ കൂടുതലായിരിക്കാനുമുള്ള സാധ്യതയുണ്ട്. ഈ സാധ്യത നിലനിൽക്കെത്തന്നെ അയാൾ പറഞ്ഞതിൽ കുറച്ചെങ്കിലും ശരിയുണ്ടോ എന്ന് അനാവശ്യമായ വൈകാരികവിക്ഷോഭവും വാശിയുമൊക്കെ ഒഴിവാക്കി ആലോചിക്കാൻ നാം തയ്യാറാവുക തന്നെ വേണം. ഏത് ഭാഷയായാലും അത് തെറ്റില്ലാതെ എഴുതാനും പറയാനും കഴിയണം എന്ന ബോധം പഴയ തലമുറയിലെ മലയാളികളിൽ ചെറുപ്രായം മുതൽക്കേ വേരുറച്ചിരുന്നു. ഇംഗ്ലീഷ് പറയുമ്പോൾ തെറ്റ് വന്നേക്കുമോ എന്നുള്ള പേടി അവർക്കുണ്ടായിരുന്നു. മറ്റു ഭാഷക്കാരിൽ അത് താരതമ്യേന കുറവായിരുന്നിക്കാം. തെറ്റാതെ തന്നെ ഭാഷ ഉപയോഗിക്കണം എന്നുള്ള നിർബന്ധം കാരണമാണ്, ആ ഒരു ഉറച്ച ഭാഷാബോധം കൊണ്ടാണ്, എഴുത്തിലേക്കു വരുമ്പോൾ മലയാളികളുടെ ഇംഗ്ലീഷ് പൊതുവെ മെച്ചപ്പെട്ടതായിത്തീർന്നത്. രാജൻ ചൂണ്ടിക്കാണ്ടി അദ്ദേഹത്തിന്റെ പ്രതികരണത്തിൽ ഇക്കാര്യം കൃത്യമായി ചൂണ്ടിക്കാണിച്ചു. ബൈഹാർട്ട് പഠിച്ച് പാസ്സായവർ വന്ന് ഇംഗ്ലീഷ് പഠിപ്പിച്ചതു കൊണ്ടാണ് നമ്മുടെ ഇംഗ്ലീഷ് മോശമായിപ്പോയത് എന്ന അഭിപ്രായത്തേക്കാൾ ശരിയുള്ളത് ഇംഗ്ലീഷ് ഐച്ഛികമായി പഠിച്ചവരല്ല ഹൈസ്കൂൾ ക്ലാസുകളിൽ ഇംഗ്ലീഷ് പഠിപ്പിച്ചത് എന്നതാണ് അതിന്റെ കാരണം. പക്ഷേ, യു. പി. ക്ലാസ്സിൽ ഇംഗ്ലീഷ് പഠിപ്പിച്ച അധ്യാപകരിൽ ചിലരെ പലരും അനുസ്മരിക്കാറുണ്ട്. ആ അധ്യാപകരാണ് തങ്ങൾക്ക് ഇംഗ്ലീഷിൽ അടിത്തറയുണ്ടാക്കിത്തന്നത് എന്ന് അവർ ആവേശപൂർവം പറയാറുണ്ട്. യു. പിയിൽ

ഇംഗ്ലീഷ് പഠിപ്പിച്ചവർ മാത്രമല്ല, ഹൈസ്കൂൾ തലത്തിൽ പഠിപ്പിച്ചവരിലും എല്ലാവരും അങ്ങനെയായിരുന്നില്ല എന്നതു ശരി തന്നെ. ഇക്കാലത്തും അതിൽ മാറ്റമൊന്നും വന്നിട്ടില്ല എന്ന് ബൈഹാർട് പഠനത്തിനെതിരെ വാദിച്ച പി. പ്രേമചന്ദ്രൻ തന്നെ പറയുന്നുണ്ട്. ബൈഹാർട്ട് പഠിച്ച് ഇംഗ്ലീഷ് പാസ്സായി വന്നവർ ആ ഭാഷ പഠിപ്പിച്ചതാണ് പ്രശ്നമുണ്ടാക്കിയത് എന്നു പറയുന്നതിലും അല്പം ശരിയുണ്ടാവാം. പക്ഷേ, ബൈഹാർട്ട് പഠിക്കുന്ന എല്ലാവരും അത് വെറുതെ ഉരുവിട്ടു പഠിക്കുക മാത്രമല്ല ചെയ്തത്. ആ ഉരുവിട്ടു പഠിക്കുന്നതിലൂടെ തന്നെ അവർ ഭാഷയുടെ, എഴുത്തു ഭാഷയുടെ പ്രയോഗത്തിൽ കുറച്ചെങ്കിലും പ്രാവീണ്യം നേടിയിരുന്നു. പിന്നീട് ഇംഗ്ലീഷ് പുസ്തകങ്ങൾ വായിക്കുന്നതിലുള്ള താൽപര്യം നിലനിർത്താനും അവരിൽ ചിലർക്കെങ്കിലും കഴിഞ്ഞിരുന്നു. മാത്രല്ല, ഏത് വിഷയം പഠിക്കുമ്പോഴും അതിനെ അച്ചടക്കത്തോടെ സമീപിക്കാനുള്ള മുന്നൊരുക്കവും അവരിൽ രൂപപ്പെട്ടിരുന്നു. ഗുണകോഷ്ഠം മുതൽ പലതും ബൈഹാർട്ട് പഠിക്കണമെന്ന നിർബന്ധം സ്കൂൾ ക്ലാസുകളിൽ ഉണ്ടായിരുന്നത് വലിയ ഗുണം ചെയ്തുവെന്നു കരുതുന്നവരാണ് പ്രായമായവരെല്ലാം. ബൈഹാർട്ട് പഠിക്കുന്നതല്ല യഥാർത്ഥ പ്രശ്നം എന്നു മനസ്സിലാക്കാൻ മലയാള പഠനത്തിന്റെ ഇപ്പോഴത്തെ ഫലം എന്താണെന്നു നോക്കിയാൽ മതി. സ്കൂളുകളിൽ മലയാളം പഠിപ്പിക്കുന്നവരാരും ബൈഹാർട്ട് പഠിച്ച് പാസ്സായി വന്നവരല്ലല്ലോ. എന്നിട്ടും എന്തുകൊണ്ടാണ് അവർ പഠിപ്പിക്കുന്ന കുട്ടികളിൽ കുറച്ചധികം പേർക്ക് എസ്. എസ്. എൽ. സി ക്ലാസിലെത്തുമ്പോഴും മലയാളത്തിലെ പല അക്ഷരങ്ങളും എഴുതാനറിയില്ലെന്നും അവർ പ്ലസ് ടു കഴിഞ്ഞ് കോളേജിലെത്തുമ്പോഴും മലയാളത്തിലെ പത്ത് നോവലിസ്റ്റുകളുടെ പേര് പറയാൻ ആവശ്യപ്പെട്ടാൽ തിരിഞ്ഞും മറിഞ്ഞും നോക്കുന്നവരാണ് അവരെന്നും ഭാഷയും സാഹിത്യവും പഠിക്കുന്നതിലുള്ള താൽപര്യം അവരിൽ അല്പമായിപ്പോലും കാണാനില്ലെന്നും മറ്റുമുള്ള പരാതികൾ ഉയരുന്നത്. ഇതൊക്കെ വെറുതെ പറയുന്നതാണെന്നു ഞാൻ കരുതുന്നില്ല. സ്കൂൾ അധ്യാപകരും ഹയർസെക്കന്ററി അധ്യാപകരും അധ്യാപനത്തിൽ അല്പവും ശ്രദ്ധിക്കാത്തതു കൊണ്ടാണ് ഇങ്ങനെ സംഭവിക്കുന്നതെന്നുള്ള തെറ്റിദ്ധാരണയും എനിക്കില്ല. പല അധ്യാപകരും തങ്ങളുടെ ജോലി ആത്മാർത്ഥമായി ചെയ്യാൻ ശ്രമിക്കുന്നവരായിരിക്കും. എന്നിട്ടും എന്തുകൊണ്ടിങ്ങനെ എന്ന ചോദ്യത്തിന് കഴിഞ്ഞ മൂന്നു പതിറ്റാണ്ടിലേറെയായി ഏറ്റവും ശാസ്ത്രീയമായ ബോധനരീതിയെപ്പറ്റി ഇവിടെ പ്രചരിച്ച ആശയങ്ങൾക്ക് സാരമായ ചില തരക്കേടുകളുണ്ട് എന്നു തന്നെയാണ് ഉത്തരം. പുതിയ തലമുറയുടെ ഇംഗ്ലീഷ് മാത്രമല്ല

മലയാളം പോലും ഇത്തരത്തിലായിത്തീർന്നതു മറ്റൊന്നുകൊണ്ടുമല്ല എന്നു മാത്രമേ കരുതാനാവൂ.

ഇവിടെ നടപ്പിലാക്കി വരുന്ന പുതിയ ബോധനസമ്പ്രദായത്തിന്റെ ഫലങ്ങൾ ആശാസ്യമല്ല എന്ന് ആരെങ്കിലും പറഞ്ഞാൽ അവരെ വാദിച്ചു പരാജയപ്പെടുത്തുന്നതിൽ ആവേശം കൊള്ളുന്നതിനു പകരം കാര്യങ്ങൾ വസ്തുനിഷ്ഠമായി പരിശോധിക്കാൻ തയ്യാറാവുകയാണ് ചെയ്യേണ്ടത്. അതിൽ അപമാനം തോന്നേണ്ട കാര്യമേയില്ല. ബോധനരീതിയുടെ തകരാറ് മാത്രമല്ല നാം ജീവിക്കുന്ന സമൂഹം മുന്തിയ പരിഗണന നൽകുന്ന കാര്യങ്ങളിൽ ആഴത്തിലുള്ള പഠനം എന്നത് വരുന്നില്ല എന്ന പ്രശ്നം കൂടിയുണ്ട്. എങ്ങനെയെങ്കിലും ജീവിതത്തിൽ വിജയിച്ചു മുന്നേറുന്നതിനുള്ള വഴി നോക്കുക എന്നതിൽ മാത്രമേ മഹാഭൂരിപക്ഷം പേരും ഊന്നുന്നുള്ളൂ. ഒരു ഘട്ടം വരെ നാം ശരിയെന്നു കരുതിയ കാര്യങ്ങൾ തെറ്റാണെന്നു ബോധ്യപ്പെട്ടു കഴിഞ്ഞാൽ അത് തിരുത്തുക. അതേ വഴിയുള്ളൂ.

36

1971-ലെ മാതൃഭൂമി ആഴ്ചപ്പതിപ്പിൽ ബ്രണ്ണൻ കോളേജിന്റെ സാന്നിധ്യം രേഖപ്പെടുത്തിയത് ഒരു കഥയും ഒരു കവിതയുമാണ്. കഥ 'ഒറ്റയാന്റെ പാപ്പാൻ', കവിത സുകുമാർ അണ്ടലൂരിന്റെ 'ഛായ.' വിഷുപ്പതിപ്പിനു ശേഷം കുറച്ചു കാലം കൂടി സുകുമാരന്റെ കവിതകൾ ആഴ്ചപ്പതിപ്പിൽ പ്രത്യക്ഷപ്പെട്ടിരുന്നു. മിക്കതും ബ്രണ്ണൻ ജീവിതവുമായി ബന്ധപ്പെട്ടവ. എല്ലാം കാല്പനികതയുടെ ഭംഗി കലർന്നവ. 70കളുടെ ആദ്യവർഷങ്ങളിൽ ബ്രണ്ണൻ കോളേജ് വിദ്യാർത്ഥികളുടെ കവി സുകുമാരനായിരുന്നു. അവയിലെ ചില വരികൾ ഇപ്പോഴും അവരിൽ ചിലരുടെ ഓർമയിലുണ്ട്. മറ്റു കോളേജുകളിലെ വിദ്യാർത്ഥികളും ആ കവിതകൾ വളരെ താല്പര്യത്തോടെ വായിച്ചിട്ടുണ്ടാവും.

മാതൃഭൂമി ആഴ്ചപ്പതിപ്പ് വിഷുപ്പതിപ്പിനോടനുബന്ധിച്ച് നടത്തുന്ന മത്സരത്തിൽ ഒരു കഥയോ കവിതയോ സമ്മാനിതമാവുന്നതിന് ഒരെഴുത്തുകാരൻ/എഴുത്തുകാരി മലയാള സാഹിത്യത്തിലേക്കുള്ള തന്റെ വരവ് ആത്മവിശ്വാസപൂർവം അറിയിക്കുന്നു എന്നതായിരുന്നു അന്നത്തെ അർത്ഥം. 1969-ൽ കോളേജ് വിഭാഗത്തിൽ ഒന്നാം സമ്മാനം നേടിയ 'ആർദ്ര' എന്ന കഥയെഴുതിയ കെ. എ. മോഹൻദാസും 71-ൽ കോളേജ് വിഭാഗം കഥയിൽ രണ്ടാം സമ്മാനം നേടിയ എൻ. ചന്ദ്രികയും മൂന്നാം സമ്മാനം നേടിയ സുമിത്രാവർമയും ഉൾപ്പെടെ പലരും പിന്നീട്

എഴുതിക്കണ്ടിട്ടില്ല. എങ്കിലും അവരുടെയെല്ലാം പേരുകൾ പഴയ തലമുറയിലെ വായനക്കാരുടെ നാവിൻതുമ്പത്ത് ഇപ്പോഴുമുണ്ട്.

വിഷുപ്പതിപ്പിൽ കോളേജ് വിഭാഗം കഥയിൽ 70-കളിൽത്തന്നെ ബ്രണ്ണന്റെ സാന്നിധ്യമറിയിച്ച അടുത്ത കഥ വി. എസ്. അനിൽകുമാറിന്റേതാണ്. കവിതയിൽ സുകുമാർ അണ്ടലൂരിനു ശേഷം ഒരാൾ വരുന്നത് നീണ്ട ഇടവേളയ്ക്കു ശേഷമാണ്. 1996-ലായിരുന്നു അതെന്നാണ് ഓർമ. ഇംഗ്ലീഷ് ബി. എ. വിദ്യാർത്ഥിയായിരുന്ന വന്ദനയാണത്. വളരെ നന്നായി കവിതയെഴുതിയിരുന്ന വന്ദന ബ്രണ്ണൻ വിട്ടതിനുശേഷം ഒന്നും എഴുതിക്കണ്ടിട്ടില്ല. വന്ദനയ്ക്കു ശേഷം മാതൃഭൂമി വിഷുപ്പതിപ്പ് മത്സരത്തിൽ കവിതയ്ക്കുള്ള സമ്മാനം നേടിയവർ (2023-ൽ) രജിത രവിയും ആതിര. ആർ. ഉം ആണ്. രജിതയുടെ 'സ്ക്രീനിൽ നീ ഉടുപ്പഴിക്കുമ്പോൾ', ആതിരയുടെ 'അതേ കടൽ' എന്നീ കവിതകൾ പ്രശംസാർഹമായ രചനകൾ തന്നെ.

അടിസ്ഥാന പ്രകൃതം അനുകൂലമാണെങ്കിൽ ആളുകളെ രാഷ്ട്രീയപ്രവർത്തകരും ബുദ്ധിജീവികളും എഴുത്തുകാരും മാധ്യമ പ്രവർത്തകരുമൊക്കെ ആക്കിത്തീർക്കുന്ന ഏതൊക്കെയോ ഘടകങ്ങൾ പഴയകാല ബ്രണ്ണൻ ജീവിതത്തിൽ സജീവമായിരുന്നു. ധൈഷണികമായ ഉണർവിനേക്കാളേറെ ഏതനുഭവത്തെയും കാല്പനികാവേശത്തോടെ സ്വീകരിക്കാനുള്ള വെമ്പലായിരുന്നു അതിൽ മുന്നിട്ടു നിന്നിരുത് എന്നു തോന്നുന്നു. പല പഴയകാല വിദ്യാർത്ഥികളുടെയും മാനസികജീവിതത്തിന് സ്വപ്നാത്മകതയുടെ അന്തരീക്ഷമാണുണ്ടായിരുന്നത്. ചിലരിൽ അത് കടുത്ത വിപരീതഫലങ്ങളുണ്ടാക്കി. കോളേജ് നൽകിയ സ്വപ്നാഭിമുഖ്യത്തിൽ നിന്നു രക്ഷപ്പെടാൻ കഴിയാത്തതു കാരണം പിൽക്കാലത്ത് പരുക്കൻ ജീവിതയാഥാർത്ഥ്യങ്ങളെ സമചിത്തതയോടെ അഭിമുഖീകരിക്കുന്നതിൽ പൂർണമായി പരാജയപ്പെട്ട് ജീവിതം അവസാനിപ്പിക്കേണ്ടി വന്നിരുന്നു അവരിൽ ചിലർക്ക്. മറ്റുള്ളവർ ഉന്മാദത്തിന്റെ തീരങ്ങളിൽ അലയുന്നവരായിത്തീരുകയും ചെയ്തു. എന്നാൽ ഈ സ്വപ്നാഭിമുഖ്യത്തിന്റെ മറ്റൊരു ചേരുവ ചിലരിൽ ജീവിതാസക്തി വളർത്തുകയും പല ദുരിതാനുഭവങ്ങളും പിന്നിട്ട് അവർ നല്ല സാമ്പത്തിക സുരക്ഷിതത്വവും വേണ്ടത്ര ആഹ്ളാദവുമുള്ള ജീവിതം സ്വന്തമാക്കുകയും ചെയ്തു. അപ്പോഴും അവർ ബ്രണ്ണനെ മറന്നില്ലെന്നു മാത്രമല്ല ലോകാനുരാഗം അവരിൽ പല രീതിയിൽ പ്രകടമായിക്കൊണ്ടിരിക്കുകയും ചെയ്തു. ഒരേ ജീവിതസാഹചര്യം തന്നെ ആളുകളിൽ വ്യത്യസ്ത മനോഭാവങ്ങളും ലോകവീക്ഷണവും രൂപപ്പെടുത്താമെന്ന അറിവ് നമ്മുടെ സാമാന്യജ്ഞാനത്തിന്റെ ഭാഗമായിത്തീർന്നിട്ടുണ്ട്. കടുത്ത ദാരിദ്ര്യത്തിൽ ജീവിക്കുന്നവരിലും വളരെ

മോശമായ കുടുംബാന്തരീക്ഷത്തിൽ വളരുന്നവരിലും മറ്റുള്ളവർക്ക് നന്മ ചെയ്യാനുള്ള ആഗ്രഹം താരതമ്യേന കുറവായിരിക്കുമെന്ന സാമാന്യനിരീക്ഷണം അപ്പോഴും അപ്രസക്തമാവുന്നില്ല. അന്നന്നത്തെ ജീവിതാവശ്യങ്ങൾ നിറവേറ്റുന്നതു തന്നെ എടുത്താൽ പൊങ്ങാത്ത ചുമടുമായി വേച്ചുവേച്ചു നടക്കുന്നതിന് തുല്യമായിത്തീരുന്നവർക്ക് അങ്ങനെ ആവാനേ പറ്റൂ. അത് അവരുടെ കുറ്റമല്ല.

37

പയ്യന്നൂർ കോളേജിലെ മുൻ മലയാളം അധ്യാപകനും ഫോക്‌ലോർ അക്കാദമിയുടെ മുൻ ചെയർമാനും പടയാളി സമയം മാസികയുടെ പത്രാധിപരുമൊക്കെയായ പ്രൊഫ. മുഹമ്മദ് അഹമ്മദ് ബ്രണ്ണനിൽ എന്റെ ഏതാനും വർഷം സീനിയറായിരുന്നു. ഞങ്ങൾ കോളേജ് വ്യൂ ലോഡ്ജിൽ ഒന്നിച്ചു താമസിച്ചിട്ടുമുണ്ട്. അദ്ദേഹംഎന്റെ നാട്ടുകാരനാണ്. 'നമ്മള് പയങ്ങാടിക്കാറ്,' എന്നാണ് അദ്ദേഹം എപ്പോഴും പറയുക. ഞങ്ങൾ സുഹൃത്തുക്കൾ അദ്ദേഹത്തെ 'മാമുക്ക' എന്നാണ് വിളിക്കാറ്.

മാമൂക്കയെ എനിക്ക് സ്കൂൾ കാലം തൊട്ടേ അറിയാം. മാടായി ഹൈസ്കൂളിൽ എന്റെ മൂന്നോ നാലോ വർഷം സീനിയറായി പഠിച്ചയാളാണ്. മൂപ്പര് അന്നേ ഒരു പ്രസംഗകനാണ്. നല്ല ഒഴുക്കുള്ളതും ആലങ്കാരികവുമായ ഭാഷയിലാണ് മാമൂക്ക പ്രസംഗിക്കുക. വിഷയം എന്തായാലും പ്രശ്നമില്ല. ഞാൻ മാമൂക്കയെ ആദ്യമായി പ്രത്യേകം ശ്രദ്ധിച്ചത് മാടായിപ്പാറപ്പുറത്ത് ജൂതക്കുളത്തിന് തൊട്ടിപ്പുറത്തുള്ള പറമ്പിൽ (അതൊരു ചെറിയ മൈതാനം കൂടിയായിരുന്നു അന്നൊക്കെ) കൗമാരപ്രായക്കാരുടെ ഒരു ഫുട്ബാൾ മത്സരത്തിൽ വിജയികൾക്കുള്ള കപ്പ് നൽകിയതിനുശേഷമുള്ള പ്രസംഗം നടത്തുന്നത് കണ്ടപ്പോഴാണ്. അന്ന് മാമൂക്കയ്ക്ക് പതിനാറോ പതിനേഴോ വയസ്സായിരിക്കും. ഫുട്ബാൾ കളിയുടെ മനോഹാരിത, ബോളുമായി ഗ്രൗണ്ടിൽ മുന്നേറുന്ന കളിക്കാരുടെ ചടുലത, കണ്ടു നിൽക്കുന്ന കളിക്കാരുടെ ആവേശം ഇവയെപ്പറ്റിയൊക്കെ മാമൂക്ക ജോറായി പ്രസംഗിക്കുകയായിരുന്നു.

പയ്യന്നൂർ കോളേജിലെ മലയാളം അധ്യാപകനായതിനു ശേഷം അധ്യാപനത്തിനു പുറമെ മാമൂക്ക മദ്യവിരുദ്ധ സമിതിയുടെ പ്രവർത്തനങ്ങൾക്കും മഹാത്മജിയുടെ ആശയങ്ങൾ പ്രചരിപ്പിക്കുന്നതിനുള്ള സംഘടനയുടെ പ്രവർത്തനങ്ങൾക്കും വേണ്ടിയാണ് കൂടുതൽ സമയം ചെലവഴിച്ചത്. സാഹിത്യവിഷയങ്ങളെപ്പറ്റിയും സാമൂഹ്യ പ്രശ്നങ്ങളെപ്പറ്റിയുമുള്ള പ്രഭാഷണങ്ങൾക്ക് കണ്ണൂർ ജില്ലയിലെ കുറേയേറെ

ഗ്രന്ഥാലയങ്ങളും സാംസ്കാരികക്കൂട്ടായ്മകളും കലാസമിതികളും സമീപിച്ചിരിക്കുക മാമുക്കയെയാണ്.

ആദ്യം പറഞ്ഞ ഫുട്ബോൾ പ്രസംഗത്തിനുശേഷം ഏതാനും വർഷങ്ങൾ കഴിഞ്ഞ് മാടായിപ്പാറയിലേക്കുള്ള റോഡിന്റെ കയറ്റം ആരംഭിക്കുന്ന 'താഴെ എരിപുരം' എന്ന സ്ഥലത്തു വെച്ചാണ് മാമുക്കയുടെ രണ്ടാമത്തെ പ്രസംഗം ഞാൻ കേട്ടത്. (അപ്പോഴേക്കും അദ്ദേഹം കോൺഗ്രസ്സിന്റെ ഒരു സജീവപ്രവർത്തകനായിക്കഴിഞ്ഞിരുന്നു). റോഡരികിൽനിന്ന് ഉഷാറായി പ്രസംഗിക്കുകയായിരുന്നു മാമുക്ക. ഇത്തവണത്തേത് മോത്തിലാൽ നെഹ്റു ജന്മദിനത്തിനുള്ള അനുസ്മരണ പ്രസംഗം. അങ്ങിങ്ങ് ചിതറി നിൽക്കുന്ന ഏതാനും പേർ മാത്രമായിരുന്നു കേൾവിക്കാർ. ശ്രോതാക്കളുടെ എണ്ണം കുറഞ്ഞതോ ഉള്ളവർ തന്നെ പ്രസംഗം ശ്രദ്ധിച്ചു കേൾക്കുന്നില്ലെന്നതോ മാമുക്കയെ ബാധിച്ചിരുന്നില്ല. ഒട്ടും താൽപര്യമില്ലാത്ത ഏതാനും പേരെ കേൾപ്പിക്കാനായി എന്തിനിങ്ങനെ പ്രസംഗിക്കുന്നു എന്ന് അന്നെനിക്ക് തോന്നിയിരുന്നു.

ദേശീയ പ്രസ്ഥാനവുമായി ബന്ധപ്പെട്ട നേതാക്കളെയും കമ്യൂണിസ്റ്റ് നേതാക്കളെയും ടാഗോറിനെയും പ്രേംചന്ദിനെയും മുൽക് രാജ് ആനന്ദിനെയും പോലെയുള്ളവരെയും ഒരുകാലത്ത് കേരളത്തെയും രാജ്യത്തെ ആകമാനവും സ്പർശിച്ച വലിയ രാഷ്ട്രീയസംഭവങ്ങളെയും ഓർമിക്കുന്ന പ്രസംഗങ്ങൾ അത്യാവശ്യമാണെന്ന തോന്നലിലാണ് ഇന്നു ഞാൻ. നമ്മുടെ രാഷ്ട്രീയവും സാംസ്കാരികവുമായ പാരമ്പര്യത്തെ രൂപപ്പെടുത്തിയവരെക്കുറിച്ചുള്ള ഓർമകൾ തലമുറകൾക്ക് കൈമാറിക്കൊണ്ടേയിരിക്കണം. ജനങ്ങളെ ഒന്നിപ്പിച്ചു നിർത്തുന്നതിനു മാത്രമല്ല വ്യക്തിഗതമായ നേട്ടങ്ങൾക്കപ്പുറത്തുള്ള ചിലതു കൂടി ജീവിതത്തിന്റെ ലക്ഷ്യമായിരിക്കണമെന്നു മുഴുവൻ ജനങ്ങളെയും ഓർമിപ്പിക്കാനും അത് സഹായകമാകും. ഇന്നത്തെ ഇന്ത്യൻ സാഹചര്യത്തിൽ അത്തരം ഓർമപ്പെടുത്തലുകൾക്കുള്ള പ്രാധാന്യം ഒട്ടും ചെറുതല്ല.

നാനാത്വത്തിൽ ഏകത്വം, ലോകസമാധാനം, പഞ്ചവത്സരപദ്ധതി, ആശാൻ കവിതയിലെ ആശയഗാംഭീര്യം, വള്ളത്തോൾക്കവിതയിലെ ദേശീയത, സാഹിത്യവും സമൂഹവും തുടങ്ങിയ വിഷയങ്ങളുമായി അമ്പതു വർഷം മുമ്പ് ഹൈസ്കൂൾ ക്ലാസുകളിൽവെച്ചു തന്നെ കുട്ടികൾ പരിചയപ്പെട്ടിരുന്നു. ഇപ്പോൾ പകരം പുതിയ വിഷയങ്ങൾ വന്നിട്ടുണ്ടെന്നത് ശരിയാണ്. പക്ഷേ, ആ പഴയ വിഷയങ്ങൾ വിദ്യാർത്ഥികളുടെ ആന്തരികജീവിതത്തിൽ കൂടുതൽ കാറ്റും വെളിച്ചവും പ്രവേശിക്കുന്നതിന്

എത്രയോ സഹായകമായിരുന്നു എന്ന വസ്തുത മറന്നു കളയരുത്. ജീവിതകാലം മുഴുവൻ ഒരേ വിഷയങ്ങൾക്കു ചുറ്റുമായി കറങ്ങിക്കൊണ്ടിരിക്കുന്നത് നല്ലതല്ല. പഠനം പാഠപുസ്തകപഠനം മാത്രമല്ലെന്നും അവയിൽ പരാമർശിച്ചു പോവുക മാത്രം ചെയ്യുന്നതും ചിലപ്പോൾ അവയിൽ ഇടം നേടുകയേ ചെയ്യാത്തതുമായ പലതും പഠിക്കേണ്ടതുണ്ടെന്നും സാമൂഹ്യസാംസ്കാരിക സ്മരണകളെ ഒപ്പം കൊണ്ടു പോവുകയെന്നത് നിസ്സാര സംഗതിയല്ലെന്നും സ്കൂൾപ്രായം തൊട്ടേ അറിയാനുള്ള അവസരങ്ങൾ ഉണ്ടാവുന്നത് വ്യക്തികളുടെ ജീവിതത്തെ മാത്രമല്ല പൊതുജീവിതത്തെയും ആകെത്തന്നെ ഊർജസ്വലമാക്കും. അതിന്റെ പ്രാധാന്യം കുറച്ചുകാണരുത്.

ചരിത്രസ്മരണകൾ സൂക്ഷിക്കുന്നതിലും സമത്വം, സാഹോദര്യം, ആവിഷ്കാരസ്വാതന്ത്ര്യം തുടങ്ങിയ ആശയങ്ങൾ ഉൾക്കൊള്ളുന്നതിലും നൈപുണ്യ വികസനത്തിനുള്ള ഏർപ്പാട് എന്നതിൽക്കവിഞ്ഞ് വിദ്യാഭ്യാസത്തെ വിശാലമായ അർത്ഥത്തിൽ മനസ്സിലാക്കുന്നതിലുമുള്ള താൽപര്യം പൊതുവെ കുറഞ്ഞുവരുന്നതായാണ് കാണുന്നത്. അല്പം മുമ്പു തന്നെ ആരംഭിച്ച ഈ പ്രവണതയ്ക്ക് ഗതിവേഗമേറിയത് 1990–91-ൽ ഇന്ത്യൻ സമ്പദ് ഘടന ഉദാരവൽക്കരണത്തിന്റെയും സ്വകാര്യവൽക്കരണത്തിന്റെയും ആഗോളവൽക്കരണത്തിന്റെയും ഘട്ടത്തിലേക്ക് പ്രവേശിച്ചതോടെയാണ്. ഈ പ്രവണത ശക്തിപ്പെട്ടു വരുന്നതിനു നേരെ കണ്ണടച്ചിരിക്കുന്നതിന്റെ ഫലങ്ങൾ ഭയാനകമാവാനേ തരമുള്ളൂ.

38

1980-ലാണ് ഞാൻ 'കടലിന്റെ മണം' എന്ന കഥയെഴുതിയത്. എന്റെ ആദ്യകഥാസാമാഹാരമായ 'ഒറ്റയാന്റെ പാപ്പാനി'ൽ ആ കഥയുണ്ട്. ലക്ഷദ്വീപിലേക്കുള്ള ഒരാളുടെ കപ്പൽയാത്രയാണ് അതിലെ വിഷയം. ഇന്നേവരെ ഞാൻ ദ്വീപിലേക്കു പോയിട്ടില്ല. ഒരു കപ്പൽയാത്ര നടത്തയിട്ടുമില്ല. എന്നിട്ടും എങ്ങനെ, എന്തിന് ആ കഥയെഴുതി? അക്കാലത്ത് ബ്രണ്ണൻകോളേജ് ഹോസ്റ്റലിൽ താമസിച്ചിരുന്ന ലക്ഷദ്വീപുകാരായ സുഹൃത്തുക്കളിൽ നിന്നു ലഭിച്ച വിശദാംശങ്ങളെ ആധാരമാക്കിയാണ് ആ കഥ എഴുതിയത്. അവരുമായുള്ള എന്റെ ഹൃദയബന്ധത്തിന്റെ അടയാളംകൂടിയാണ് 'കടലിന്റെ മണം.'

സയ്യിദ്മുഹമ്മദ്കോയയായിരുന്നു എന്റെ ഏറ്റവുമടുത്ത ലക്ഷദ്വീപുസുഹൃത്ത്. ആ സൗഹൃദം രൂപപ്പെട്ടതും വളരെ പെട്ടെന്ന് അതിന് ദാർഢ്യം കൈവന്നതും എങ്ങനെയെന്നറിയില്ല. സാഹിത്യവായനയിലൊന്നും സയ്യിദിന് താൽപര്യമുണ്ടായിരുന്നില്ല. പക്ഷേ, പല കാര്യങ്ങളെക്കുറിച്ചും

സംസാരിച്ച് മണിക്കൂറുകളോളം ഒന്നിച്ച നടക്കാൻ പറ്റിയ നല്ല സുഹൃത്തായിരുന്നു. തെളിഞ്ഞ സ്വഭാവം, ഉന്മേഷം പകരുന്ന സംസാരരീതി, അതിരില്ലാത്ത സ്നേഹം, അതൊക്കെയായിരുന്നു സയ്യിദ്. ബ്രണ്ണനിലെ വിദ്യാർത്ഥിജീവിതത്തിനു ശേഷം സയ്യിദിനെ ഞാൻ കണ്ടിട്ടില്ല. ഈ സുഹൃത്ത് പിന്നീട് ലക്ഷദ്വീപിലെ ഉയർന്ന ഉദ്യോഗസ്ഥനായി ജോലി ചെയ്തു. ഇപ്പോൾ കുടുംബത്തോടൊപ്പം സുഖസുന്ദരമായ സ്വസ്ഥജീവിതം. വളരെക്കാലത്തിനു ശേഷം കഴിഞ്ഞ വർഷം സയ്യിദ് വിളിച്ചിരുന്നു.

അക്കാലത്ത് എനിക്ക് വളരെയേറെ അടുപ്പമുണ്ടായിരുന്ന മറ്റൊരു ലക്ഷദ്വീപുകാരൻ ഇക്ബാലായിരുന്നു. ഞങ്ങൾ തമ്മിൽ വളരെ കുറച്ചേ സംസാരിച്ചിരുന്നുള്ളൂ. എങ്കിലും, സൗമ്യമായ രൂപവും പെരുമാറ്റവും കാരണമാകാം ഇക്ബാലിനോടു പ്രത്യേകമായ സ്നേഹം തോന്നിയിരുന്നു. ഇക്ബാൽ സുവോളജി എം. എസ്. സി. കഴിഞ്ഞ് കവറത്തിയിലെ കോളേജിൽ അധ്യാപകനായി. ദ്വീപുകാരിൽ പിന്നെയും കുറേപ്പേർ സുഹൃത്തുക്കളായുണ്ട്. പിന്നീട് ആയുർവേദ ഡോക്ടറായ സയ്യിദ്, മുത്തുക്കോയ, ചെറിയ കോയ, ഹസ്സൻ മണിക്ഫാൻ ഇവരെയൊക്കെയാണ് പഴയ ഹോസ്റ്റൽ കാലം കഴിഞ്ഞ് ദശകങ്ങൾക്കു ശേഷം ഏതാനും വർഷങ്ങൾക്കു മുമ്പ് കാണാൻ കഴിഞ്ഞത്. ഇപ്പോൾ ലക്ഷദ്വീപിന്റെ കേരളാഹൈക്കോർട്ടിലെ പ്രതിനിധിയായ മുത്തുക്കോയ ഞാൻ കൂടി ഭാരവാഹിയായ ബ്രണ്ണൻ ഫോക്സ് (Brennen Folks)എന്ന സംഘടനയുടെ ജോയിന്റ് സെക്രട്ടറിയാണ്. ഡോ. സയ്യിദ് Brennen Folksന്റെ എക്സിക്യൂട്ടീവ് കമ്മറ്റി മെമ്പറും.

ദ്വീപിനെയും അവിടത്തെ സുഹൃത്തുക്കളെയും ഇപ്പോൾ ഓർക്കാൻ പ്രേരണയായിത്തീർന്നത് മാതൃഭൂമി ആഴ്ചപ്പതിപ്പിന്റെ 2023 നവംബർ 26-ന്റെ ലക്കത്തിൽ വന്ന 'ഓലയ്മീൻ' എന്ന കവിതയാണ്. റസാഖ് ചെത്ത് ലാത്ത് ലക്ഷദ്വീപിലെ സംസാരഭാഷകളിലൊന്നായ ജസരിയിൽ എഴുതിയിരിക്കുന്ന ഈ കവിത ദ്വീപിലെ ഒരു സാധാരണജീവിത ദൃശ്യത്തിന്റെ ലളിതവും ഹൃദ്യവുമായ വിവരണമാണ്.

39

വിദ്യാർത്ഥികൾക്ക് ബ്രണ്ണൻ കോളേജ് മലയാളം ഡിപ്പാർട്ട്മെന്റിനകത്ത് വലിയ സ്വാതന്ത്ര്യം അനുവദിക്കപ്പെട്ടിരുന്നു. ഞാൻ, നരേന്ദ്രൻ, മോഹൻരാജ്, എം. എ. റഹ്മാൻ, കല്പറ്റനാരായണൻ, രാഘവൻ പയ്യനാട്, പ്രിയദർശൻ ലാൽ തുടങ്ങിയവരുടെ തലമുറ അവിടെ അധ്യാപകരായി വന്നതിനു ശേഷം വിശേഷിച്ചും. പിന്നീട് പല വർഷങ്ങളിലായി വി. എസ്. ലതിക, കെ. കെ. സുലൈഖ, പി. മുരളീധർ,

പി. സോമൻ മാഷ്, എൽ. രവിശങ്കർ, പാർവതിടീച്ചർ, തുളസീമണി, ലക്ഷ്മികുമാരി, അലക്സ്, ജി. ഉഷാകുമാരി, ജോസഫ് മാഷ്, ജിസ ജോസ്, കെ. എസ്. ജയശ്രീ തുടങ്ങിയവരൊക്കെ ബ്രണ്ണൻ മലയാള വിഭാഗത്തിലെത്തിയപ്പോഴും വിദ്യാർത്ഥികൾ ഈ സ്വാതന്ത്ര്യം അനുഭവിച്ചു. അതിനു ശേഷം വന്നവരിലൂടെയും മലയാള വിഭാഗം അതിന്റെ പാരമ്പര്യം തുടരുന്നുണ്ടാവും.

ഡിപ്പാർട്ട്മെന്റ് നൽകിയ സ്വാതന്ത്ര്യം പല കുട്ടികളെയും വലിയതോതിൽ സഹായിച്ചിട്ടുണ്ടാവുമെന്നാണ് ഞാൻ കരുതുന്നത്. വളരെ അകലെനിന്ന്, കടുത്ത ദാരിദ്ര്യമനുഭവിക്കുന്ന വീടുകളിൽ നിന്ന് കയ്യിൽ ബസ്സിനുള്ള പൈസ മാത്രം കരുതിവന്നിരുന്നവരും അക്കാലത്തെ വിദ്യാർത്ഥികൾക്കിടയിലുണ്ടായിരുന്നു. കോളേജിൽ അവർക്ക് അനുഭവപ്പെട്ടുമായിരുന്ന അപകർഷതാബോധം കുറെയൊക്കെ ഇല്ലാതാക്കിയത് ഡിപ്പാർട്ട്മെന്റിലെ അന്തരീക്ഷം തന്നെയായിരിക്കും. കയ്യിൽ പൈസയില്ലാതിരുന്നതു കൊണ്ട് പഠനകാലത്ത് ചില കുട്ടികൾ അനുഭവിച്ചിരുന്ന വേദനയെയും പ്രയാസങ്ങളെയും കുറിച്ച് കൃത്യമായ ഒരു ബോധ്യം പിന്നീട് മാത്രമാണ് എനിക്കു തന്നെ ഉണ്ടായത്. വളരെ അടുത്ത കാലത്ത് അവരിൽ ചിലർ കഴിഞ്ഞുപോയ ആ കാലത്തെക്കുറിച്ച് നടുക്കത്തോടെ പറഞ്ഞപ്പോൾ അവരെയൊന്നും വേണ്ടുംവണ്ണം മനസ്സിലാക്കാൻ അന്ന് കഴിഞ്ഞിരുന്നില്ലല്ലോ എന്നോർത്ത് യഥാർത്ഥത്തിൽ കുറ്റബോധം തോന്നി.

വിദ്യാർത്ഥികളിൽ ആർക്കും തന്നെ ഞങ്ങളെ ഭയപ്പെടേണ്ടിവന്നിരുന്നില്ലെങ്കിലും വളരെ കുറച്ചു വിദ്യാർത്ഥികൾ മാത്രമാണ് വളരെ സ്വാതന്ത്ര്യത്തോടെ സ്വന്തം വിഷമങ്ങളെക്കുറിച്ച് മറയില്ലാതെ സംസാരിച്ചിരുന്നത്. അവരിലൊരാൾ ദിവസവും രാവിലെ വന്ന് അല്പം ലാഘവത്തോടെയാണെങ്കിലും തന്റെ വിഷമങ്ങളെക്കുറിച്ച് എന്നോട് പറയുമായിരുന്നു. അങ്ങനെ പറഞ്ഞതിനു ശേഷം മാത്രം ക്ലാസിലേക്കു പോവുക എന്നത് അല്പകാലത്തേക്കെങ്കിലും അവൾക്ക് ഒരു ശീലം പോലെയായിരുന്നു. എന്റെ തൊട്ടടുത്ത സീറ്റിൽ ഇരുന്നിരുന്ന നരേന്ദ്രൻമാഷ്ക്കു കൂടി കേൾക്കത്തക്ക വിധത്തിൽ കുറച്ച് ഉറക്കെത്തന്നെയായിരുന്നു ആ പറച്ചിൽ. പലപ്പോഴും ഞങ്ങൾക്ക് ചിരിക്കാൻ വക തരുന്ന തരത്തിൽക്കൂടിയായിരിക്കും അത്. ഒരു ദിവസം അവൾ വന്ന പാടെ പറഞ്ഞു: "പോയി മാഷെ, എന്റെ പൈസ മുഴുവൻ പോയി. എനക്ക് നല്ല ഓർമയിണ്ട്. ബസ്സില് കേറുമ്പോ കയ്യില്ണ്ടേനു. എറങ്ങുമ്പളേക്കും ഇല്ല."

"അയ്യോ, കഷ്ടായിപ്പോയല്ലോ. എത്ര പോയി. വലിയ തുകയോ മറ്റോ ആണോ?" ഞാൻ ചോദിച്ചു.

"രണ്ടുറുപ്യ്യാ മാഷേ," നല്ല ഗൗരവത്തിൽ തന്നെയാണ് തനിക്ക് സംഭവിച്ച നഷ്ടത്തെക്കുറിച്ച് അവൾ പറഞ്ഞത്.

അതുകേട്ടപ്പോ നരേന്ദ്രൻമാഷ് പറഞ്ഞു: "ഓ, എന്നാപ്പിന്നെ കള്ളൻ തന്നെയായിരിക്കും."

ഉടൻ വന്ന അവളുടെ പ്രതികരണം: "കള്ളനെന്താ കണ്ണു കാണാണ്ടായിപ്പോയിനാ?"

കാഴ്ചയിൽത്തന്നെ പരമദരിദ്രയെന്നു ബോധ്യമാവുന്ന തന്റെ അടുത്ത് ഏതു കള്ളനാണ് വരിക എന്നു തന്നെയാണ് അവൾ ഉദ്ദേശിച്ചത്.

കോഴ്സ് കഴിഞ്ഞ് പോയതിൽപ്പിന്നെ ഈ കുട്ടിയെ ഞാൻ കാണുന്നത് ഏതാനും വർഷങ്ങൾക്കു മുമ്പ് ഒരു ദിവസം രാവിലെ കണ്ണൂരിൽ ഒരു സർക്കാർ ഓഫീസിനടുത്ത് ഒരാളെയും കാത്ത് നിൽക്കുമ്പോഴായിരുന്നു. സമയം പത്ത് മണി കഴിഞ്ഞിരിക്കും. ബസ്സിൽ നിന്നിറങ്ങിയ ഒരു സ്ത്രീ തിരക്കിട്ട് ഓഫീസിലേക്ക് പായുകയായിരുന്നു. എന്നെ കണ്ടപ്പോ ഒന്നു തിരിഞ്ഞു നിന്നിട്ട് പറഞ്ഞു: "മാഷേ, ഞാനിപ്പോ ഈടയാ. ഊശ്.... ലേറ്റായിപ്പോയി."ഞാൻ മറുപടിയായി എന്തെങ്കിലും പറയുന്നതു കേൾക്കാൻ നിൽക്കാതെ അവൾ ഓഫീസിനു നേരെ ഓടി.

40

"ഞങ്ങൾ സ്വപ്നങ്ങൾ വിൽക്കുന്നവരാണ്," ദശകങ്ങൾക്കു മുമ്പേ വ്യാപാരസിനിമകൾക്കെതിരെയുള്ള വിമർശനങ്ങൾക്ക് മറുപടിയായി രാജ്കപൂർ പറഞ്ഞു. തങ്ങൾ തെറ്റായി ഒന്നും ചെയ്യുന്നില്ല എന്ന അർത്ഥത്തിൽത്തന്നെയാണ് അദ്ദേഹം അങ്ങനെ പറഞ്ഞത്. ഞാൻ കണ്ട പഴയ ഹിന്ദിസിനിമകളെല്ലാം സ്വപ്നത്തിന്റെ സുഗന്ധമുള്ളവയായിരുന്നു. അവയിലെ മിക്ക ഗാന-നൃത്ത രംഗങ്ങളും കാണുമ്പോൾ നാം മനോഹരമായൊരു സ്വപ്നത്തിന്റെ ലോകത്തു തന്നെ എത്തിച്ചേരും.

1970 കളിൽ ബ്രണ്ണൻകോളേജ് ഹോസ്റ്റലുകളിലും സമീപത്തെ ലോഡ്ജുകളിലും താമസിച്ചിരുന്ന വിദ്യാർത്ഥികളുടെ പ്രധാനവിനോദം സിനിമ കാണൽ തന്നെയായിരുന്നു. സുഖകരമായി ഇരുന്ന് കാണാവുന്ന 'ചിത്രവാണി'ടാക്കീസിൽ നിന്ന് അവരിൽ പലരും പലവട്ടം സിനിമകൾ കണ്ടിട്ടുണ്ടാവും. നീൽകമൽ, മേരാ നാം ജോക്കർ, ഹാഥി മേരെ സാഥി, കടി പതംഗ് എന്നീ സിനിമകളെല്ലാം ഇപ്പോൾ ഓർമയായിക്കഴിഞ്ഞിരിക്കുന്ന ഈ തിയറ്ററിൽ നിന്നാണ് ഞാൻ കണ്ടത്. ബ്രണ്ണനിൽ വിദ്യാർത്ഥിയായിരിക്കെത്തന്നെ സിനിമയെക്കുറിച്ച് എഴുതാൻ തുടങ്ങിയ ശശി എന്ന സുഹൃത്ത് (ബ്രണ്ണൻ കോളേജിലും

കണ്ണൂർ വി. കെ കൃഷ്ണമേനോൻ മെമ്മോറിയൽ വിമൻസ് കോളേജിലും ജോലിചെയ്തു, അഡീഷനൽ ഡയരക്ടർ ഓഫ് കോളേജിയേറ്റ് എജ്യുക്കേഷനും കണ്ണൂർ യൂനിവേഴ്സിറ്റി നീലേശ്വരം കാമ്പസ്സിലെ ഹിന്ദി ഡിപ്പാർട്മെന്റിന്റെ ആദ്യത്തെ എച്ച്. ഒ. ഡിയുമൊക്കെ ആയിരുന്ന ഡോ. ടി. ശശിധരൻ തന്നെ) പിന്നീട്, സിനിമാ കേ ചാർ അധ്യായ്, യാദോം കി ബാരാത്ത്, ഫാൽകെ ഇന്ത്യൻ സിനിമയുടെ പിതാവല്ല, ചൗദഹ് വീം കാ ചാന്ദ്, ഗാതാ രഹേ മേരാ ദിൽ, ഗീത് ഗാതാ ചൽ, നായിക@50 എന്നിങ്ങനെ ഹിന്ദിയിലും മലയാളത്തിലുമായി സിനിമാസംബന്ധിയായ പുസ്തകങ്ങളുടെ രചയിതാവെന്ന നിലയ്ക്കു സിനിമാ പഠിതാക്കൾക്കിടയിലും സുപരിചിതനായി.

ഞാൻ ബ്രണ്ണൻ കോളേജിൽ വരുന്നതിനു മുമ്പ് ഇപ്പോഴത്തെ വീനസ് കോർണർ എന്ന സ്ഥലത്ത് (തലശ്ശേരി കോ ഓപ്പറേറ്റീവ് ഹോസ്പിറ്റൽ, സിറ്റി സെന്റർ ഇവയൊക്കെ സ്ഥിതി ചെയ്യുന്ന ജങ്ഷൻ) ഇംഗ്ലീഷ് സിനിമകൾ ധാരാളമായി പ്രദർശിപ്പിച്ചിരുന്ന ഒരു വീനസ് ടാക്കീസ് ഉണ്ടായിരുന്നുവത്രെ. പഴയ ബ്രണ്ണൻ വിദ്യാർത്ഥികളിൽ ചിലർ ക്ലാസ് കട്ട് ചെയ്തു പോയി വീനസിൽ നിന്ന് മാറ്റിനി കണ്ട കാര്യം ആവേശത്തോടെ ഓർമിക്കാറുണ്ട്.

1970–75 കാലത്ത് ഹോസ്റ്റൽ വാസികളുടെയും ലോഡ്ജ് വാസികളുടെയും സെക്കന്റ് ഷോ കേന്ദ്രം പാലയാട് പത്മാടാക്കീസായിരുന്നു. (ആ ടാക്കീസും ഇപ്പോഴില്ല). പത്മയിൽ പോയി സെക്കന്റ് ഷോ കണ്ട് ആഹ്ലാദചിത്തരായി മടങ്ങി വന്ന കോളേജ് വ്യ സുഹൃത്തുക്കളിലാരോ ഏതോ തമിഴ് സിനിമയിലെ ഏതോ ഒരു സീനിലെ ഒരു ഡയലോഗിനെ മാതൃകയാക്കി 'അമ്മാ, നാൻ റാങ്ക് വാങ്ങുവേൻ,' എന്നൊരു ഡയലോഗുണ്ടാക്കി. തുടർച്ചയായി പുസ്തകങ്ങൾക്കും നോട്ടുകൾക്കും മുന്നിൽ ഇരുന്നിട്ടോ അല്ലാതെയോ കടുത്ത ബോറടി വരുമ്പോൾ എഴുന്നേറ്റ് ചുമരിൽ മുഷ്ടി ചുരുട്ടിയിടിച്ച് പലരും അല്പം ഉറക്കെ പറയുമായിരുന്നു: 'അമ്മാ നാൻ റാങ്കുവാങ്ങുവേൻ.' അവരിൽ ചിലർ റാങ്ക് വാങ്ങി എന്നതും സത്യമാണ്.

41

1970–75 കാലത്ത് ബ്രണ്ണൻ കോളേജിനു മുന്നിൽ ഉണ്ടായിരുന്ന പീടികകളിൽ എല്ലാവരും ഓർക്കുന്നത് മൂന്നെണ്ണമായായിരിക്കും. ദാമുവിന്റെ പീടിക, ശ്രീധരേട്ടന്റെയും കുഞ്ഞമ്പുവേട്ടന്റെയും ചായപ്പീടികകൾ എന്നിവയാണവ. ദാമുവിന്റെ ചെറിയ പീടികയിൽ നോട്ടുബുക്ക്, ബോൾ പെൻ, മുട്ടായി, ബീഡി, സിഗരറ്റ്, സോഡ, മോരും വെള്ളം

തുടങ്ങിയവയും സാധാരണ വീട്ടാവശ്യങ്ങൾക്കു വേണ്ട ഏതാനും ചില മറ്റു സാധനങ്ങളുമാണുണ്ടായിരുന്നത്. പ്രധാന വ്യാപാരം പുകവലിസാധനങ്ങളുടേതും മുട്ടായിയുടേതുമായിരുന്നു എന്നു പറയാം. ബ്രണ്ണനിലെ പഴയ വിദ്യാർത്ഥികളിൽ കുറേപേർ സാമാന്യം ഭേദപ്പെട്ട പുകവലിക്കാരായിരുന്നു. അവർ ഒരു ദിവസം തന്നെ പലവട്ടം സന്ദർശിക്കുന്ന ഇടമായിരുന്നു ദാമുവിന്റെ പീടിക. രാവിലെ കോളേജ് തുടങ്ങുന്ന സമയം മുതൽ വൈകുന്നേരം കോളേജ് വിടുന്നതു വരെ ഒട്ടും മോശമല്ലാത്ത കച്ചവടം. പല വിദ്യാർത്ഥികളും ദാമുവിന്റെ പറ്റുകാരായിരുന്നു. ചിലരൊക്കെ പറ്റ് തീർക്കാതെ പറ്റിച്ചു കടന്നുകളഞ്ഞിട്ടുണ്ടാവാം. ബ്രണ്ണനിലെ പഴയ വിദ്യാർത്ഥി രാഷ്ട്രീയ പ്രവർത്തകരും നേതാക്കളുമെല്ലാം ദാമുവിന്റെ കടക്കാരാണ് എന്ന പറച്ചിലിന് ഒരു കാലത്ത് നല്ല പ്രചാരം കിട്ടിയിരുന്നു.

അവിവാഹിതനായിരുന്നു ദാമു. ദാമുവിന് എന്തെങ്കിലും കാരണത്താൽ പീടികയിൽ വരാൻ പറ്റാതിരുന്നപ്പോൾ, ചിലപ്പോൾ അല്ലാത്തപ്പോഴും ദാമുവിന്റെ അമ്മയാണ് അവിടെ വന്നുനിന്നിരുന്നത്. ആ പാവം സ്ത്രീ ഒരു കാലത്തെ ബ്രണ്ണൻ വിദ്യാർത്ഥികൾക്ക് സുപരിചിതയായിരുന്നു. കടുത്ത ആസ്ത്മ രോഗിയായിരുന്ന ദാമു ചികിത്സക്ക് പോയിരുന്നത് മംഗലാപുരത്തും മണിപ്പാലിലുമൊക്കെയായിരുന്നു. അതിനു വേണ്ടിവരുന്ന ഭാരിച്ച ചെലവ് പിന്നെപ്പിന്നെ ദാമുവിനെ വല്ലാതെ വലച്ചിരുന്നു. ആരോ ഒക്കെ പറഞ്ഞു ബോധ്യപ്പെടുത്തിയതോ സ്വയം തോന്നിയതോ എന്നറിയില്ല, കോളേജിന്റെ മുന്നിൽ കച്ചവടം നടത്തുന്നതുകൊണ്ടാണ് താൻ ഗുണം പിടിക്കാത്തത് എന്നൊരു തോന്നൽ അവസാനകാലത്ത് ദാമുവിന് ശക്തമായി ഉണ്ടായിരുന്നു. ആ തോന്നൽ പലരുമായും ദാമു പങ്കുവെക്കുകയും ചെയ്തിരുന്നു.

ശ്രീധരേട്ടന്റെ ചായപ്പീടിക രാവിലെ മുതൽ വൈകുന്നേരം വരെ സജീവമായിരിക്കും. അവിടത്തെ പഴംപൊരി, ഉണ്ടക്കായി, ബോണ്ട, കോയിക്കാൽ, വെള്ളയപ്പവും കറിയും എന്നിവയുടെ സ്വാദറിയാത്ത ബ്രണ്ണൻകാർ ഉണ്ടാവില്ല. വിഷ്ണുനാരായണൻ നമ്പൂതിരിയുടെ ഒരു കവിതയിൽ ഇടം പിടിച്ച ആളാണ് ശ്രീധരേട്ടൻ. ശ്രീധരേട്ടന്റെ മരണശേഷം മകൻ സുനിയാണ് ആ ചായപ്പീടിക നടത്തുന്നത്. ശ്രീധരേട്ടന്റെ പീടികയിൽ മുമ്പ് രവി എന്ന ഒരു ജോലിക്കാരനുണ്ടായിരുന്നു. അയാൾ പിന്നെ കുറച്ചുകാലം സ്റ്റേറ്റ് ബാങ്ക് ഓഫ് ഇന്ത്യയുടെ തലശ്ശേരി മെയിൻ ബ്രാഞ്ചിന്റെ കാന്റീൻ നടത്തിയിരുന്നു. ബാങ്കിൽ പോകുമ്പോൾ പലപ്പോഴും ബാങ്ക് ജീവനക്കാരനായ എം. കെ. മനോഹരൻ എന്നെ ഈ കാന്റീനിൽ ചായ വാങ്ങിത്തരാൻ

കൂട്ടിക്കൊണ്ടുപോയിരുന്നു. അപ്പോഴെല്ലാം രവി ബ്രണ്ണൻ കഥകൾ പറയും. ബ്രണ്ണൻ കോളേജായിരുന്നു രവിയുടെ മനസ്സു നിറയെ. ധർമടം റെയിൽവെ സ്റ്റേഷനടുത്ത് കച്ചവടം നടത്തിയിരുന്ന സതീശൻ എന്ന സുഹൃത്ത് ഉൾപ്പെടെ ഉള്ളു നിറയെ ബ്രണ്ണൻ കഥകളുമായി ജീവിക്കുന്ന ബ്രണ്ണൻ വിദ്യാർത്ഥികളല്ലാതിരുന്ന ചിലർ ധർമടത്തുണ്ട്.

കുഞ്ഞമ്പുവേട്ടന്റെ പീടികയിൽ ഒരിക്കലും തിരക്ക് കണ്ടിരുന്നില്ല. ഏകാകികൾക്കും ബുദ്ധിജീവികൾക്കും ഒരു ചായയും കുടിച്ച് ബീഡിയോ സിഗരറ്റോ വലിച്ച് ആകാശത്തിനു കീഴെയുള്ള എന്തിനെക്കുറിച്ചും എത്രനേരം വേണമെങ്കിലും ഇരുന്നു സംസാരിക്കാമായിരുന്ന ഇടമായിരുന്നു അത്. മാർക്സിസം, അസ്തിത്വവാദം, ആധ്യാത്മികത, യുക്തിവാദം, ആധുനിക സാഹിത്യം, മന:ശാസ്ത്രം എന്നിങ്ങനെയുള്ള കനംകൂടിയ വിഷയങ്ങളും കൈനോട്ടം പോലുള്ള ചിന്നചിന്ന സംഗതികളും ദീർഘനേരം ചർച്ച ചെയ്യപ്പെട്ടിരുന്ന ഇടമായിരുന്നു കുഞ്ഞമ്പുവേട്ടന്റെ പീടിക. ഇത്തരം ചർച്ചകൾക്കു വേണ്ടിയല്ലാതെ തനിച്ചിരിക്കുന്നതിന്റെ സുഖത്തിനു വേണ്ടി മാത്രമായും പലരും അവിടെ വരാറുണ്ടായിരുന്നു. തൊട്ടപ്പുറത്ത് ഗഹനമായ ചർച്ച നടക്കുമ്പോഴും ഒന്നിനും ചെവികൊടുക്കാതെ സ്വന്തം വിചാരങ്ങളിൽ മുഴുകി അവർ ഇരുന്നുകൊള്ളും. കുഞ്ഞമ്പുവേട്ടൻ വാർധക്യ സഹജമായ പ്രയാസങ്ങൾ കാരണം പീടികയിൽ വരാതായതോടെ അദ്ദേഹത്തിന്റെ മകളുടെ ഭർത്താവ് നാണുവേട്ടനായി അതിന്റെ നടത്തിപ്പുകാരൻ.

ബ്രണ്ണനിലെ വിദ്യാഭ്യാസം മുഖ്യമായും ക്ലാസ് മുറിക്ക് പുറത്താണ് നടന്നിരുന്നത്, 'ആ വിദ്യാഭ്യാസമാണ് ജീവിതത്തെ നേരിടാൻ എന്നെ പ്രാപ്തനാക്കിയത്,' എന്ന് പലരും പറയാറുണ്ട്. പുറത്തുള്ള ഈ വിദ്യാഭ്യാസം വിദ്യാർത്ഥികൾ അവരുടെ അറിവും അനുഭവങ്ങളും പങ്കുവെക്കുന്നതിൽ നിന്ന് കൈവരുന്നതാണ്. ഹോസ്റ്റലുകൾക്കും ലോഡ്ജുകൾക്കും പുറമെ ആ പങ്കുവെപ്പിന് പ്രധാനമായും വേദിയൊരുക്കിയത് കോളേജ് പരിസരത്തെ പീടികകളാണ്. പെൺകുട്ടികൾക്കു പക്ഷേ, വിദ്യാഭ്യാസത്തിന്റെ ഈയൊരു പങ്ക് അന്യമായിരുന്നു.

42

കുറച്ചു വർഷങ്ങൾക്കു മുമ്പ് ബ്രണ്ണൻ കോളേജിൽ രണ്ടാം വർഷ മലയാളം എം. എക്കാരുടെ സെന്റോഫ് പരിപാടി നടക്കെ ഒരു വിദ്യാർത്ഥി രോഷാകുലനായി ഹ്രസ്വമായ ഒരു പ്രസംഗം നടത്തി. അയാൾ പറഞ്ഞു: "ഞാൻ കപ്പച്ചോട്ടിലാണ് പിറന്നുവീണത്. എനിക്കീ അസ്തിത്വവാദവും മറ്റു സംഗതികളുമൊന്നും മനസ്സിലാക്കാനാവില്ല."

അയാളുടെ വാക്കുകൾക്കു പിന്നിൽ പ്രവർത്തിച്ച പല കാര്യങ്ങളെയും കുറിച്ച് പിന്നീട് പലപ്പോഴായി ഞാൻ ആലോചിച്ചിട്ടുണ്ട്. യഥാർത്ഥത്തിൽ അസ്തിത്വവാദം മനസ്സിലായില്ല എന്ന ഒറ്റക്കാരണം മാത്രമല്ല അയാളെ പ്രകോപിപ്പിച്ചത്. ജീവിതത്തിന് നേരിട്ട് പ്രയോജനപ്പെടുന്നതെന്ന് തനിക്ക് തോന്നാത്ത ഒരു കാര്യവും അയാൾക്ക് മനസ്സിലാക്കാനാവില്ല. അയാളുടെ മനസ്സ് അങ്ങനെയുള്ള യാതൊന്നിനെയും ഉൾക്കൊള്ളാൻ തയ്യാറാവില്ല. അരിസ്റ്റോട്ടിലിന്റെ കഥാർസിസും ഭരതന്റെ രസസൂത്രവും ഉൾപ്പെടെ പാശ്ചാത്യസാഹിത്യ ദർശനത്തിലെയും പൗരസ്ത്യ സാഹിത്യദർശനത്തിലെയും സമസ്ത സംഗതികളും, എന്തിന്, മലയാള കവിതകളും നോവലുകളും പോലും അനാവശ്യമായി അയാൾക്ക് തോന്നിയിരിക്കും. അങ്ങനെ തോന്നുന്നതു തന്നെയാണ് ശരി, ജീവിക്കാനാവശ്യമായ നൈപുണി(Skill)യല്ലാതെ വിദ്യാഭ്യാസം വഴി മറ്റൊന്നും വിദ്യാർത്ഥി നേടേണ്ടതില്ല എന്ന ആശയത്തെ പിന്തുണക്കുന്നവരുടെ എണ്ണം വർധിച്ചു വർധിച്ചു വരികയാണ്. ഈ തോന്നൽ ശരിയാണെന്നു വന്നാൽ, വിഷയം ഏതായാലും, വിദ്യാഭ്യാസത്തിന്റെ ഭാഗമായി നിലനിന്നു വരുന്ന സംഗതികളിൽ മുക്കാൽ പങ്കും അനാവശ്യമാണെന്നു പറയേണ്ടി വരും. ദൈനംദിന ജീവിതത്തിന് ആവശ്യമുള്ളതു മാത്രമാണ് പഠിക്കേണ്ടതെങ്കിൽ എന്തിനാണ് ഇത്രയും സമയവും അധ്വാനവും പണവും പാഴാക്കുന്നത്. എന്തായാലും, ഇക്കാര്യം സമൂഹത്തിന്റെയാകെ ഉത്തരവാദിത്വബോധത്തോടു കൂടിയ സത്യസന്ധമായ ചർച്ചയിലേക്കു വരേണ്ടതാണ്.

43

വാർധക്യകാലത്ത് ഒരു സ്ഥലമോ സ്ഥാപനമോ ഒരാളുടെ സ്വപ്നത്തിൽ ആവർത്തിച്ചു പ്രത്യക്ഷപ്പെടുന്നുവെങ്കിൽ അതിന്റെ ആദ്യത്തെ അർത്ഥം ആ സ്ഥലം/സ്ഥാപനം ആണ് അയാളുടെ ജീവിതത്തെ ഏറ്റവുമധികം സ്വാധീനിച്ചത് എന്നാണെന്ന ഊഹത്തിലെത്താൻ സാമാന്യബുദ്ധി മതി. അയാൾ അവിടെത്തന്നെ ജീവിതം തുടരാനാഗ്രഹിക്കുന്നുണ്ട് എന്നു കൂടി മനസ്സിലാക്കാം. ഈയൊരു സ്വപ്നത്തിന് മറ്റർത്ഥങ്ങളും ഉണ്ടാകാം. പക്ഷേ, തൽക്കാലത്തേക്ക് എനിക്ക് ആദ്യം കിട്ടിയ അർത്ഥങ്ങൾ തന്നെ മതി.

ബ്രണ്ണൻ കോളേജിൽ ഞാൻ അഞ്ച് വർഷം പഠിച്ചു. ഇരുപത്തഞ്ച് വർഷത്തിലേറെ ജോലി ചെയ്തു. ഔദ്യോഗികജീവിതം അവസാനിച്ചതിനു ശേഷം കഴിഞ്ഞ പതിനേഴ് വർഷത്തിലധികമായി കോളേജിനടുത്തു തന്നെയാണ് താമസിക്കുന്നത്. ഈ പതിനേഴ

വർഷക്കാലത്തിനിടയിൽ എല്ലാ വർഷവും രണ്ടോ മൂന്നോ അതിലധി കമോ തവണ ഏതെങ്കിലും പരിപാടിയുമായി ബന്ധപ്പെട്ട് കോളേജിൽ പോയിട്ടുണ്ട്. സഹപാഠികളും വിദ്യാർത്ഥികളും സഹപ്രവർത്തകരുമൊ ക്കെയായി ഒരുപാടു പേരെ തന്ന കോളേജാണിത്. വിദ്യാർത്ഥികളിൽ പലരെയും ഇപ്പോഴും വളരെ സ്നേഹപൂർവം ഞാൻ ഓർമിക്കുന്നു. തിരി ച്ചിങ്ങോട്ടും അവർ ആ സ്നേഹം തന്നുകൊണ്ടിരിക്കുന്നു. വിദ്യാർത്ഥിയോ പഴയ സഹപാഠിയോ സഹപ്രവർത്തകനോ സഹപ്രവർത്തകയോ ആരെങ്കിലുമായി ഒരാളെങ്കിലും ദിവസവും എന്നെ ഫോണിൽ ബന്ധ പ്പെടാറുണ്ട്. എന്റെ ജീവിതാനന്ദത്തിൽ അവർ തരുന്ന സ്നേഹത്തിന്റെ പങ്ക് വലുതാണ്.

എന്റെ സാഹിത്യജീവിതം 1970-ൽ ഞാൻ ബ്രണ്ണനിൽ വരുന്നതിനു അഞ്ച് വർഷം മുമ്പേ തന്നെ ആരംഭിച്ചിരുന്നെങ്കിലും എൻ. പ്രഭാകരൻ എന്ന പേരിൽ ആദ്യമായി എഴുതിയത് ബ്രണ്ണനിലെ വിദ്യാർത്ഥിയാ യിരിക്കെയാണ്. 1971-ൽ മാതൃഭൂമി ആഴ്ചപ്പതിപ്പിന്റെ വിഷുപ്പതിപ്പിൽ കോളേജ് വിഭാഗത്തിൽ ഒന്നാം സമ്മാനം നേടിയ 'ഒറ്റയാന്റെ പാപ്പാൻ' എന്ന കഥയോടൊപ്പമാണ് ആ പേര് ആദ്യമായി അച്ചടിച്ച് വരുന്നത്. അതിനു മുമ്പ് ഞാൻ എരിപുരം പ്രഭാകരനും എൻ. പി. എരിപുരവുമൊ ക്കെയായിരുന്നു. പഴയ കാല സുഹൃത്തുക്കളിൽ പലരും ഇപ്പോഴും എന്നെ 'എരിപുരം' എന്നോ 'എൻ. പി'എന്നോ ആണ് വിളിക്കുന്നത്.

സാഹിത്യത്തിൽ എൻ. പ്രഭാകരൻ എന്ന പേര് ഇടം നേടുന്നത് ബ്രണ്ണൻ കോളേജിന്റെ പേരിനോടൊപ്പമാണെന്നത് തീർച്ചയായും ഈ സ്ഥാപനത്തോടുള്ള എന്റെ ബന്ധത്തെ വളരെ ആഴമുള്ളതാക്കിത്തീ ർത്തിട്ടുണ്ടാവും. വ്യക്തിപരമായ കാരണങ്ങൾ പിന്നെയുമുണ്ട്. എന്റെ ഭാര്യ റീന പഠിച്ചതും മൂത്തമകൻ സുചേത് ഗസ്റ്റ് അധ്യാപകനായിട്ടാണെ ങ്കിലും ഒരു വർഷക്കാലം ജോലി ചെയ്തതും ബ്രണ്ണൻ കോളേജിലാണ്. എന്റെ ഇളയ മകൻ സച്ചിനെ അവൻ സ്കൂളിൽ പോകാൻ തുടങ്ങുന്നതിനു മുമ്പ് പലപ്പോഴും ഞാൻ കോളേജിന്റെ കാന്റീനിൽ നിർത്തി ക്ലാസെ ടുക്കാൻ പോയിട്ടുണ്ട്. അക്കാലത്ത് ബ്രണ്ണൻ കോളേജിൽ പഠിച്ച വിദ്യാർത്ഥികളിൽ പലരും ഇപ്പോഴും അവനെ ഓർമിക്കുന്നത് അവന്റെ അക്കാലത്തെ രൂപത്തിലാണ്.

പഠിക്കുന്ന കാലത്ത് വിദ്യാർത്ഥിരാഷ്ട്രീയത്തിൽ ഏറെക്കുറെ സജീവമായിത്തന്നെ ഉണ്ടായിരുന്നതുകൊണ്ടു കൂടി സഹപാഠികളിൽ എത്രയോ പേരുമായി എനിക്ക് നല്ല സൗഹൃദമുണ്ടായിരുന്നു. അവരിൽ ഭൂരിപക്ഷവും എസ്. എഫ്. ഐക്കാർ തന്നെ. പക്ഷേ, കെ. എസ്.

യുക്കാരിൽ ചിലരും ഞാനുമായി നല്ല അടുപ്പം പുലർത്തിയിരുന്നു. ഇങ്ങനെയൊക്കെയായതുകൊണ്ട് നാളെ എഴുപത്തൊന്നാം വയസ്സിലേക്കു പ്രവേശിക്കുമ്പോഴും ബ്രണ്ണനിലെ വിദ്യാർത്ഥി ജീവിതകാലം എന്റെ മനസ്സിന്റെ അടിത്തട്ടിൽ മാധുര്യവും ആവേശവും പകരുന്ന അനേകം ഓർമകളോടെ തുണയോടെ തന്നെയാവും നിലകൊള്ളുന്നത്.

44

ബ്രണ്ണനിൽ വിദ്യാർത്ഥിയായിരിക്കെ ഞാൻ കോളേജ് ഹോസ്റ്റലിലും കോളേജ് വ്യൂ ലോഡ്ജിലും മറ്റു പല ലോഡ്ജുകളിലുമാണ് താമസിച്ചത്. അന്ന് ഒന്നിച്ചു കഴിഞ്ഞവരിൽ ഒരുപാടു പേരെ വിദ്യാർത്ഥിജീവിതം പിന്നിട്ടതിൽപ്പിന്നെ കണ്ടിട്ടില്ല. പലരുടെയും പേര് മറന്നു പോയിട്ടുണ്ടാവും. പക്ഷേ, എല്ലാവരെയും ഞാൻ ഇപ്പോഴും ഓർമിക്കുന്നു. മിക്കയാളുകളുടെയും ശബ്ദവും ഞാൻ തിരിച്ചറിയും. തമ്മിൽ കണ്ടിട്ട് 47 വർഷമായെങ്കിലും വയനാട്ടിൽ നിന്ന് ഫ്രാൻസിസ് എന്ന സുഹൃത്തുവിളിച്ചപ്പോൾ പേര് പറയുന്നതിനു മുമ്പു തന്നെ ആളെ എനിക്ക് മനസ്സിലായി.

എന്റെ വിദ്യാർത്ഥികളിൽ കുറേയധികം പേരെ ഞാൻ ഓർമിക്കുന്നുണ്ട്. പലരുമായും എനിക്ക് നല്ല ആത്മബന്ധമുണ്ടായിരുന്നു. എല്ലാവരെക്കുറിച്ചും വിശദമായി എഴുതണമെങ്കിൽ എത്രയോ പേജുകൾ വേണ്ടിവരും. ഓരോരോ മേഖലകളിൽ തങ്ങളുടെ വ്യക്തിമുദ്ര പതിപ്പിച്ചവരെപ്പറ്റി മാത്രം എഴുതാം. അപ്പോഴും പല പേരുകളും വിട്ടുപോയേക്കാം.

ആദ്യമായി, കോളേജുകളിലും യൂനിവേഴ്സിറ്റികളിലും സ്കൂളുകളിലുമായി അധ്യാപകരായി ജോലി നേടിയവരെപ്പറ്റിത്തന്നെ എഴുതാം. ബ്രണ്ണൻ കോളേജിലും മറ്റു കോളേജുകളിലുമായി ജോലി ചെയ്തവരും ഇപ്പോൾ ജോലി ചെയ്യുന്നവരുമായിട്ടുള്ളവരിൽ വി. ആർ. സുധീഷ് (ഫോണിൽ ഇത്തിരി തമാശയായിട്ടു കൂടിയാവാം, ഗുരുനാഥാ എന്നു മാത്രം വിളിച്ച് സംസാരം തുടങ്ങുന്ന ആളായതുകൊണ്ടു കൂടിയാണ് സുധീഷിന്റെ പേര് ആദ്യം പറയുന്നത്), ആർ. രാജശ്രീ (ഇവർ രണ്ടുപേരും എന്റെ വക പരിചയപ്പെടുത്തലിന്റെ യാതൊരാവശ്യവുമില്ലാത്ത, മലയാളത്തിലെ പ്രശസ്തരായ എഴുത്തുകാരാണെന്ന കാര്യം എല്ലാവർക്കും അറിയാം), നിർമലഗിരി കോളേജിൽ പ്രിൻസിപ്പലായിരുന്ന ഫാ. ജിയോ പുളിക്കൻ, ഡോ. പ്രഭാകരൻ പഴശ്ശി, പി. പത്മനാഭൻ, ബെറിൽ ഗിൽബർട്ട്, ഇ. സി. ശ്രീശ് (മാഹി മഹാത്മാ ഗവ. ആർട്സ് കോളേജ്), രാമൻകുട്ടി. പി. സി, ഡോ. മഞ്ജുള കെ. വി, ഡോ. ലിജി എൻ., ഡോ. സിനുമോൾ സിജു, ഡോ. അജിത ചേമ്പൻ, ഡോ. ജൈനിമോൾ കെ. വി, ദീപാ മോൾ മാത്യു, സൗമ്യാതോമസ്, ഡോ. ദീപേഷ് കരിമ്പുങ്കര,

ഷനോജ്, ഷീജ കെ. പി. മൊട്ടമ്മൽ, യു. രാജീവ്, ഡോ. ജോസ്ന ജേക്കബ്ബ്, അബ്ദുൾ സലാം, പ്രജിത, ഷീബ, ബിജലി, ഡോ. സവിത, പ്രശസ്ത നർത്തകി കൂടിയായ ഡോ. സുമിതാ നായർ, വിജയലക്ഷ്മി, ഡോ. അനഘ, ഡോ. ഗണേശൻ, പ്രജുല. പി, ഡോ. പൂർണിമ. സി. സി, യമുന എന്നിവരാണ് എന്റെ അറിവിൽ കോളേജുകളിൽ അധ്യാപനജോലിയിൽ പ്രവേശിച്ചവർ. യൂനിവേഴ്സിറ്റി അധ്യാപകരായി ഉള്ളത് ഡോ. പി. സോമനാഥനും ഡോ. അപർണയുമാണ്. രണ്ടുപേരും കോഴിക്കോട് സർവകലാശാലയിൽത്തന്നെ. ഡോ. ഗോവിന്ദവർമ രാജയും ഡോ. സോമൻ കടലൂരും കോഴിക്കോട് സർവകലാശാലയുടെ ഫോക് ലോർ ഡിപ്പാർട്ട്മെന്റിൽ ജോലി ചെയ്തിരുന്നവരാണ്. ഗോവിന്ദവർമ രാജ റിട്ടയർ ചെയ്തു. സോമന് ഒരു പ്രത്യേക സാഹചര്യത്തിൽ യൂനിവേഴ്സിറ്റിയിലെ ജോലി നഷ്ടമാവുകയും ചെയ്തു. മറ്റൊരു യൂനിവേഴ്സിറ്റി അധ്യാപകൻ ഇപ്പോൾ ഡൽഹി യൂനിവേഴ്സിറ്റിയിൽ ജോലി ചെയ്യുന്ന ഡോ.പി. ശിവപ്രസാദാണ് എന്റെ വിദ്യാർത്ഥികളിൽ ബി. എഡ്. കോളേജിൽ അധ്യാപകരായത് രണ്ടുപേരാണ് എന്നാണ് എന്റെ അറിവ്. ഒന്ന് ചേളന്നൂർ ശ്രീ. നാരായണ കോളേജ് ഓഫ് ടീച്ചർ എഡ്യുക്കേഷനിലെ പത്മനാഭൻ. മറ്റൊരാൾ അഖില ആന്റണി (മലബാർ ബി. എഡ്. ട്രെയിനംഗ് കോളേജ്, പേരാവൂർ).

ഇനി പറയാനുള്ളത് ഹയർസെക്കന്ററി അധ്യാപകരെയും ഹൈസ്കൂൾ അധ്യാപകരെയും കുറിച്ചാണ്. അവർ ഒരുപാടുപേരുണ്ട്. എല്ലാവരുടെയും പേര് ഓർമയിലില്ല. എം. ജെ. മാത്യു, രഞ്ജിത് മാർക്കോസ്, വി. കെ. സുരേഷ് ബാബു, പി. പ്രേമചന്ദ്രൻ, ഉമ്മർ. ടി. കെ, ദിനേശൻ മാവുങ്കൽ, സുരേഷ്, ബെറ്റി, ഷൈമ. വി, സ്മിത പന്ന്യൻ, നിത, സഹദേവൻ(നവോദയ),സന്തോഷ്, രശ്മി, ഉമേഷ്, എമിലി, അന്ന, മായാമണി, കേശവൻ, സജിത് കുമാർ, സുജിത്, ദീപ, ജയശ്രീ, ബാലകൃഷ്ണൻ മൊകേരി, ഷംനാ പത്മം, ജോബിഷ്. വി. കെ, അഭിലാഷ്, സ്മിത, സുജയ, നിഷ. സി. വി, ഡോ. ഷീന, സരിത. പി. കെ, സുധേഷ്. വി, സജിന, പി, ലിഷില, പി. കെ, ഷംന. ടി, ശ്രീകല. എ. വി, ഫരീദ കുപ്പരയിൽ, രഹന, കലേഷ്, ശ്രീജ, പ്രത്യുഷ, അഭിലാഷ്, ഉജ്ജ്വല എന്നിങ്ങനെ ഏതാനും പേരുകളാണ് എന്റെ അറിവിലുള്ളത്. മറ്റുള്ളവർ ക്ഷമിക്കണം.

മറ്റു തൊഴിൽ മേഖലകളിൽ സ്വന്തം ഇഷ്ടപ്രകാരവും അല്ലാതെയും എത്തിപ്പെട്ടവരെക്കുറിച്ചും മലയാളം ഐച്ഛികവിഷയമായോ സെക്കന്റ് ലാംഗ്വേജായോ പഠിച്ചിട്ടില്ലാത്തവരെങ്കിലും എനിക്ക് സ്വന്തം വിദ്യാർത്ഥികളായിത്തന്നെ തോന്നിയ ചിലരെക്കുറിച്ചുമാണ് ഇനി എഴുതാനുള്ളത്.

അവരുടെ പേരുകൾ പറയും മുമ്പ് ഒരു കാര്യം പ്രത്യേകം പറയേണ്ടതു ണ്ട്. ഡിഗ്രിക്ക് മലയാളം മെയിൻ എടുത്ത് പഠിച്ചാൽ ഒരു ജോലിയും കിട്ടില്ലെന്ന ഉറച്ച വിശ്വാസം പൊതുവെ ഉണ്ടായിരുന്ന ഘട്ടത്തിലാണ് മറ്റ പലരോട്ടുമൊപ്പം ഞാനും മലയാളം ബി. എക്ക് ചേർന്നത്. ഞങ്ങ ളൊക്കെ ചേർന്നതിനു ശേഷവും പത്തു വർഷത്തോളമെങ്കിലും മലയാ ളത്തിനെതിരെ ആ മനോഭാവം സമൂഹത്തിൽ നിലനിന്നിരുന്നു. ഞാൻ ബി. എക്ക് ചേർന്ന് രണ്ട് വർഷത്തിനു ശേഷമാണ് സി. പി. ഹരീന്ദ്രൻ ബ്രണ്ണനിൽ മലയാളം ബി. എക്ക് ചേർന്നത് എന്നാണോർമ. ആ വർഷം ഹരീന്ദ്രൻ ഒരാൾ മാത്രമാണ് ആ ക്ലാസിലുണ്ടായിരുന്നത്. ഹരീന്ദ്രൻ വിട്ടുപോയാൽ ആ ബാച്ച് തന്നെ ഇല്ലാതാവും. അതുകൊണ്ട് അധ്യാപ കർ ഹരീന്ദ്രനെ വണങ്ങിയാണ് ക്ലാസിൽ കയറിയിരുന്നത് എന്നൊരു തമാശ ഞങ്ങൾക്കിടിൽ പ്രചരിച്ചിരുന്നു. ഇന്ന് തിരിഞ്ഞു നോക്കുമ്പോൾ മനസ്സിലാവുന്നത് മറ്റു വിഷയങ്ങളെ ഓരോന്നായി എടുത്ത് താരതമ്യം ചെയ്താൽ ബ്രണ്ണനിൽ മലയാളം ഐച്ഛികമായെടുത്ത് പഠിച്ചവരാണ് ഏറ്റവും കൂടുതലായി അധ്യാപകജോലിയിൽ പ്രവേശിച്ചത് എന്നാണ്.

45

ഇനി ബ്രണ്ണനിലെ വിദ്യാഭ്യാസം കഴിഞ്ഞ് മാധ്യമരംഗത്തേക്കു വന്നവരെപ്പറ്റി പറയാം. ബ്രണ്ണൻ കോളേജ് ശതോത്തര രജതജൂ ബിലി സുവനീർ ആയ ബ്രണ്ണൻ 125-ൽ ദേശാഭിമാനി പത്രത്തിലും വാരികയിലും മാതൃഭൂമിയിലുമെല്ലാം ജോലി ചെയ്ത, മുൻ മുഖ്യമന്ത്രി വി. എസ്. അച്യുതാനന്ദന്റെ പ്രസ് സെക്രട്ടറിയായിരുന്ന കെ. ബാലകൃഷ്ണൻ എഴുതിയ 'മാധ്യമരംഗത്തെ ബ്രണ്ണൻ മുദ്രകൾ' എന്ന ഏറെക്കുറെ സമഗ്രമായ ഒരു ലേഖനമുണ്ട്. ആ ലേഖനത്തിലെ പല വിവരങ്ങളും എനിക്ക് നേരിട്ടറിയാവുന്ന ചില കാര്യങ്ങളും സംയോജിപ്പിച്ചാണ് ഈ കുറിപ്പെഴുതുന്നത്.

മൂർക്കോത്ത് കുമാരൻ, മൂർക്കോത്ത് കുഞ്ഞപ്പ, മൂർക്കോത്ത് ശ്രീനി വാസൻ എന്നിവരെല്ലാം ബ്രണ്ണനിൽ വിദ്യാർത്ഥികളായിരുന്ന പത്രപ്ര വർത്തകരാണ്. മൂർക്കോത്ത് കുമാരന്റെ 'മിതവാദി' മലയാളത്തിന്റെ സാഹിത്യ ചരിത്രത്തിലും ഇടം നേടിയ പത്രമാണ്.. കുമാരനാശാന്റെ 'വീണപൂവ്' ആദ്യമായി പ്രസിദ്ധീകരിക്കപ്പെട്ടത് മിതവാദിയിലാണ്. തിരുവിതാംകൂറിലെ സവർണരായ പ്രസ്സുകാരും പ്രസിദ്ധീകരണങ്ങളുമെ ല്ലാം മുഖം തിരിച്ചതിനെത്തുടർന്നാണ് കുമാരനാശാൻ 'വീണപൂവു'മായി തലശ്ശേരിയിലേക്കു വന്നത് എന്നു വായിച്ചിട്ടുണ്ട്. തലശ്ശേരിക്കാർക്ക് തലയുയർത്തിപ്പിടിച്ചു നിൽക്കാൻ മറ്റു പലതിനോടുമൊപ്പം ഈയൊരു

ചരിത്ര വസ്തുതയും വക നൽകുന്നു.

മൂർക്കോത്ത് കുഞ്ഞപ്പ മലയാള മനോരമയിലും മൂർക്കോത്ത് ശ്രീനിവാസൻ ഹിന്ദു ദിനപത്രത്തിലുമാണ് ജോലി ചെയ്തത്. മൂർക്കോത്ത് കുമാരന്റെ ഇളയ മകനായ പരേതനായ മൂർക്കോത്ത് രാമുണ്ണി എന്ന ഐ.എ.എസ് കാരനും പത്രപ്രവർത്തനമേഖലയ്ക്ക് സംഭാവനകൾ നൽകിയ ആളാണ്. സഞ്ജയൻ, കെ. ടി ചന്തു നമ്പ്യാർ, കപ്പന കൃഷ്ണമേനോൻ, എടത്തട്ട നാരായണൻ, സി. എച്ച്. കുഞ്ഞപ്പ എന്നിവരാണ് ബ്രണ്ണന് അഭിമാനിക്കാവുന്ന പ്രമുഖരായ മറ്റ് ആദ്യകാല പത്രപ്രവർത്തകർ. ബ്രണ്ണനിലെ ഒരു ആദ്യകാല ചെയർമാനായ അബ്ദുറഹിമാനാണ് പഴയ തലമുറയിലെ എനിക്ക് നേരിട്ട് പരിചയമുള്ള ഒരു പത്രപ്രവർത്തകൻ. The Statesman മുതൽ കേരളകൗമുദി വരെയുള്ള പത്രങ്ങളിൽ അദ്ദേഹം ജോലി ചെയ്തിട്ടുണ്ട്. ഇന്ന് നമ്മോടൊപ്പമില്ലാത്ത അബ്ദുറഹിമാനെ ഞാൻ സ്നേഹപൂർവം ഓർമിക്കുന്നു. പടയാളി സമയം മാസികയിൽ ഞാൻ ഗസ്റ്റ് എഡിറ്ററായിരുന്നപ്പോൾ അബ്ദുറഹിമാൻ പല പഴയ ബ്രണ്ണൻ വിശേഷങ്ങളും പറയുമായിരുന്നു. പഠിക്കുന്ന കാലത്ത് പുനത്തിൽ കുഞ്ഞബ്ദുള്ള, ഡോ. സി. പി. ശിവദാസൻ എന്നിവരോടൊപ്പം കോളേജിനടുത്തു തന്നെയാണ് അദ്ദേഹം താമസിച്ചിരുന്നത്. അബ്ദുറഹിമാന്റെ തന്നെ തലമുറയിലെ പത്രപ്രവർത്തകരായിരുന്നു തായാട്ട് ശങ്കരനും (ദേശാഭിമാനി വാരിക) വി. കരുണാകരൻ നമ്പ്യാരും (സ്വതന്ത്ര ഭാരതം, പ്രവാഹം, ഗോമതി, എക്സ്പ്രസ്). പിന്നീട് വരുന്ന മുതിർന്ന പത്രപ്രവർത്തകർ കെ. പി. വിജയൻ, വി. രവീന്ദ്രൻ, എൻ. പി. രാജേന്ദ്രൻ (എല്ലാവരും മാതൃഭൂമിയിൽ) എന്നിവരാണ്. രാജേന്ദ്രൻ എനിക്ക് അടുത്തു പരിചയമുള്ള ഒരു പത്രപ്രവർത്തകനാണ്. എന്റെ സമകാലികനായി ബ്രണ്ണനിൽ പഠിച്ച രാജേന്ദ്രൻ അന്നേ നല്ല വായനക്കാരനായിരുന്നു. മാതൃഭൂമിയുടെ മുംബൈ ലേഖകനായ എൻ. ശ്രീജിത്തും ബ്രണ്ണനിലെ പൂർവവിദ്യാർത്ഥി തന്നെ. ഞാൻ ചെമ്പൂരിൽ ഒരു സാഹിത്യസമ്മേളനത്തിനു പോയപ്പോഴും ക്രോസ് വേഡ് ബുക് അവാർഡ് വാങ്ങാൻ പോയപ്പോഴും ശ്രീജിത്ത് രണ്ടിടത്തും വന്നിരുന്നു. കെ. ഷാജി, കെ. കെ. അജിത്കുമാർ, ദിനേശൻ കരിപ്പള്ളി, ഒ. കെ. മുരളീകൃഷ്ണൻ, ശ്യാം മുരളി, കെ. സജീവൻ, സുരേഷ്, സരിത്, മാതൃഭൂമിയിലുള്ള ഇവരെല്ലാം ബ്രണ്ണനിലെ പൂർവ വിദ്യാർത്ഥികളാണ്. സുരേഷിനോടൊപ്പം ഞാൻ കേരളാ കർണാടക അതിർത്തിയിലെ പുത്തൂരിൽ പോയി തിരിച്ചു വന്ന് ഒരു ദിവസം കുണ്ടംകുഴിയിലെ സുരേഷിന്റെ വീട്ടിൽ തങ്ങി പിറ്റേന്ന് രാവിലെ പരിസരത്തെ വിശാലമായ പാറപ്പരപ്പിലൂടെ കുറേ നടന്ന് ഒരു ക്ഷേത്രത്തിൽ പോയതും ക്ഷേത്രത്തിലെത്തുന്ന

ഭക്തന്മാരിൽ നിന്നും തീറ്റ സ്വീകരിക്കുന്ന ആമകളുള്ള കുളത്തിന്റെ കരയിലിൽ പോയി കുറച്ചു നേരം നിന്നതും നല്ലോരോർമയാണ്.

മലയാളത്തിലെ ആനുകാലികങ്ങളുടെ വായനക്കാർക്കെല്ലാം സുപരിചിതനായിത്തീർന്നിരിക്കുന്ന മാങ്ങാട് രത്നാകരൻ ബ്രണ്ണൻ കോളേജ് മലയാളവിഭാഗത്തിലെ പൂർവ വിദ്യാർത്ഥിയാണ്. ന്യൂഡൽഹി ഇന്ന്, ഇന്ത്യാ ടുഡേ, എന്നീ പ്രസിദ്ധീകരണങ്ങളിൽ ജോലി ചെയ്തശേഷം രത്നാകരൻ 'ഏഷ്യാനെറ്റി'ലെത്തി. രത്നാകരൻ ഏഷ്യാനെറ്റിൽ അവതരിപ്പിച്ച 'യാത്ര' എന്ന പരിപാടി പലരുടെയും മനസ്സിലുണ്ടാവും. അകാലത്തിൽ അന്തരിച്ച ഡോ. ഐ. വി. ബാബുവാണ് ബ്രണ്ണനിലെ മലയാള വിഭാഗം നമ്മുടെ മാധ്യമരംഗത്തിന് നൽകിയ മറ്റൊരു മികച്ച സംഭാവന. ദേശാഭിമാനി വാരിക, സമകാലിക മലയാളം വാരിക, മംഗളം ദിനപത്രം, എന്നിവയിലൊക്കെ ജോലി ചെയ്ത ബാബു 'പടഹം' എന്ന മാസികയിലൂടെയാണ് മാധ്യമ മേഖലയിൽ പ്രവേശിച്ചത്. തലശ്ശേരിയിൽ നിന്നു പ്രസിദ്ധീകരിച്ചിരുന്ന 'പടഹ'ത്തിൽ ജോലി ചെയ്യാനാണ് എ. വി. പവിത്രൻ തലശ്ശേരിയിലെത്തിയത്. പിന്നെ പവിത്രൻ തലശ്ശേരിയിലെ സാംസ്കാരിക പരിപാടികളിൽ ഒരു സജീവസാന്നിധ്യമായി. വിജയൻ മാഷുമായി നല്ല സൗഹൃദത്തിലായി. സാഹിത്യനിരൂപണത്തിലേക്കും പുസ്തകപ്രസാധന രംഗത്തേക്കുമെല്ലാം പ്രവേശിക്കുകയും ചെയ്തു.

ദേശാഭിമാനി സീനിയർ ന്യൂസ് എഡിറ്റർ മനോഹരൻ മോറായി, ദേശാഭിമാനി റസിഡന്റ് എഡിറ്റർ വി. ബി. പരമേശ്വരൻ, ദേശാഭിമാനി ന്യൂസ് എഡിറ്റർ ജയകൃഷ്ണൻ നരിക്കുട്ടി, എൻ. കെ. സുജിലേഷ്, കെ. ആർ. അനുകുൽ, എൻ. ശശികുമാർ (എല്ലാവരും ദേശാഭിമാനി ദിനപത്രം)ഇവരെല്ലാം ബ്രണ്ണനിലെ പൂർവവിദ്യാർത്ഥികളാണ്. മാതൃഭൂമിയിലെ അനീഷ് പാതിരിയാട്, പി. പി. അനീഷ് കുമാർ എന്നിവരും മാധ്യമത്തിലെ മൊയ്തു വാണിമേലും മാതൃഭൂമി ന്യൂസ് റിപ്പോർട്ടറായ സി. കെ. വിജയനും നേരത്തെ ചന്ദ്രികയുടെ പത്രാധിപസമിതി അംഗവും ഇപ്പോൾ 'ഫിംഗര് ബുക്സ്' എന്ന പ്രസിദ്ധീകരണസ്ഥാപനത്തിന്റെ ഉടമയുമായ കുഞ്ഞിക്കണ്ണൻ വാണിമേൽ, പ്രശസ്ത കഥാകൃത്തും ചന്ദ്രിക വാരികയുടെ മുൻ പത്രാധിപരുമായ ശിഹാബുദ്ദീൻ പൊയ്ത്തും കടവ് എന്നിവരും ബ്രണ്ണന് അഭിമാനിക്കുന്നവർ തന്നെ. ഒടുവിൽ പറഞ്ഞവരിൽ ചിലരുമായി എനിക്ക് അടുത്ത സൗഹൃദമുണ്ട്. ശിഹാബുദ്ദീൻ ബ്രണ്ണനിലെ മലയാളം വിദ്യാർത്ഥിയായിരുന്നു. ശിഹാബുദ്ദീന്റെ ആദ്യ കഥാസമാഹാരമായ 'ആർക്കും വേണ്ടാത്ത കണ്ണുകൾ'ക്ക് പഠനമെഴുതിയത് ഞാനാണ്. (മനസ്സിൽ സൂക്ഷിക്കുന്ന നല്ലോരോർമയാണ്

ആ പുസ്തകത്തിന്റെ കയ്യെഴുത്തു പ്രതിയുമായി അന്ന് എന്റെ വിദ്യാർത്ഥിയായിരുന്ന ശിഹാബുദ്ദീൻ വന്നത്). എന്റെ ഏറ്റവും ഒടുവിലത്തെ പുസ്തകമായ 'ശ്വാസത്തിലൊരു തോണി, തോണിയിലൊരു കഥ' എന്ന പുസ്തകം പ്രസിദ്ധീകരിച്ചത് ഫിംഗർ ബുക്സാണ്. 'കളിയെഴുത്ത്' എന്ന എന്റെ കഥയെത്തുടർന്ന് അധിക്ഷേപിച്ചും ഭീഷണിപ്പെടുത്തിക്കൊണ്ടു മുള്ള ഫോൺവിളികൾ വന്നത് ഒരു വാർത്തയായത് സി. കെ വിജയൻ കാരണമാണ്. ആ കഥ മാതൃഭൂമി വാരികയിൽ അച്ചടിച്ചു വന്നതിന്റെ അടുത്ത ദിവസം കണ്ണൂരേക്കു പോവാൻ മീത്തലെ പീടികയിൽ നിന്ന് ബസ്സിൽ കയറിയ ഞാൻ അവിചാരിതമായി ചെന്നിരുന്നത് സി. കെ. വിജയന്റെ അടുത്ത സീറ്റിലാണ്. വഴിയിൽ വെച്ച് എന്തോ ഒരു കാര്യത്തിന് എനിക്ക് ഫോൺവിളിക്കേണ്ടി വന്നപ്പോൾ വിജയനോടാണ് ഞാൻ ഫോൺ വാങ്ങിയത്. ഫോൺ തിരികെ ഏൽപ്പിക്കുമ്പോൾ 'മാഷ് ഫോണെടുക്കാൻ മറന്നോ?' എന്നു വിജയൻ ചോദിച്ചു. വാസ്തവത്തിൽ ഞാൻ ഫോണെടുക്കാൻ മറന്നതായിരുന്നില്ല. എടുക്കാതിരുന്നതു തന്നെയാണ്. തലേന്നു രാത്രി തൊട്ട് വളരെ അസുഖകരമായ ഓരോരോ വിളികൾ വരുന്നുണ്ടായിരുന്നു. ഒരു യാത്രയിൽക്കൂടി അത്തരം വിളികൾക്ക് കാതു കൊടുക്കേണ്ടല്ലോ എന്നു കരുതിയാണ് ഞാൻ ഫോൺ എടുക്കാതിരുന്നത്. ഇക്കാര്യം ഒരു തമാശയെന്ന നിലയ്ക്ക് ഞാൻ വിജയനോട് പറഞ്ഞു. വിജയൻ തന്റെ പരിചയക്കാരായ പത്രക്കാരോട് വിളിച്ചു പറഞ്ഞതു വഴിയാണ് പിറ്റേ ദിവസം അതൊരു വാർത്തയായത് എന്നു ഞാൻ കരുതുന്നു.

സാന്ദർഭികമായി ആ കഥയ്ക്കു നേരെ വന്ന കല്ലേറുകളെക്കുറിച്ചു കൂടി പറയാം. ഒരു ചെറുകഥ എത്ര മേൽ ആഴം കുറഞ്ഞ രീതിയിലാണ് വായിക്കപ്പെടുന്നത് എന്നതിനുള്ള തെളിവായിട്ടാണ് അവയെ ഞാൻ കാണുന്നത്. ഇക്കാര്യം ഞാൻ ദീർഘമായി വിശദീകരിക്കുന്നില്ല. ഒന്നുരണ്ടു കാര്യങ്ങൾ മാത്രം പറയാം. ആ കഥ ഒരു സ്ത്രീവിരുദ്ധ കഥയായിട്ടാണ് വായിക്കപ്പെട്ടത്. ആ കഥയിൽ സ്ത്രീകൾ, അതായത് അധ്യാപികമാർ അപമാനിക്കപ്പെടുന്നുണ്ടെങ്കിൽ അതേ അളവിൽ അധ്യാപകന്മാരും അപമാനിക്കപ്പെടുന്നുണ്ട്. രണ്ടു കൂട്ടരെയും അപമാനിക്കാനുദ്ദേശിച്ചായിരുന്നില്ല ആ കഥ എഴുതിയത്. അധ്യാപനത്തെ കളിയാക്കി മാറ്റരുത് എന്ന ആശയം അവതരിപ്പിക്കാൻ മാത്രമേ ഞാൻ ഉദ്ദേശിച്ചുള്ളൂ. നേഴ്സറി ക്ലാസിലെയും ഒന്നും രണ്ടും ക്ലാസിലെയും കുട്ടികൾക്ക് പഠനത്തെക്കുറിച്ച് ഭയം ഉണ്ടാവരുത് എന്നു കരുതി ഗണിതത്തിലെ പ്രാഥമിക പാഠങ്ങളും മറ്റും പാട്ടിന്റെ രൂപത്തിൽ അവതരിപ്പിക്കുന്ന രീതി ഞാൻ എൽ. പി. സ്കൂൾ വിദ്യാർത്ഥിയായിരുന്ന കാലം തൊട്ടേ

അധ്യാപകർ അവലംബിക്കുന്നുണ്ടായിരുന്നു. ചില ഈസോപ്പ് കഥകളും പഞ്ചതന്ത്രകഥകളും അവർ അഭിനയിച്ച് കാണിച്ച് അവതരിപ്പിച്ചിരുന്ന കാര്യവും എനിക്കോർമയുണ്ട്. ഞാൻ കുറേ മുതിർന്നപ്പോൾ, ക്ലാസിൽ ഒരു സിംഹം ഒരു കഥാസന്ദർഭത്തിൽ ഉറങ്ങിപ്പോയത് അഭിനയിച്ച് കാണിച്ച അധ്യാപകൻ മേശപ്പുറത്ത് തലവെച്ച് കിടന്ന് ഉറങ്ങിപ്പോയ കാര്യം ഒരു കുട്ടി പറഞ്ഞതും ഞാൻ ഓർമിക്കുന്നു.

'കളിയെഴുത്തി'ലെ വിഷയം അതൊന്നുമല്ല. യു. പി. സ്കൂൾ വിദ്യാർത്ഥികൾക്കു പഠിക്കേണ്ടുന്ന പാഠഭാഗങ്ങളെപ്പോലും കളിയാക്കി മാറ്റുന്നതിനുള്ള പരിശീലനം നൽകുന്നതിലെ അസംബന്ധത്തെയാണ് 'കളിയെഴുത്ത്' എന്ന കഥ പരിഹസിക്കാൻ ശ്രമിച്ചത്. അത് തെറ്റായിപ്പോയി എന്ന തോന്നൽ ഇപ്പോഴും എനിക്കില്ല. 'കളിയെഴുത്ത് വിവാദം' അടങ്ങാറായപ്പോൾ കാസർകോട് ജില്ലയിലെ ഒരധ്യാപകൻ എന്നെ വിളിച്ച് പറഞ്ഞ തമാശ കൂടി ഇവിടെ എഴുതാം: "ശ്രീനിവാസൻ ഇംഗ്ലീഷ് മീഡിയം എന്ന സിനിമയിലൂടെ ഡി. പി. ഇ. പിയുടെ കഥ കഴിച്ചു. നല്ലോരു കോഴ്സിന്റെ കഥ കഴിക്കാനാണോ നിങ്ങള് 'കളിയെഴുത്തെ'ഴുതിയത്."

46

മാതൃഭൂമി റിപ്പോർട്ടറും പത്രപ്രവർത്തകയൂനിയന്റെ സംസ്ഥാന ജനറൽ സെക്രട്ടറിയുമായിരുന്ന സി. നാരായണൻ, The Pioneerന്റെ മുൻ തിരുവനന്തപുരം റസിഡന്റ് എഡിറ്റർ അരുൺലക്ഷ്മൺ, The Hindu പത്രത്തിന്റെ കണ്ണൂർ ലേഖകനായിരുന്ന മുഹമ്മദ് നസീർ, The Indian Express ലെ എം. പി. പ്രശാന്ത് (The New Indian Express, Deccan Chronicle, The Times of India), മാതൃഭൂമിയുടെ ഡൽഹിലേഖകനായ പ്രകാശൻ പുതിയേട്ടി, ശുഭാ ജോസഫ് (മലയാള മനോരമ), The New Indian Express-ൽ കൊച്ചിയിലും കോഴിക്കോട്ടും കണ്ണൂരും ജോലി ചെയ്ത സുചേത്. പി. ആർ, രാജേന്ദ്രപ്രസാദ് (ഗോത്രഭൂമി മാസിക), ഡോ. സഞ്ജീവൻ അഴീക്കോട്, എൻ. കെ. ഷിജു (ഏഷ്യാനെറ്റ്) ജോഷില. പി. വി (കൈരളി), ദിൽന മധു, മംഗളം, വർത്തമാനം എന്നീ പത്രങ്ങളിലും ഏഷ്യാനെറ്റ്, ഇന്ത്യാവിഷൻ, മീഡിയ വൺ, ന്യൂസ് 18 എന്നീ ചാനലുകളിലും ജോലിചെയ്ത ഇപ്പോൾ The Malabar Journal എന്ന ഓൺലൈൻ പ്രസിദ്ധീകരണത്തിന്റെ C.E.Oയും എഡിറ്ററും ആയ ഇ. സനീഷ് (ഇപ്പോൾ ടി.വി ചാനലുകളിലില്ലെങ്കിലും വാർത്താവതാരകരിലെ ഏറ്റവും സുന്ദരമായ മുഖത്തിന്റെ ഉടമയെന്ന നിലയ്ക്ക് സനീഷിനെ എല്ലാവരും ഓർക്കുന്നുണ്ടാവും), ജയ്ഹിന്ദ് ടി. വിയിലെ ധനിത്ത് ലാൽ, മുമ്പ് വായന മാസികയുടെയും

ഇപ്പോൾ പച്ചക്കുതിര മാസികയുടെയും എഡിറ്ററായ ജയ്ദേവ് കെ. വി, സുപ്രഭാതത്തിലെ നാഷിഫ് അലിമായൻ എന്നിവരും ബ്രണ്ണനിലെ പൂർവവിദ്യാർത്ഥികളാണ്. ഇവരിൽ പലരുമായും എനിക്ക് നല്ല അടുപ്പമുണ്ട്. ബ്രണ്ണനിലെ എന്റെ അധ്യാപകജീവിതകാലത്ത് എനിക്ക് ഏറ്റവുമധികം അടുപ്പം തോന്നിയ ചിലർ ഇക്കൂട്ടത്തിലുണ്ട്. സനീഷ്, ഷിജു എന്നിവർക്ക പുറമെ മാധ്യമ പ്രവർത്തകരല്ലാത്ത ടി. അനിൽ (ധർമ്മടം സർവീസ് കോ ഓപ്പറേറ്റീവ് ബാങ്ക് പ്രസിഡന്റും സുസമ്മതനായ പൊതു പ്രവർത്തകനും), റാഫി, നാസർ (നാസർ ഇപ്പോൾ ഒരു പ്രാദേശിക ചാനലിൽ വിഷയാവതാരകൻ കൂടിയാണ്), ബ്രണ്ണനിലെ ചെയർമാനും കവിയുമായിരുന്ന, അകാലത്തിൽ ജീവിതമവസാനിപ്പിച്ച എ. എൻ. പ്രദീപ് കുമാർ ഇപ്പോൾ ബി. ആർ. ഡി. സി മാനേജിംഗ് ഡയരക്ടറായ ഷിജിൽ. പി. എന്നിവരും അവരുടെ അത്രയും തന്നെ ഉയർന്ന മാനസിക നിലവാരമുള്ള മറ്റു ചില വിദ്യാർത്ഥികളുമായുള്ള അടുത്ത സൗഹൃദം ജീവിതത്തിലെ ഏറ്റവും വിഷമം പിടിച്ച പല നാളുകളിലും എന്നെ രക്ഷിച്ചു നിർത്തിയിട്ടുണ്ട്. അധ്യാപനരംഗത്തും മാധ്യമ രംഗത്തും എത്തിച്ചേർന്ന ബ്രണ്ണൻ പൂർവവിദ്യാർത്ഥികളെക്കുറിച്ചു മാത്രമാണ് ഞാൻ എഴുതിയത്. ലൈബ്രറി കൗൺസിലിന്റെ ഇപ്പോഴത്തെ പ്രസിഡന്റും കൊച്ചിൻ യൂനിവേഴ്സിറ്റിയുടെ മുൻ റജിസ്ട്രാറുമായിരുന്ന കെ. വി. കുഞ്ഞികൃഷ്ണൻ ഉൾപ്പെടെ വേറെയും ഒരുപാടുപേരെക്കുറിച്ച് പറയാനുണ്ട്. 'ദൈവം എന്ന ദുരന്തനായകൻ' എന്ന ശ്രദ്ധേയമായ നോവലെഴുതിയ, ഇപ്പോൾ പി. എസ്. സി മെമ്പറായ പി. പി. പ്രകാശനും ഏതാനും ദിവസങ്ങളിലേക്കാണെങ്കിലും ബ്രണ്ണനിലെ മലയാള വിഭാഗം വിദ്യാർത്ഥിയായിരുന്നു.

ചന്ദ്രിക ദിനപത്രം, വാരിക, ലീഗ് ടൈംസ്, എന്നിവിയിലൊക്കെ പ്രവർത്തിച്ച, പല പുസ്തകങ്ങളുടെയും രചയിതാവു കൂടിയായ കെ. പി. കുഞ്ഞിമൂസയുടെ പേര് നേരത്തേ പരാമർശിക്കേണ്ടതായിരുന്നു. 1965 മുതൽ മാധ്യമ രംഗത്തുള്ള അദ്ദേഹവും ശ്രീനാരായണഗുരുവിനെക്കുറിച്ചുള്ള ശ്രദ്ധേയമായ ചില ഗ്രന്ഥങ്ങളിലൂടെയും പത്രമാസികകളുടെ ശേഖരണം, പ്രദർശനം എന്നിവയിലൂടെയും അറിയപ്പെടുന്ന സാംസ്കാരിക പ്രവർത്തകനായിത്തീർന്ന ചമ്പാടൻ വിജയനും ബ്രണ്ണനിലെ പൂർവ വിദ്യാർത്ഥികൾ തന്നെ.

അധ്യാപന രംഗത്തും മാധ്യമരംഗത്തും എത്തിച്ചേർന്ന ബ്രണ്ണൻകാരെ കുറിച്ചു മാത്രമാണ് ഇതേവരെ എഴുതിയത്. സാഹിത്യം, ചിത്രകല, സിനിമ, രാഷ്ട്രീയം, ഗ്രന്ഥാലയ പ്രവർത്തനം ഉൾപ്പെടെയുള്ള സാംസ്കാരിക പ്രവർത്തനത്തിന്റെ വിവിധ മേഖലകൾ എന്നിവയിലൊക്കെ വലിയ സംഭാവനകൾ നൽകിയ ചിലരെ കുറിച്ചു കൂടി ഇനി

എഴുതാനുണ്ട്. ബ്രണ്ണൻ ഫോക്സ് (Brennen Folks) എന്ന സംഘടനയെ ക്കുറിച്ചെഴുതുമ്പോൾ വേറെ കുറേപ്പേരെപ്പറ്റിക്കൂടി പറയാനുമുണ്ട്. ഇവരെ യെല്ലാം കൂടാതെ സ്വന്തം നാട്ടിൻപുറത്തെ സാധാരണ തൊഴിലാളിക ളും സാധാരണ കർഷകരുമായി ജീവിക്കുന്നതിൽ സംതൃപ്തി കണ്ടെത്തി യവരും കേരളത്തിനു പുറത്തും പല വിദേശരാജ്യങ്ങളിലുമായി ചെറുതും വലുതുമായ തൊഴിലുകളിൽ എത്തിപ്പെട്ടവരും ഒരു കാലത്ത് ഡിഗ്രിയും പി. ജിയും കഴിഞ്ഞിറങ്ങുന്ന എത്രയോ പേർക്ക് തൊഴിൽ നൽകിയിരു ന്ന പാരലൽ കോളേജ് മേഖലയിൽത്തന്നെ തുടർന്നവരുമൊക്കെയായ ഒരു പാട് പേരുണ്ട്. പഴയകാല വിദ്യാർത്ഥിനികളിൽ ഏറെപ്പേരും ജോലിക്കൊന്നും പോവാതെ വീട്ടമ്മമാരായിത്തീരുകയാണുണ്ടായത്. ബ്രണ്ണൻ കോളേജിന്റെ സംഭാവനകളെക്കുറിച്ചോർക്കുമ്പോൾ ഇവരെ യെല്ലാം ഓർക്കേണ്ടതാണ്;എല്ലാവരുടെയും പേരെടുത്തു പറയുക അസാധ്യമാണെങ്കിലും.

ഒരു കാര്യം കൂടി. ബ്രണ്ണൻ കോളേജിനെപ്പോലെ എറണാകുളം മഹാരാജാസ് കോളേജ്, യൂനിവേഴ്സിറ്റി കോളേജ്, കൊല്ലം എസ്. എൻ. കോളേജ്, ചങ്ങനാശ്ശേരി എസ്. ബി. കോളേജ്, പാലക്കാട് വിക്ടോറിയാ കോളേജ്, തൃശ്ശൂർ ശ്രീകേരളവർമ്മ കോളേജ്, കോഴിക്കോട് ദേവഗിരി കോളേജ്, ഗവ. കോളേജ് കാസർകോട് തുടങ്ങി പല ഉന്നത വിദ്യാഭ്യാസ സ്ഥാപനങ്ങൾക്കും അവിടെ പഠിച്ചുപോയവരെപ്പറ്റി പലതും പറയാനുണ്ടാവും. ഓരോ വിദ്യാഭ്യാസസ്ഥാപനവും ഇങ്ങനെ പൂർവവിദ്യാർത്ഥികളെയും പഴയ അധ്യാപകരെയും ജീവനക്കാരെയുമെ ല്ലാം ഓർമിക്കുന്നത് നല്ലതാണ്. അത്തരത്തിലുള്ള ഓർമകൾ 'ബ്രണ്ണൻ 125' നു നൽകിയ അഭിമുഖത്തിൽ ഡോ. ഇ. വി. രാമകൃഷ്ണൻ പറഞ്ഞതു പോലെ നമ്മുടെ സാംസ്കാരിക മൂലധനമാണ്.

47

ഇനി, കേരള രാഷ്ട്രീയത്തിലും ദേശീയരാഷ്ട്രീയത്തിലും ഇടം നേടിയ ബ്രണ്ണൻകാരിലേക്കു വരാം. ഇന്ത്യൻ ഭരണഘടനാ നിർമാണസമിതി അംഗവും പാർലിമെന്റേറിയനും തലശ്ശേരി മുനിസിപ്പാലിറ്റിയുടെ കോൺഗ്രസ്സുകാരനായ ആദ്യ ചെയർമാനുമായ അഡ്വ. പി. കുഞ്ഞി രാമന്റേതാണ് ആദ്യം ഓർമിക്കേണ്ടുന്ന പേരുകളിലൊന്ന്. അദ്ദേഹ ത്തിന്റെ മകൾ ഒ. എം. വിജയറാണി ബ്രണ്ണൻ കോളേജിലെ കെമിസ്ട്രി അധ്യാപികയും 1996–97 കാലത്ത് കോളേജ് പ്രിൻസിപ്പാളുമായിരുന്നു.

ബ്രണ്ണൻ കോളേജിൽ വിദ്യാർത്ഥിയായിരിക്കെ 1917-ൽ പാലക്കാട് ചേർന്ന വിദ്യാർത്ഥി സമ്മേളനത്തിൽ കോളേജ് അധികൃതരുടെ

വിലക്കിനെ വകവെക്കാതെ പങ്കെടുത്തതിനെത്തുടർന്ന് സസ്പെന്റ് ചെയ്യപ്പെട്ടയാളാണ് സി. കെ. ഗോവിന്ദൻ നായർ. 1933-ൽ സി. കെ. ജി മലബാർ കോൺഗ്രസ് കമ്മിറ്റിയുടെ സെക്രട്ടറിയായി. ക്വിറ്റിന്ത്യാ സമരത്തിൽ പങ്കെടുത്തതിനെത്തുടർന്ന് അദ്ദേഹം മൂന്നുവർഷം വെല്ലൂർ സെൻട്രൽ ജയിലിൽ തടവിലായിരുന്നു. 1960-ൽ സി. കെ. ഗോവിന്ദൻ നായർ കെ. പി. സി. സി പ്രസിഡന്റായി. ദേശീയ തലത്തിൽത്തന്നെ അറിയപ്പെട്ടുന്ന കോൺഗ്രസ് നേതാക്കളിലൊരാളായിത്തീർന്ന സി. കെ. ജി 1964 ജൂൺ 27-ന് അന്തരിച്ചു. പേരാമ്പ്രയിലെ ഗവണ്മെന്റ് കോളേജിന് സി. കെ. ജി. മെമ്മോറിയൽ ഗവണ്മെന്റ് കോളേജ് എന്ന പേരാണ് നൽകപ്പെട്ടിരിക്കുന്നത്. ഈ കോളേജിൽ ഒരു വർഷം ഞാൻ ജോലി ചെയ്തിട്ടുണ്ട്.

നിസ്വാർത്ഥനും സ്നേഹമസൃണമായ പെരുമാറ്റം കൊണ്ട് പരിചയപ്പെട്ട എല്ലാവരുടെയും ഹൃദയത്തിൽ എക്കാലത്തേക്കുമായി ഇടം നേടിയ കമ്യൂണിസ്റ്റ് നേതാവുമായ പാട്യം ഗോപാലൻ ബ്രണ്ണനിൽ നിന്ന് ഹിസ്റ്ററി എം. എ പാസ്സായ ആളാണ്. മാർക്സിസ്റ്റ് പാർട്ടിയുടെ സ്ഥാനാർത്ഥിയായി മത്സരിച്ച് ജയിച്ച് 1967 മുതൽ 71 വരെ പാർലിമെന്റിൽ അദ്ദേഹം തലശ്ശേരി മണ്ഡലത്തെ പ്രതിനിധീകരിച്ചു. 1977-ൽ അദ്ദേഹം തലശ്ശേരി എം. എൽ. എ ആയി. അക്കാലത്ത് പാട്യം ഗോപാലൻ മാർക്സിസ്റ്റ് പാർട്ടിയുടെ കണ്ണൂർ ജില്ലാ സെക്രട്ടറി കൂടിയായിരുന്നു. 1978 സെപ്റ്റംബർ 27-ന് അദ്ദേഹം ഹൃദയാഘാതം മൂലം അന്തരിച്ചു. ചെറുവാഞ്ചേരിയിലെ ഗവ. ഹയർസെക്കന്ററി സ്കൂൾ പാട്യം ഗോപാലൻ മെമ്മോറിയൽ ആണ്. അദ്ദേഹത്തിന്റെ സ്മരണയെ ആദരിച്ചു കൊണ്ട്, സാഹിത്യസാംസ്കാരിക രംഗങ്ങളിൽ ശ്രദ്ധേയമായ സംഭാവനകൾ നൽകിയവർക്ക് വർഷം തോറും അവാർഡ് നൽകിവരുന്നുണ്ട്. പാട്യം ഗോപാലനുമായി വ്യക്തിപരമായി വളരെ അടുത്ത സൗഹൃദം സ്ഥാപിക്കാൻ എനിക്ക് കഴിഞ്ഞിരുന്നു എന്നു പറയാനാവില്ലെങ്കിലും എന്നോട് വളരെ സ്നേഹത്തോടെയാണ് അദ്ദേഹം പെരുമാറിയിരുന്നത് എന്നു ഞാൻ എപ്പോഴും ഓർമിക്കാറുണ്ട്. 1995-ൽ അദ്ദേഹത്തിന്റെ പേരിലുള്ള അവാർഡ് ഞാൻ സ്വീകരിച്ചത് വല്ലാത്ത വികാരവായ്പോടെയാണ്.

പാട്യം ഗോപാലന്റെ ഭാര്യ എൻ. കെ. മൃദുല ബ്രണ്ണനിലെ സുവോളജി വിഭാഗത്തിൽ അധ്യാപികയും 1997 മുതൽ 2003 വരെ പി. എസ്. സി മെമ്പറുമായിരുന്നു. പാട്യം ഗോപാലന്റെ സഹോദരൻ പാട്യം രാജനും (രാജ്യസഭാംഗമായിരുന്ന അദ്ദേഹം) ബ്രണ്ണനിൽത്തന്നെയാണ് പഠിച്ചത്. എം.പി. യും കേന്ദ്രമന്ത്രിയുമായിരുന്ന പരേതനായ ഇ. അഹമ്മദും ബ്രണ്ണനിലെ പൂർവവിദ്യാർത്ഥി തന്നെ.

മുഖ്യമന്ത്രി പിണറായി വിജയൻ, എ. കെ. ബാലൻ, പി. ജയരാജൻ, കെ. പി. സി. സി പ്രസിഡന്റ് കെ. സുധാകരൻ, ടി. വി ചന്ദ്രമോഹനൻ എന്നിവരെപ്പറ്റിയാണ് ഇനി പറയാനുള്ളത്. ഇവരിൽ പിണറായി ഒഴിച്ചുള്ള മൂന്നു പേരും എന്റെ സമകാലികരായി ബ്രണ്ണനിൽ ഉണ്ടായിരുന്നു.

എസ്. എഫ്. ഐയുടെ പഴയ രൂപമായ കെ. എസ്. എഫിന് വിദ്യാർത്ഥികൾക്കിടയിൽ വളരെ കുറച്ചു മാത്രം സ്വാധീനമുണ്ടായിരുന്ന കാലത്താണ് പിണറായി ബ്രണ്ണനിലും പിന്നെ സംസ്ഥാനതലത്തിലും അതിന്റെ നേതാവായത്. പഠിക്കുന്ന കാലത്ത് നിത്യേനയെന്നോണം അദ്ദേഹത്തിന് കെ. എസ്. യുക്കാരിൽ നിന്ന് ആക്രമണം നേരിടേണ്ടി വന്നിരുന്നു. വിജയൻ മാഷുടെ ജീവിതത്തിന്റെ അവസാന വർഷങ്ങളിൽ രാഷ്ട്രീയാഭിപ്രായങ്ങളുടെ പേരിൽ പിണറായി അദ്ദേഹവുമായി നല്ല ശത്രുതയിലായിരുന്നുവെങ്കിലും വിജയൻ മാഷ് തന്റെ പഴയ ശിഷ്യനെപ്പറ്റി സ്നേഹത്തോടെ മാത്രമേ സംസാരിച്ചിരുന്നുള്ളൂ.

എ. കെ. ബാലൻ നാട്ടുഭാഷയുടെ ചൂരും ചൂടും നർമത്തിന്റെ മേമ്പൊടിയും കലർന്ന സംഭാഷണങ്ങളിലൂടെയും ചടുലമായ ചലനങ്ങളിലൂടെയും ഏത് സമരത്തിന്റെയും മുന്നിൽത്തന്നെ കയറി നിൽക്കുന്നതിൽ പ്രകടിപ്പിച്ച ആത്മധൈര്യത്തിലൂടെയുമെല്ലാം വിദ്യാർത്ഥികൾക്കിടയിൽ വിപുലമായ അംഗീകാരം നേടിയിരുന്നു. പഠിക്കുന്ന കാലത്തു തന്നെ നൂറു ശതമാനവും രാഷ്ട്രീയക്കാരനായിത്തീർന്നിരുന്നെങ്കിലും ബാലന് സാഹിത്യത്തിലും കലയിലുമെല്ലാം നല്ല താൽപര്യമുണ്ടായിരുന്നു. ഞങ്ങൾ പഠിച്ച കാലത്തിനു ശേഷം രണ്ടു ദശകത്തിലധികം കഴിഞ്ഞ് 1996-ലാണ് കണ്ണൂർ യൂനിവേഴ്സിറ്റി നിലവിൽ വന്നത്. കാസർകോടും വടക്കെ വയനാടും ഉൾപ്പെടുന്ന പഴയ കണ്ണൂർ ജില്ല മുതൽ തൃശ്ശൂർ വരെയുള്ള ജില്ലകളിലെ കോളേജുകളിലെ കലാതൽപ്പരരായ വിദ്യാർത്ഥികളെല്ലാം പങ്കെടുത്ത കോഴിക്കോട് യൂനിവേഴ്സിറ്റി യുവജനോത്സവത്തിൽ ഫാൻസി ഡ്രസ് മത്സരത്തിൽ ഒന്നാം സ്ഥാനം നേടിയ ആളാണ് ബാലൻ. സി.പി.ഐ(എം) മുൻ കണ്ണൂർ ജില്ലാസെക്രട്ടറിയും ഇപ്പോഴത്തെ സംസ്ഥാന കമ്മറ്റി അംഗവും നേരത്തെ കൂത്തുപറമ്പ് നിയോജകമണ്ഡലം എം.എൽ.എയും ആയിരുന്ന പി.ജയരാജനാണ് ഇനി പറയാനുള്ള രാഷ്ട്രീയ നേതാവ്. ബ്രണ്ണനിലെ പൂർവവിദ്യാർത്ഥിയായിരുന്ന ജയരാജൻ എസ്.എഫ്.ഐയുടെ കണ്ണൂർജില്ലാപ്രസിഡന്റായും സെക്രട്ടറിയായും പ്രവർത്തിച്ചിട്ടുണ്ട്.

കെ. സുധാകരൻ ഞാൻ തേഡ് ബി. എ. ക്ലാസിലായിരുന്നപ്പോൾ ഹിസ്റ്ററി സെക്കന്റ് ഇയർ എം. എ. ക്ലാസിലായിരുന്നു. അന്ന് കെ. എസ്. യുവിന്റെ സംഘടനാകോൺഗ്രസ്സ് വിഭാഗത്തിലായിരുന്നു സുധാകരൻ.

നല്ല തടിയും പ്രസരിപ്പുമുള്ള സുധാകരൻ കോളേജ് പോർട്ടിക്കോവിൽ തന്റെ അനുചരന്മാർക്കു നടുവിൽ നിന്ന് ഉച്ചത്തിൽ രാഷ്ട്രീയം പറയുന്നത് ഇപ്പോഴും എന്റെ ഓർമയിലുണ്ട്. ഹിസ്റ്ററി എം. എ. ക്കാരനും പാർലിമെന്റ് മെമ്പറായും എം. എൽ. എ ആയും മന്ത്രിയായുമൊക്കെ പ്രവർത്തിച്ചതിന്റെ അനുഭവപരിചയവുമുള്ള സുധാകരൻ കെ. പി. സി. സി പ്രസിഡന്റായപ്പോൾ കോൺഗ്രസ്സിന് നവോന്മേഷം പകരുന്ന നടപടികളിലേക്കു നീങ്ങുമെന്ന് പലരും പ്രതീക്ഷിച്ചിരുന്നു. പ്രസിഡന്റ് പദവി ഏറ്റെടുത്ത ശേഷം അദ്ദേഹം നടത്തിയ ആദ്യ പ്രസ്താവന ആ പ്രതീക്ഷയെ ഉണർത്തുന്നതുമായിരുന്നു. പക്ഷേ, അടുത്ത ദിവസം തന്നെ ഒരഭിമുഖത്തിൽ സുധാകരൻ പറഞ്ഞത് താൻ പണ്ട് ബ്രണ്ണനിൽ പഠിക്കുന്ന കാലത്ത് പിണറായി വിജയനെ ചവിട്ടി വീഴ്ത്തിയിട്ടുണ്ട് എന്നായിരുന്നു. തലശ്ശേരിയുടെ നാട്ടുഭാഷയിൽ പറഞ്ഞാൽ അതൊരു 'ബിഡൽസാ'യിരുന്നു. പിണറായി അതിനു മറുപടി പറഞ്ഞു. പഴയ ബ്രണ്ണൻകാരിൽ ചിലരും അതിനോടു കൂട്ടുചേർന്നു. എല്ലാം ചേർന്ന് 'ബ്രണ്ണൻ ബഡായി' എന്നൊരു പ്രയോഗം നമ്മുടെ രാഷ്ട്രീയ പദാവലിയിൽ ഇടം നേടി.

ടി. വി. ചന്ദ്രമോഹൻ 1968–71 കാലത്ത് ബ്രണ്ണനിൽ ബി. എ. ഇക്കണോമിക്സ് വിദ്യാർത്ഥിയായിരുന്നു. ശാന്തസ്വഭാവിയും സ്നേഹസമ്പന്നനുമായ ഒരു കെ. എസ്. യു നേതാവായിട്ടാണ് ചന്ദ്രമോഹനെ ഞാൻ ഓർമിക്കുന്നത്. ബ്രണ്ണനിൽ നിന്ന് ബി. എ. പാസ്സായ ചന്ദ്രമോഹൻ തൃശ്ശൂർ കേരളവർമ കോളേജിൽ മലയാളം എം. എ വിദ്യാർത്ഥിയായി. 1974-ൽ കേരളവർമ യൂനിയൻ ചെയർമാനായിരുന്നു. പിന്നീട് രണ്ടു തവണ കുന്ദംകുളം നിയോജക മണ്ഡലത്തിൽ നിന്നു കോൺഗ്രസ് ടിക്കറ്റിൽ ജയിച്ച് അസംബ്ളിയിലെത്തി.

ഐ. എൻ. ടി, യു. സി ദേശീയ വർക്കിംഗ് കമ്മിറ്റി മെമ്പറും കെ. പി. സി. സി എക്സിക്യൂട്ടീവ് കമ്മറ്റി മെമ്പറുമൊക്കെയായ ചന്ദ്രമോഹൻ പിന്നെപ്പിന്നെ സജീവ രാഷ്ട്രീയത്തിൽ നിന്ന് പിന്മാറി.

1977–78 വർഷത്തിൽ ബ്രണ്ണൻ കോളേജ് യൂനിയൻ ചെയർമാനായിരുന്ന അഡ്വ. എം. ഷറഫുദ്ദീൻ അന്ന് ഇക്കണോമിക്സ് ബി. എ. വിദ്യാർത്ഥിയായിരുന്നു. നല്ല ചുറുചുറുക്കും പ്രസാദവുമുള്ള വിദ്യാർത്ഥി നേതാവായിരുന്നു ഷറഫുദ്ദീൻ. ബ്രണ്ണനിലെ അക്കാലത്തെ എസ്. എഫ്. ഐ നേതാക്കളിൽ പലരിലും കണ്ടിരുന്ന ഉയർന്ന മാനവികതാബോധവും സാംസ്കാരിക പ്രശ്നങ്ങൾ ആർജവത്തോടെ ചർച്ച ചെയ്യാനുള്ള കഴിവുമെല്ലാം ഷറഫുദ്ദീനിലും പ്രകടമായിരുന്നു. ഡിഗ്രി കഴിഞ്ഞ് നിയമപഠനം

പൂർത്തിയാക്കിയ ഷറഫുദ്ദീൻ പിന്നീട് അഭിഭാഷക സംഘടനയുടെ നേതാവായിത്തീർന്നു. ബ്രണ്ണനിലെ തന്നെ വിദ്യാർത്ഥിയായിരുന്ന കെ. സി. സുഷമയാണ് ഷറഫുദ്ദീന്റെ ഭാര്യ.

1972–77 കാലത്ത് ബ്രണ്ണനിൽ പഠിച്ച കെ. രവീന്ദ്രൻ ഹൈസ്കൂൾ അധ്യാപകൻ, ഡി. ഇ. ഒ, വിദ്യാഭ്യാസ ഡെപ്യൂട്ടി ഡയരക്ടർ, ജോയിന്റ് ഡയരക്ടർ എന്നീ സ്ഥാനങ്ങളിലൊക്കെ ഇരുന്ന് 2007-ൽ റിട്ടയർ ചെയ്തു. 2010-ലാണ് രവീന്ദ്രൻ മാഷ് പൊതുരംഗത്ത് വന്നത്. 2010മുതൽ 15-വരെ കണ്ണൂർ ജില്ലാ പഞ്ചായത്ത് അംഗമായിരുന്നു. 2015 നവംബറിൽ നടന്ന പഞ്ചായത്ത് തെരഞ്ഞെടുപ്പിൽ തലശ്ശേരി ബ്ലോക് പഞ്ചായത്തംഗമായി. പഠിക്കുന്ന കാലം മുതലേ എനിക്ക് അടുത്ത പരിചയമുണ്ടായിരുന്ന രവീന്ദ്രൻ അകാലത്തിലാണ് അന്തരിച്ചത്.

ബ്രണ്ണനിൽ കോളേജ് യൂനിയൻ ഭാരവാഹിയും അധ്യാപകസംഘടനാ പ്രവർത്തനകാലത്ത് മാർക്സിസ്റ്റ് പാർട്ടിയുമായി ബന്ധപ്പെട്ട് സജീവ രാഷ്ട്രീയത്തിലിറങ്ങുകയും തലശ്ശേരി എം. എൽ. എയും ഹാൻഡ് വീവ് ചെയർമാൻമൊക്കെയായി പ്രവർത്തിക്കുകയും ചെയ്ത കെ. പി. മമ്മുമാസ്റ്റർ, രണ്ടു തവണ തളിപ്പറമ്പ് നിയോജക മണ്ഡലത്തിൽ നിന്നു മാർകിസ്റ്റ് പാർട്ടി സ്ഥാനാർത്ഥിയായി മത്സരിച്ച ജയിച്ച് അസംബ്ലിയിലെത്തിയ ജെയിംസ് മാത്യു, ബ്രണ്ണനിലെ പഠനകാലത്ത് കെ. എസ്. യുവിന്റെയും പിന്നീട് കോൺഗ്രസ്സിന്റെയും നേതാക്കളായി ഉയർന്ന മമ്പറം ദിവാകരൻ, സജ്ജീവ് മാറോളി, വി. എ. നാരായണൻ, ബ്രണ്ണൻ കോളേജിൽ നിന്നും ഇംഗ്ലീഷ് സാഹിത്യത്തിൽ ബി. എ. ബിരുദം നേടിയ, എ. ബി. വി. പിയുടെ അഖിലേന്ത്യാ ജനറൽ സെക്രട്ടറി, ബി. ജെ. പി സംസ്ഥാന പ്രസിഡന്റ് എന്നീ നിലകളിലൊക്കെ പ്രവർത്തിച്ച് മഹാരാഷ്ട്രയിൽ നിന്നുള്ള രാജ്യസഭാംഗമായി ഇപ്പോൾ മിനിസ്ററർ ഓഫ് സ്റ്റെയിറ്റ് ഫോർ എക്സ്റ്റേണൽ അഫയേഴ്സ് ആന്റ് പാർലിമെന്റ് അഫയേഴ്സ് ആയിരിക്കുന്ന വി. മുരളീധരൻ, 1988–91 കാലത്ത് ബ്രണ്ണനിൽ ഫിലോസഫി ബി. എ. വിദ്യാർത്ഥിയായിരിക്കെ എസ്. എഫ്. ഐയുടെ സജീവ പ്രവർത്തകനും നേതാവുമായിരുന്ന, 2000–2010 കാലയളവിൽ തലശ്ശേരി ബ്ലോക് പഞ്ചായത്ത് പ്രസിഡന്റായിരുന്ന ടി. അനിൽ തുടങ്ങിയവർക്കു ശേഷം വരുന്ന തലമുറയിലെ ഏറ്റവും പ്രമുഖനായ രാഷ്ട്രീയ നേതാവ് ഇപ്പോൾ തലശ്ശേരി എം. എൽ. എയും കേരള നിയമസഭാ സ്പീക്കറുമായ എ. എൻ. ഷംസീറാണ്. ബ്രണ്ണൻ കോളേജിൽ നിന്ന് ഫിലോസഫിയിൽ ബിരുദം നേടിയ ഷംസീർ കണ്ണൂർ സർവകലാശാലാ യൂനിയന്റെ പ്രഥമ ചെയർമാനായിരുന്നു. പാലയാട് സ്കൂൾ ഓഫ് ലീഗൽ സ്റ്റഡീസിൽ നിന്ന് ഷംസീർ എൽ. എൽ. ബിയും എൽ.

എൽ. എമ്മും പൂർത്തിയാക്കിയിരുന്നു. ബ്രണ്ണനിൽ പഠിക്കുന്ന കാലത്ത് എന്നോട് ഏറ്റവും സൗഹാർദ്ദപൂർണമായി, സ്വതന്ത്രമായി പെരുമാറിയിരുന്ന വിദ്യാർത്ഥി രാഷ്ട്രീയ പ്രവർത്തകനാണ് ഷംസീർ. ഇന്ത്യയിൽ നടന്ന ആദ്യത്തെ പ്ലാസ്റ്റിക് സർജറി ഗണപതിയുടേതായിരുന്നു എന്നു വാദിക്കുന്നതിലെ അശാസ്ത്രീയതക്കെതിരെയും മിത്തിനെയും ശാസ്ത്ര സത്യങ്ങളെയും വേർതിരിച്ച് കാണേണ്ടുന്നതിന്റെ ആവശ്യകതയെയും കുറിച്ച് ഷംസീർ പ്രസംഗിച്ചതിനെ രൂക്ഷമായി വിമർശിച്ചുകൊണ്ട് ബി. ജെ. പി നേതാക്കളും എൻ. എസ്. എസ്. ജനറൽ സെക്രട്ടറിയും മാത്രമല്ല പ്രതിപക്ഷ നേതാവ് വി. ഡി. സതീശനും രംഗത്തറങ്ങിയതും ഷംസീർ തെറ്റു തിരുത്തി മാപ്പ് പറയണമെന്ന് ആവശ്യപ്പെടുകയുമൊക്കെ ചെയ്തതും ഇടതുപക്ഷത്തുള്ളവർ പോലും ഷംസീറിനനുകൂലമായി ഉറച്ച നിലപാടെടുത്ത് രംഗത്തിറങ്ങാൻ മടിച്ചു നിന്നതുമൊക്കെ അന്ധവിശ്വാസങ്ങളും ജാതിമേധാവിത്വവുമെല്ലാം എത്ര ബലമായാണ് സമകാല രാഷ്ട്രീയത്തിൽ പിടി മുറക്കിയിരിക്കുന്നതെന്ന് വ്യക്തമാക്കുന്നുണ്ട്. ശാസ്ത്രസത്യങ്ങളെയും മിത്തുകളെയും വേർതിരിച്ചു കാണണമെന്ന് പറയുന്നത് തെറ്റാണെന്ന് വാദിക്കാൻ പ്രബുദ്ധകേരളത്തിലെ ഒരുപാടുപേർ മുന്നിട്ടിറങ്ങിയെന്നത് ഞെട്ടിക്കുന്ന സംഭവം തന്നെയാണ്.

എസ്. എഫ്. ഐയുടെ അഖിലേന്ത്യാനേതാവുമായിരുന്ന, ഇപ്പോൾ രാജ്യസഭാംഗമായ ഡോ. വി. ശിവദാസൻ ഞാൻ ബ്രണ്ണനിൽ അധ്യാപകനായിരിക്കെ അവിടെ ഹിസ്റ്ററി എം. എ. വിദ്യാർത്ഥിയായിരുന്നു. വിദ്യാർത്ഥി രാഷ്ട്രീയത്തിലെ ബ്രണ്ണൻ സാന്നിധ്യം ഇപ്പോഴത്തെ എസ്. എഫ്. ഐ സംസ്ഥാന പ്രസിഡന്റ് കെ. അനുശ്രീയിലൂടെയും മറ്റു പലരിലൂടെയും തുടർന്നുകൊണ്ടിരിക്കുന്നുണ്ട്. അനുശ്രീ ഉൾപ്പെടെ ചിലർ ഭാവിയിൽ സംസ്ഥാന രാഷ്ട്രീയത്തിലെ തന്നെ ശ്രദ്ധേയമായ സാന്നിധ്യങ്ങളായിത്തീരാൻ സാധ്യതയുണ്ട്.

പല കാലത്തായി ജനകീയാംഗീകാരം കൈവരിച്ച നേതാക്കളെപ്പറ്റി മാത്രമാണ് ഇതേ വരെ പറഞ്ഞത്. പഴയ ബ്രണ്ണൻ വിദ്യാർത്ഥികളിൽ ഒരു പാടുപേർ താന്താങ്ങളുടെ പ്രദേശത്ത് അറിയപ്പെടാത്തവരായി ജനങ്ങളുടെ പ്രശ്നങ്ങളിൽ ഇടപെട്ട് നിസ്വാർത്ഥമായ രാഷ്ട്രീയപ്രവർത്തനം നടത്തി ജീവിക്കുന്നുണ്ടാവും. അവരുടെയെല്ലാം പേരെടുത്തു പറയുക പ്രായോഗികമല്ലാത്തതു കൊണ്ടു മാത്രമാണ് അതിനു മുതിരാത്തത്.

48

മലയാള സാഹിത്യത്തിന് വലിയ സംഭാവനകൾ നൽകിയ ബ്രണ്ണൻ അധ്യാപകരെയും വിദ്യാർത്ഥികളെയുമാണ് ഇനി ഓർമിക്കേണ്ടത്.

'ബ്രണ്ണൻ 125'-ൽ ഡോ. ലിജി. എൻ എഴുതിയ 'ബ്രണ്ണൻ മലയാളവിഭാഗവും മലയാള സാഹിത്യവും' എന്ന ദീർഘലേഖനത്തിൽ മലയാള വിഭാഗത്തിലെ ആദ്യകാല അധ്യാപകരും സാഹിത്യപ്രവർത്തകരുമായ മണത്തല നീലകണ്ഠൻ മൂസ്സത്, കെ. വി. മാനൻ ഗുരുക്കൾ, ചന്തുമുൻഷി, പാരമ്പത്ത് രൈരുനായർ എന്നിവർ തൊട്ട് ഇങ്ങോട്ടുള്ള ഒരുപാടു പേരെ അനുസ്മരിച്ചിട്ടുണ്ട്. ഭാഷാപണ്ഡിതന്മാരും എഴുത്തുകാരുമായ ആദ്യകാല അധ്യാപകർക്കു ശേഷം എൻ. കൃഷ്ണപിള്ള, എസ്. ഗുപ്തൻ നായർ, ആറ്റൂർ രവിവർമ, എം. എൻ. വിജയൻ, ഒ. എൻ. വി. കുറുപ്പ്, തായാട്ട് ശങ്കരൻ, എം. കെ. സാനു, ബി. രാജീവൻ, ഡി. വിനയചന്ദ്രൻ, എസ്. രാജശേഖരൻ, സി. അയ്യപ്പൻ, തോന്നക്കൽ വാസുദേവൻ, ഡോ. എൻ. മുകുന്ദൻ, ജോർജ് ഇരുമ്പയം, പി. നളിനകുമാരി, ഊർക്കിലില്ലാത്ത ഓലയില എന്ന നോവലെഴുതിയ വസന്ത, എ. ജി (എ. ഗോപാലൻ) എൻ. സുഗതൻ, ഡോ. രാഘവൻ പയ്യനാട്, എം. എ. റഹ് മാൻ, ഡോ. എ. ടി. മോഹൻരാജ്, കല്പറ്റനാരായണൻ, ഡോ. പി. സോമൻ, എസ്. ജോസഫ്, ഡോ. ബി. പാർവതി, ജി. ഉഷാകുമാരി എന്നിവരൊക്കെ ബ്രണ്ണനിലെ അധ്യാപകരായിരുന്നു. സാഹിത്യരചന, നിരൂപണം, ഫോക് ലോർ പഠനം, സംസ്കാര പഠനം, ചിത്രകലാനിരൂപണം എന്നിങ്ങനെ ഓരോരോ രംഗങ്ങളിൽ ഉന്നത നിലവാരത്തിലുള്ള സംഭാവനകൾ നൽകിയവരാണ് ഇവരെല്ലാം. ഇവർക്കു പുറകെ വന്ന ഡോ. ജിസ ജോസ്, ആർ. രാജശ്രീ, സന്തോഷ് മാനിച്ചേരി തുടങ്ങിയവരുടെ സംഭാവനകളും പൊതുവെ അറിയപ്പെടുന്നവ തന്നെ. ഇവിടെ പേര് പറഞ്ഞിട്ടില്ലാത്ത അധ്യാപകരുടെയും അധ്യാപികമാരുടെയും സംഭാവനകളെ ഞാൻ കുറച്ചു കാണുന്നതേയില്ല. ഉദാഹരണത്തിന്, സ്വന്തമായി ഒന്നും എഴുതാതെ തന്നെ ബ്രണ്ണൻ കോളേജ് മലയാളവിഭാഗത്തിന്റെ ഓജസ്സ് നിലനിർത്തുന്നതിന് കെ. പി. നരേന്ദ്രൻ മാഷ് നൽകിയ സംഭാവനകൾ എത്ര വലുതാണെന്ന് ബ്രണ്ണനിൽ പഠിച്ചു പോയ ഒരു തലമുറയിലെ വിദ്യാർത്ഥികൾക്കു മുഴുവൻ അറിയാം.

ബ്രണ്ണനിലെ മലയാളവിഭാഗത്തിൽ അധ്യാപകരായിരുന്നവരിൽ നിന്നു മാത്രമല്ല മലയാളത്തിലെ വായനക്കാർ ആദരപൂർവം പരിഗണിക്കുന്ന സംഭാവനകൾ ഉണ്ടായത്. ഇംഗ്ലീഷ് വിഭാഗത്തിൽ ജോലി ചെയ്ത പ്രൊഫ. ജി. കുമാരപിള്ള, വിഷ്ണുനാരായണൻ നമ്പൂതിരി എന്നീ

കവികളുടെയും കഥാകാരനും നോവലിസ്റ്റും കലാചിന്തകനുമൊക്കെയായ ടി. ആറിന്റെയും. വി. സി. ശ്രീജൻ, ഐ. ഷണ്മുഖദാസ് (ചലച്ചിത്ര നിരൂപണം) എന്നീ നിരൂപകരുടെയും മുമ്പ് മാതൃഭൂമി ആഴ്ചപ്പതിപ്പിൽ ചില കഥകളെഴുതിയ കെ. ജയചന്ദ്രൻ മാഷുടെയും എ. പി. ഐ. സാദിഖ് എന്ന പേരിൽ നോവലുകളെഴുതിയ സുവോളജി ഡിപ്പാർട്മെന്റിലെ എ. പി. ഇബ്രാഹിംകുട്ടി മാഷുടെയും ഫിലോസഫി വിഭാഗത്തിലെ ഡോ. പി. കെ. പോക്കറുടെയും ഹിന്ദിവിഭാഗത്തിലെ വി. രവീന്ദ്രൻ മാഷുടെയും (കവിത, വിവർത്തനം), ചില മികച്ച കഥകളെഴുതിയ ഇംഗ്ലീഷ് വിഭാഗത്തിലെ സി. താരാനാഥൻ മാഷുടെയും സംഭാവനകളും ബ്രണ്ണനെക്കുറിച്ചുള്ള സജീവ സ്മരണകളുടെ ഭാഗമാണ്. കവിയും നേരത്തേ ദേശാഭിമാനി വാരികയുടെ പത്രാധിപരും ഇപ്പോൾ കേരള സാഹിത്യ അക്കാദമി സെക്രട്ടറിയുമായ സി. പി. അബൂബക്കർ ബ്രണ്ണനിലെ പൂർവ വിദ്യാർത്ഥിയായിരുന്നു. അദ്ദേഹം ഇവിടെ ഹിസ്റ്ററി ഡിപ്പാർട്ടുമെന്റിൽ അധ്യാപകനുമായിരുന്നു.

ഇനി, ബ്രണ്ണനിൽ വിദ്യാർത്ഥികളായിരുന്നവരുടെ സംഭാവനകളിലേക്കാണ് വരേണ്ടത്.

പുനത്തിൽ കുഞ്ഞബ്ദുള്ള മുതൽ തുടങ്ങാം. (വിജയൻ മാഷ് എന്നെ ഡോക്ടറാക്കി എന്ന ശീർഷകത്തിൽ ബ്രണ്ണൻ 125-ൽ കുഞ്ഞബ്ദുള്ളയുടെ ലേഖനമുണ്ട്). കോലത്തു പഴമ എന്ന ചരിത്രഗ്രന്ഥമെഴുതിയ, ബംഗാളിയിൽ നിന്ന് മലയാളത്തിലേക്ക് പല നോവലുകളും വിവർത്തനം ചെയ്ത എം. പി. കുമാരൻ മാഷ്, അദ്ദേഹത്തിന്റെ ഭാര്യ കഥാകാരിയും നോവലിസ്റ്റുമായ വി. വി. രുക്മിണി, നിരൂപകരായ ഡോ. ഇ. വി. രാമകൃഷ്ണൻ, എം. പി. രാധാകൃഷ്ണൻ, എം. പി. ബാലറാം, പി. പവിത്രൻ, കവി കുഞ്ഞപ്പ പട്ടാന്നൂർ, സുകുമാർ അണ്ടലൂർ, അബ്ദുൾ സലാം, വന്ദന, എ. കെ. മോഹനൻ, കഥാകാരനും നോവലിസ്റ്റുമായ അക്ബർ കക്കട്ടിൽ, പ്രഭാകരൻ പഴശ്ശി, പടയാളി സമയം മാസികയുടെ പത്രാധിപരും സമയം പബ്ലിക്കേഷൻസിന്റെ ഉടമയും ഓർമകളുടെ തണ്ണീർ പന്തലുകൾ, ഇന്ത്യ എന്ന വിചാരം, ഒരേയൊരു പ്രതീക്ഷ ഒരേയൊരു ഗാന്ധി, മാപ്പിളത്തെയ്യങ്ങളും മാപ്പിള രാമായണവും തുടങ്ങിയ അനേകം കൃതികളുടെ രചയിതാവുമായ പ്രൊഫ. ബി. മുഹമ്മദ് അഹമ്മദ്, ബക്കളം ദാമോദരൻ, എം. ദാമോദരൻ, കെ. കെ. രമേഷ്, വി. എസ്. അനിൽകുമാർ, കവിയും ചിത്രകാരനും നോവലിസ്റ്റും പ്ലാവില മാസികയുടെ എഡിറ്ററും പ്ലാവില എന്ന സാംസ്കാരികക്കൂട്ടായ്മയുടെ സംഘാടകനുമെല്ലാമായ സോമൻ കടലൂർ, സിതാര. എസ്, എ. പി. ജോത്യിർമയി, കവയിത്രിയും കവി പി. രാമന്റെ ഭാര്യയുമായ

സന്ധ്യ എൻ. പി, വി. കെ. റീന, കണ്ണൂർക്കോട്ട, ഏഴിമല, കാസർകോടൻ ഗ്രാമങ്ങളിലൂടെ, പാടിക്കുന്ന് എന്നീ പുസ്തകങ്ങളുടെ കർത്താവായ കെ. ബാലകൃഷ്ണൻ, കയ്യൂർ എന്ന പുസ്തകമെഴുതുകയും 'കാസർകോട് ചരിത്രവും സമൂഹവും' എന്ന പുസ്തകം എഡിറ്റ് ചെയ്യുകയും ചരിത്രസംബന്ധിയായ അനേകം പ്രഭാഷണങ്ങൾ നടത്തുകയും ചെയ്യതിലൂടെ പ്രാദേശിക ചരിത്ര രചനയ്ക്ക് വലിയ സംഭാവനകൾ നൽകിയ ഡോ. സി. ബാലൻ, 'അണ്ടലൂർ നായനാറും ചേകോനും' എന്ന പുസ്തകമെഴുതിയ പി. ശെൽവരാജ്, ആനുകാലികങ്ങളിൽ ശ്രദ്ധേയമായ ധാരാളം ലേഖനങ്ങളെഴുതിയ എ. കെ. രമേശ്, എന്നിവരും ബ്രണ്ണനിൽ പഠിച്ചവർ തന്നെ. (വി. ആർ. സുധീഷിനെയും ശിഹാബുദ്ദീൻ പൊയ്ത്തും കടവിനെയും ആർ. രാജശ്രീയെയും കുറിച്ച് നേരത്തേ പറഞ്ഞു കഴിഞ്ഞതിനാൽ മാത്രമാണ് അവരെ ഇവിടെ ഒഴിവാക്കിയത്). ഇവർക്കു പുറമെ നാടകരംഗത്തും ചിത്രകലാരംഗത്തും സിനിമ മേഖലയിലുമെല്ലാം പ്രവർത്തിച്ചു കൊണ്ടിരിക്കുന്ന പലരുമുണ്ട് ബ്രണ്ണൻ പൂർവവിദ്യാർത്ഥികളുടെ കൂട്ടത്തിൽ 2002–05 കാലത്ത് പൊളിറ്റിക്കൽ സയൻസ് ഡിപ്പാർട്ട്മെന്റിലെ വിദ്യാർത്ഥിയായിരുന്ന എം. ടി. ബിജു (ബിജു ഇരിണാവ്) ദേശീയ തലത്തിൽത്തന്നെ അറിയപ്പെടുന്ന നാടകനടനും നാടകാധ്യാപകനുമൊക്കെയാണ്. (ഏഷ്യനെറ്റ് ചാനലിലെ 'മുൻഷി'യിലെ പൂവൻ കോഴിയെയും പിടിച്ചു നിൽക്കുന്ന മൊട്ടത്തലയനെ എല്ലാവർക്കും അറിയാമല്ലോ). വിച്ചോർമൻ, കാരാമ തുടങ്ങി സ്വന്തമായി രചനയും സംവിധാനവും നിർവഹിച്ച പല നാടകങ്ങളിലൂടെയും ടി. പി. സുകുമാരൻ മാഷുടെ ആയഞ്ചേരി വല്ല്യശ്മാൻ എന്ന നാടകത്തിന്റെ സംവിധാനത്തിലൂടെയും അതിലെ അത്യാകർഷകമായ അഭിനയത്തിലൂടെയുമെല്ലാം വിപുലമായ പ്രേക്ഷക ശ്രദ്ധ നേടിയ, നാടകകൃത്തും നടനും സംവിധായകനുമായ, ഈയിടെ വടക്കില്ലം ഗോവിന്ദൻ നമ്പൂതിരി സ്മാരക പുരസ്കാരം നേടിയ ടി. പവിത്രൻ, മത്തി, പൊറോട്ട, പതിമൂന്നാമത് മഹീന്ദ്ര എക്സ് ലൻസ് ഇൻ തിയറ്റർ അവാർഡ് നേടിയ നൊണ തുടങ്ങിയ നാടകങ്ങളിലൂടെ മലയാള നാടകത്തിന്റെ ഏറ്റവും പുതിയ മുഖമായിത്തീർന്ന, നാടകക്കാരനും സംവിധായകനുമായ ജിനോ ജോസഫ്, പ്രകാശൻ മാണിക്കോത്ത് തുടങ്ങി നാടകരംഗത്ത് പ്രവർത്തിക്കുന്ന പലരും ബ്രണ്ണനിൽ വിദ്യാർത്ഥികളായിരുന്നവരാണ്.

ചലച്ചിത്ര നടനും സംവിധായകനുമായ വിനീത്കുമാർ, 1999-ൽ ഏറ്റവും മികച്ച സൗണ്ട് റിക്കാഡിംഗിനും ഡിസൈനിനും (ചിത്രം കുമാർ ടാക്കീസ്) ദേശീയ തലത്തിൽ അവാർഡ് നേടിയ പി. എം. സതീഷ് എന്നിവരും ബ്രണ്ണനിലെ പൂർവവിദ്യാർത്ഥികൾ തന്നെ. കുമാർ

ടാക്കീസിനു പുറമെ ബാഹുബലിക്കും മറ്റനേകം ചിത്രങ്ങൾക്കും സതീഷ് ശബ്ദസംവിധാനം നിർവഹിച്ചിട്ടുണ്ട്.

വിനീത് കുമാർ പുലിജന്മത്തിൽ അഭിനയിച്ചിട്ടുണ്ട്. പുലിജന്മം നൃത്തനാടകമാക്കുന്നതിൽ മുഖ്യപങ്കു വഹിച്ചിട്ടുമുണ്ട്. എന്റെ ഇരുട്ടിൽ ഒരു സംവാദം എന്ന കഥയെ ആസ്പദമാക്കി വിനീത് കുമാർ ഒരു ഹ്രസ്വ നിശ്ശബ്ദ ചിത്രം നിർമിച്ചിരുന്നു. അതൊരു പരീക്ഷണ ചിത്രമായിരുന്നു. വിനീതുമായി ബന്ധപ്പെട്ടുള്ള തമാശ നിറഞ്ഞ ഒരു ഓർമയുണ്ട്. ഒരു കോളേജിലെ യൂനിയൻ ഉദ്ഘാടന പരിപാടിക്ക് ഞാനും വിനീതുകുമാറും പോയി. സുന്ദരനും യുവാവുമായ ഒരു സിനിമാ നടന്റെ കൂടെ ഇത്തരം പരിപാടികൾക്ക് പോകുന്നത് ടെൻഷനുണ്ടാക്കുന്ന ഏർപ്പാടാണ്. അന്ന് ആദ്യം സംസാരിച്ചത് വിനീത് കുമാറാണ്. ഭാഗ്യത്തിന് വിനീത് 'ഇരുട്ടിൽ ഒരു സംവാദം' എന്ന കഥയെപ്പറ്റി പറഞ്ഞാണ് തുടങ്ങിയത്. അതുകൊണ്ടു മാത്രമാവാം രണ്ടാമതു സംസാരിച്ച എന്നെ കേൾക്കാൻ ആ കോളേജിലെ വിദ്യാർത്ഥികൾ ഇരുന്നു തന്നത്.

ചിത്രകലയിലേക്കു വന്നാൽ 1955–56 കാലഘട്ടത്തിൽ ബ്രണ്ണൻ കോളേജിൽ സാമ്പത്തിക ശാസ്ത്ര വിദ്യാർത്ഥിയും ഫൈൻ ആർട്സ് അസോസിയേഷൻ സെക്രട്ടറിയുമായിരുന്ന കെ. ദാമോദരൻ, ബ്രണ്ണൻ കോളേജിൽത്തന്നെ ദാമോദരന്റെ ജൂനിയറായിരുന്ന കെ. വി. ഹരിദാസ് എന്നീ പ്രശസ്ത ചിത്രകാരന്മാരുടെ പേരുകളാണ് ആദ്യം ഓർമിക്കപ്പെടുക. ബ്രണ്ണൻ കോളേജ് ഇംഗ്ലീഷ് ഡിപ്പാർട്ട്മെന്റിലെ കെ. കെ സഹദേവൻ മാഷും ഹിസ്റ്ററി ഡിപ്പാർട്ട് മെന്റിലെ ദാസൻ പുത്തലത്ത് മാഷും ചിത്രകാരന്മാരാണ്. സഹദേവൻ മാഷ് തലശ്ശേരിയിലെ മൾട്ടി മീഡിയ ആർട്ടിസ്റ്റ് ഫോറത്തിന്റെ സ്ഥാപക പ്രസിഡന്റാണ്. ആനുകാലികങ്ങളിൽ കലാവിമർശന ലേഖനങ്ങളെഴുതിയിട്ടുമുണ്ട് സഹദേവൻ മാഷ്.

രേഖാചിത്രണത്തിലും പെയിന്റിംഗിലും ഇന്ത്യയിലെ ഏറ്റവും മികച്ച കലാകാരന്മാരിലൊരാളായി കണക്കാക്കപ്പെടുന്ന സി. ഭാഗ്യനാഥും ബ്രണ്ണൻ കോളേജിലെ പൂർവവിദ്യാർത്ഥിയായിരുന്നു. ബ്രണ്ണനിൽ വിദ്യാർത്ഥിയായിരിക്കെ യൂനിവേഴ്സിറ്റി കലോത്സവത്തിൽ ഓയിൽ പെയിന്റിംഗിൽ ഒന്നാം സമ്മാനം നേടിയ ആളാണ് ഭാഗ്യനാഥ്. ഭാഗ്യനാഥുമായി എനിക്ക് വ്യക്തിപരമായി ഏറെ അടുപ്പമുണ്ട്. എന്റെ തീയൂർ രേഖകൾ, ജനകഥ എന്നീ നോവലുകൾക്കും ഒരു മലയാളി ഭ്രാന്തന്റെ ഡയറി, ക്ഷൗരം എന്നീ ലഘുനോവലുകൾക്കും ഇളനീർ ഉൾപ്പെടെ ഏതാനും കഥകൾക്കും ചിത്രം വരച്ചത് ഭാഗ്യനാഥാണ്.

മലയാളി ഭ്രാന്തന്റെ ഡയറി, തീയൂർ രേഖകൾ എന്നീ നോവലുകളുടെ ഇംഗ്ലീഷ് പരിഭാഷയിലും ഈ ചിത്രങ്ങൾ ഉപയോഗിച്ചിരുന്നു. 'Diary of a Malayali Madman' എന്ന പുസ്തകത്തിൽ വന്ന ചിത്രങ്ങൾ കലാസ്വാദകരിൽ നിന്ന് വലിയ തോതിൽ പ്രശംസ പിടിച്ചു പറ്റിയവയാണ്. ആ പുസ്തകം ഏറ്റവുമധികം വായിക്കപ്പെട്ടത് ബംഗാളിലാണെന്നാണ് എന്റെ തോന്നൽ. ബംഗാളി വായനക്കാരിൽ ചിലർ ആ നോവലിനെയും അതിലെ ചിത്രങ്ങളെയും ഒരേ ആവേശത്തോടെയാണ് പ്രശംസിച്ചത്. 'തീയൂർ രേഖകളു'ടെ ചിത്രീകരണത്തെ തുടർന്നാണ് ഭാഗ്യനാഥ് ആനുകാലികങ്ങളിൽ സാഹിത്യ രചനകൾക്ക് ചിത്രങ്ങൾ വരക്കാൻ തുടങ്ങിയത്.

സതീഷ് തോപ്രത്ത് ആണ് ബ്രണ്ണനിൽ പഠിച്ച മറ്റൊരു ചിത്രകാരൻ. (എന്റെ കുടക് കുറിപ്പുകൾ എന്ന പുസ്തകത്തിന്റെ ആദ്യപതിപ്പിന്റെ കവർ സതീഷിന്റേതാണ്). തലശ്ശേരിയിലെ അറിയപ്പെടുന്ന ചിത്രകാരന്മാരായ കെ. കെ. മാരാർ, സെൽവൻ മേലൂർ, സത്യൻ മാഷ് തുടങ്ങിയവരെല്ലാം പലപ്പോഴായി ബ്രണ്ണൻ കോളേജിൽ ചിത്രകലയുമായി ബന്ധപ്പെട്ട പരിപാടികളിൽ പങ്കെടുത്തിരുന്നു. ഒരു തവണ ബ്രണ്ണൻ കോളേജിൽ വെച്ച് നടന്ന യൂനിവേഴ്സിറ്റി കലോത്സവത്തിന്റെ ജഡ്ജിംഗ് കമ്മിറ്റി ഞാൻ പ്രസിഡന്റും കെ. കെ. മാരാർ സെക്രട്ടറിയുമായിട്ടായിരുന്നു. ഫെസ്റ്റിവലിൽ ഓരോ ഇനത്തിന്റെയും മത്സരാർത്ഥികൾക്കും ടീമിനും മാർക്കിടാൻ ജഡ്ജിമാർ പ്രത്യേകമായുണ്ട്. എന്നിട്ടും, തീർത്തും അനാവശ്യമായി ഞാനും മാരാറും ഒരുപാട് പഴികേട്ടു. 'നമ്മള് വെറുതെ ആ ഉത്തരവാദിത്വം എടുത്തു തലയിൽ വെച്ചു, അല്ലേ?' എന്ന് മാരാർ കലോത്സവത്തിനു ശേഷം രണ്ടു ദിവസം കഴിഞ്ഞ് ടൗണിൽ വെച്ചു കണ്ടപ്പോൾ ചിരിച്ചുകൊണ്ട് പറയുകയുണ്ടായി.

ഞാൻ ഇവിടെ പേരെടുത്തു പറഞ്ഞ എഴുത്തുകാർക്കും കലാകാരന്മാർക്കും പുറമെ ബ്രണ്ണൻ പൂർവവിദ്യാർത്ഥികളായ വേറെയും ഒരുപാടുപേർ ഉണ്ടാവും. രാജലക്ഷ്മി. പി. കെ. യെപ്പോലെ ചില നല്ല കഥകളെഴുതി എന്തോ ഒക്കെ കാരണങ്ങളാൽ എഴുത്തിൽ തുടരാതിരുന്നവർ വേറെയും.

49

ബ്രണ്ണൻ കോളേജിനെക്കുറിച്ച് ഫെയ്സ് ബുക്കിൽ ഞാൻ എഴുതി വരുന്ന ഓർമക്കുറിപ്പുകൾ അതേ പടി എന്റെ ആത്മകഥയുടെ രണ്ടാം ഭാഗത്തിന്റെ ഭാഗമാക്കാമെന്ന തോന്നൽ അവിചാരിതമായി ഉണ്ടായതാണ്. ഈ കുറിപ്പുകളിലെ അവസാനത്തെ കുറച്ചെണ്ണത്തിന്റെ ഭാരം

ഭാവിയിലെ വായനക്കാർക്ക് അസുഖകരമായി തോന്നിയേക്കുമോ എന്ന തോന്നൽ ഇപ്പോഴെനിക്കുണ്ട്. അവയിലെല്ലാം നിറയെ പേരു കളാണുള്ളത്. ബ്രണ്ണൻ കോളേജ് കേരളീയജീവിതത്തിന്റെ വിവിധ മേഖലകൾക്കു നൽകിയ സംഭാവനകളെക്കുറിച്ചു പറയുമ്പോൾ ആ പേരുകളത്രയും ഒഴിവാക്കാൻ പറ്റാത്തവയാണു താനും. എന്നിട്ടുതന്നെ യും പല പേരുകളും ഒഴിവായിട്ടുണ്ടാവും എന്ന അറിവ് എന്നെ വിഷ മിപ്പിക്കുന്നുണ്ട്. സ്വന്തം പേര് ഒരിടത്ത് രേഖപ്പെടുത്തിക്കാണുമ്പോൾ ആർക്കായാലും അതിൽ ഇത്തിരി സന്തോഷം തോന്നുക സ്വാഭാവി കമാണ്. തന്നെ ഓർത്തില്ലെന്നു കാണുമ്പോഴുണ്ടാവുന്ന നിരാശയും അത്രയും തന്നെ സ്വാഭാവികമാണ്. ഇതേക്കുറിച്ച് എല്ലാ സുഹൃത്തു ക്കളോടും പറയാനുള്ളത് ഇത്രയുമാണ്: രേഖപ്പെടുത്തപ്പെടുന്നതിലും അങ്ങനെ സംഭവിക്കാതിരിക്കുന്നതിലും അമിത പ്രാധാന്യം കല്പിക്കേണ്ടു കാര്യമില്ല. നിങ്ങളും നിങ്ങൾ ചെയ്ത കാര്യങ്ങളും നിങ്ങളോടൊപ്പം ജീവി ച്ചവരുടെ ഓർമയിൽ ഉണ്ടാവുക തന്നെ ചെയ്യും. ചില കാര്യങ്ങൾ വരും തലമുറയും ഓർത്തെന്നു വരും.

ജീവിച്ചിരിക്കുന്നതുവരെയും നമുക്കെല്ലാം എന്തെങ്കിലുമൊക്കെ ചെയ്തുകൊണ്ടിരിക്കാനുണ്ടാവും. അവയിൽ പലതിന്റെയും പ്രയോജ നത്തെക്കുറിച്ച് നാം ആലോചിക്കാറില്ല. പ്രയോജനത്തെക്കുറിച്ച്, ലാഭത്തെക്കുറിച്ച് ആലോചിക്കാതെ ചെയ്യാനുള്ള കാര്യങ്ങൾ ചെയ്യു മ്പോഴാണ് ജീവിക്കുന്നതിന്റെ സുഖം പൂർണമായും അനുഭവിക്കാനാവുക. ഇക്കാര്യം മറന്നുപോവാനിടയാക്കുന്ന പലതും ഇന്നത്തെ നമ്മുടെ ജീവിത ചുറ്റുപാടുകളിലുണ്ട്. രാഷ്ട്രീയം, വിദ്യാഭ്യാസം, സാഹിത്യം, പൊതുപ്രവർത്തനം ഈ മേഖലകളിലെല്ലാം സംഭവിച്ചുകൊണ്ടിരി ക്കുന്ന പലതും അങ്ങനെയുള്ള വിപരീതഫലം ചെയ്യുന്നവയാണ്. അവയ്ക്കെതിരെ വ്യക്തികളെന്ന നിലയ്ക്ക് നമുക്കോരോരുത്തർക്കും ചെയ്യാനാവുന്ന കാര്യങ്ങൾ വളരെ കുറച്ചു മാത്രമായിരിക്കും. ചെയ്യുന്നത് കള്ളത്തരമാണ് എന്നറിഞ്ഞുകൊണ്ട് കള്ളത്തരം ചെയ്യുന്നവരും ഒരു കാര്യം തെറ്റാണെന്നു ബോധ്യമായതിനു ശേഷവും തങ്ങൾക്കുണ്ടാവുന്ന ചെറുചെറു നേട്ടങ്ങൾ മാത്രം ലാക്കാക്കി അതിനെ തുടർന്നും പിന്തുണച്ചു കൊണ്ടിരിക്കുന്നവരും പെരുകിക്കൊണ്ടിരിക്കുന്ന ഒരു സമൂഹത്തിൽ കലർപ്പില്ലാത്ത ആർജവം നിലനിർത്തിക്കൊണ്ടു ജീവിച്ചുപോവുക ഒട്ടും തന്നെ എളുപ്പമല്ല. എങ്കിലും ഒരു ലാഭവും ലക്ഷ്യമാക്കാതെയും ചില കാര്യങ്ങൾ ചെയ്യേണ്ടതുണ്ട്, അല്ലെങ്കിൽ ചെയ്യാനാവും എന്ന കാര്യം ഓർമയിൽ സൂക്ഷിക്കുന്നത് നല്ലതാണ്.

ലോകത്തിൽ എല്ലായ്പ്പോഴും നന്മ വിജയിച്ചുകൊണ്ടേയിരിക്കും, നാം ചെയ്യുന്ന നല്ല കാര്യങ്ങളെല്ലാം നല്ലതെന്ന നിലയിൽത്തന്നെ ലോകം മനസ്സിലാക്കിക്കൊള്ളും എന്നൊക്കെ കാല്പനികാവേശത്തോടെ ചിന്തിക്കുന്നതിൽ അർത്ഥമില്ല. പല പ്രവൃത്തികളുടെയും അർത്ഥവും ഫലവും നിർണയിക്കുന്നത് കാലവും സാമ്പത്തിക സാമൂഹ്യസാംസ്കാരിക സാഹചര്യങ്ങളുമാണ്. അവയെ അവയുടെ പാട്ടിന് വിട്ടേക്കുക. തനിക്കു മാത്രം ചെയ്യാനാവുന്ന ചെറുതും വലുതുമൊക്കെയായ കാര്യങ്ങൾ ഓരോ വ്യക്തിയുടെയും മുന്നിലുണ്ടാവും. അവ കൃത്യമായി കണ്ടെത്തുക. അവയിൽ മനസ്സിരുത്തുക. പലപ്പോഴും നമുക്കിത് സാധ്യമാവാറില്ല. കൗമാരപ്രായത്തിലെത്തുന്ന ഘട്ടത്തിൽതന്നെ അവനവന്റെ യഥാർത്ഥ സ്വത്വത്തിലേക്കുള്ള, അവനവന്റെ കഴിവുകളിലേക്കും പരിമിതികളിലേക്കും യഥാർത്ഥമായ ആഗ്രഹങ്ങളിലേക്കു പോലുമുള്ള, കാഴ്ചയുടെ വഴി പൂർണമായും അടഞ്ഞു പോവുന്ന ചിലരുണ്ട്. അവർക്ക് ജീവിതം നില നിർത്താനാവില്ല. നിലനിർത്താൻ കഴിഞ്ഞാലും ജീവിതത്തിലുടനീളം അവർ പ്രശ്നങ്ങളുടെയും വേദനകളുടെയും തടവിലായിരിക്കും.

പേരുകളുടെ കാര്യം പറഞ്ഞതിൽ നിന്നു വഴിമാറിയാണ് ഞാൻ ഇങ്ങോട്ടൊക്കെ എത്തിയത്. ചിന്തയ്ക്ക് ഇങ്ങനെയുള്ള ചില സ്വാതന്ത്ര്യങ്ങളും ആവശ്യമാണല്ലോ. ഷെയ്ക്സ്പിയറുടെ റോമിയോ ആന്റ് ജൂലിയറ്റ് എന്ന നാടകത്തിലെ അതി പ്രശസ്തവും പല പല ധ്വനികളുള്ളതുമായ ആ വാക്യം, ജൂലിയറ്റിന്റെ വാക്യം ഉദ്ധരിച്ച് തൽക്കാലം നിർത്താം.

“What’s in a name? That which we call a rose
By any other name would smell as sweet.”

50

ബ്രണ്ണനിൽ എന്റെ സഹപാഠികളായിരുന്നവരിൽ ഒന്നുരണ്ടുപേരെക്കുറിച്ചു മാത്രമേ ഇതേ വരെ ഞാൻ പറഞ്ഞുള്ളൂ. മറ്റു ചിലരെ ചില സന്ദർഭങ്ങളുമായി ബന്ധപ്പെടുത്തി പരാമർശിച്ചിട്ടുമുണ്ട്. എന്റെ ക്ലാസിൽതന്നെ പഠിച്ചവരിൽ വളരെ കുറച്ചുപേരുടെ പേരേ എന്റെ ഓർമയിലുള്ളൂ. ആ പേരുകൾ ആദ്യം പറയാം. യു. വി. കുമാരൻ, എ. വത്സൻ, സി. എച്ച്. വത്സലൻ (കണ്ണൂർ ജില്ലയിലെ സി. പി. ഐയുടെ സജീവ പ്രവർത്തകനാണ്. പാർട്ടിക്കുള്ളിൽ വഹിക്കുന്ന പദവികൾ എനിക്കറിയില്ല), വാസു(ചൊക്ലി), രമേശൻ (പിൽക്കാലത്ത് ചൊക്ലിക്കടുത്തുള്ള കവിയൂരിലെ നല്ല പ്രാക്ടീസുള്ള ഹോമിയോ ഡോക്ടറായി), രാമദാസ്, ശങ്കരൻകുട്ടി, സാവിത്രി, യമുന, സൗമിനി, ലീല, പാവന, വിജയലക്ഷ്മി, ഗീത, രാഘവൻ, എം. വി കണ്ണൻ, സദാനന്ദൻ മടപ്പള്ളി, ഫ്രാൻസിസ്.

മറ്റുള്ളവരെല്ലാം മനസ്സിൽത്തന്നെ ഉണ്ട്. പേരുകൾ ഓർമയിൽ നിന്നു മാഞ്ഞുപോയി എന്നേയുള്ളൂ.

ഇനി മലയാളവിഭാഗത്തിൽ എന്റെ മുകളിലും താഴെയുമുള്ള ക്ലാസുകളിലായി പഠിച്ചവരിൽ ചിലർ: സത്യൻ പരിയാരം, വിജയപ്പൻ, മുഹമ്മദ് അഹമ്മദ്, കെ. ഭാസ്കരൻ, ലവൻ, എ. കെ. രമേശ്ബാബു, കരുണൻ, രാമചന്ദ്രൻ, ശശിമേനോൻ, പത്മനാഭൻ എന്ന പപ്പേട്ടൻ, എം. ദാമോദരൻ, ബക്കളം ദാമോദരൻ, വാസു, രാഘവൻ പയ്യനാട്, ഗോവിന്ദൻ, ചിന്നമ്മ, രാജമ്മ, രേവതി, പി. ജി. പത്മിനി, കൃഷ്ണദാസ് തുടങ്ങിയവർ. കാലം എത്ര കരുത്തോടെയാണ് ഒരാളുടെ ഓർമയിൽ കയ്യേറ്റം നടത്തുന്നത് എന്നോർക്കുമ്പോൾ വല്ലാത്ത ഞെട്ടലും നിസ്സഹായതയും അനുഭവപ്പെടുന്നുണ്ട്.

51

ഏത് കോളേജിനെപ്പറ്റി പറയുമ്പോഴും അവിടത്തെ വിദ്യാർത്ഥികളെയും അധ്യാപകരെയും പറ്റി മാത്രം പറഞ്ഞ് അവസാനിപ്പിക്കാനാവില്ല. കോളേജ് പ്രിൻസിപ്പാൾ, കോളേജ് ഓഫീസിലെ ജീവനക്കാർ, ലൈബ്രറിയിൽ ജോലി ചെയ്യുവർ, ലാബിലെ അറ്റൻഡർമാർ, ഓരോ ഡിപ്പാർട്ട്മെന്റിലും പ്യൂൺ ആയി ജോലി ചെയ്യുവർ ഇവരെക്കുറിച്ചു കൂടി പറഞ്ഞു കഴിഞ്ഞാലേ കോളേജിന്റെ ജീവിതചിത്രം പൂർണമാവൂ.

ബ്രണ്ണൻ കോളേജിന്റെ ആദ്യത്തെ പ്രിൻസിപ്പാൾ പി. പി. ഡി. റൊസാരിയോ ആയിരുന്നു. അദ്ദേഹത്തിനു ശേഷം നൂറ്റിമുപ്പതോളം പേർ പ്രിൻസിപ്പാളിന്റെ കസേരയിലിരുന്നു. ഞാൻ ബ്രണ്ണൻ കോളേജിൽ ജോലി ചെയ്ത 1981–2006 കാലത്തു തന്നെ പ്രശസ്ത സാഹിത്യനിരൂപകയായ പ്രൊഫ. എം. ലീലാവതിയും പിന്നെ പ്രിൻസിപ്പാൾ ഇൻചാർജ് ആയി ജോലി ചെയ്തവരെക്കൂടി കണക്കിലെടുത്താൽ നാല്പത്തൊമ്പത് പേരും പ്രിൻസിപ്പാൾമാരായി ഉണ്ടായിരുന്നു. ഇവരിൽ മൂന്നുപേരുമായി മാത്രമേ (ഇൻ ചാർജ് ആയി ഇരുന്നവരെ ഒഴിവാക്കിയാൽ) എനിക്ക് ഒരധികാരിക്കു മുമ്പിലാണ് ഇരിക്കുന്നത് എന്ന തോന്നലില്ലാതെ സംസാരിക്കാൻ കഴിഞ്ഞിരുന്നുള്ളൂ. പ്രൊഫ. ജി. ഗോപാലകൃഷ്ണൻ, ഡോ. കെ. ടി. മേരി, പ്രൊഫ. പി. നാരായണ മൂഡിത്തായ എന്നിവരാണവർ. ഗോപാലകൃഷ്ണൻ മാഷ് അറിയപ്പെടുന്ന ഒരു റേഡിയോ നാടകകൃത്താണ്. അദ്ദേഹവുമായി നല്ല അടുപ്പം പുലർത്താൻ ഞങ്ങളിൽ ചിലർക്ക് കഴിഞ്ഞിരുന്നു. ഫിലോസഫിയിലെ ജോസ് മാഷെയും സൈക്കോളജിയിലെ അബൂബക്കർമാഷെയും

എന്നെയും ഗോപാലകൃഷ്ണൻ മാഷുടെ 'ബോഡിഗാർഡ്സ്' എന്നാണ് അധ്യാപകരിൽ ചിലർ പറഞ്ഞിരുന്നത്.

2004-ൽ പ്രിൻസിപ്പാളായിരുന്ന ഡോ. പി. ജയരാജൻ മാഷുമായി ഞാൻ നല്ല സൗഹൃദത്തിലാവേണ്ടതായിരുന്നു. പക്ഷേ, ഒരു ദിവസം സ്റ്റാഫ് മീറ്റിംഗിൽ സംസാരിച്ചുകൊണ്ടിരിക്കെ പെട്ടെന്ന് കുഴഞ്ഞു വീണ അദ്ദേഹത്തെ തലശ്ശേരി കോ ഓപ്പറേറ്റീവ് ഹോസ്പിറ്റലിലും അവിടെ നിന്ന് ഉടൻ തന്നെ കോഴിക്കോട് ബേബി മെമ്മോറിയൽ ഹോസ്പിറ്റലിലും എത്തിച്ചിരുന്നെങ്കിലും ജീവൻ രക്ഷിക്കാനായില്ല. മരിക്കുന്നതിന് ഏതാനും ദിവസങ്ങൾ മുമ്പ് ഒരു വൈകുന്നേരം തമ്മിൽ കണ്ടപ്പോൾ തനിക്ക് ബി. പിയുടെ പ്രശ്നമുണ്ടെന്നും പക്ഷേ, താനത് അത്ര കാര്യമാക്കാറില്ലെന്നും കൃത്യമായി മരുന്നു കഴിക്കാറില്ലെന്നുമൊക്കെ അദ്ദേഹം എന്നോടു പറഞ്ഞിരുന്നു.

കോളേജിലെ ഓഫീസ് ജീവനക്കാരിൽ വിദ്യാർത്ഥികൾക്ക് ഏറ്റവുമധികം അടുപ്പമുണ്ടായിരുന്നത് ഇപ്പോൾ പെൻഷനേഴ്സ് യൂനിയന്റെ സജീവ പ്രവർത്തകനായ കുമാരേട്ടനുമായിട്ടാണ്. കോഴിക്കോട് യൂനിവേഴ്സിറ്റിയുടെ ഒന്നാമത്തെയും മൂന്നാമത്തെയും സെനറ്റിൽ അംഗമായിരുന്നു കുമാരേട്ടൻ. സെനറ്റ് യോഗങ്ങൾക്കു പോവുമ്പോൾ താൻ എം. എൻ. വിജയൻമാഷെയും തായാട്ട് ശങ്കരൻ മാഷെയും സമീപിക്കാറുണ്ടായിരുന്നുവെന്നും അവർ ആവശ്യമായ നിർദ്ദേശങ്ങൾ തരാറുണ്ടായിരുന്നുവെന്നും കുമാരേട്ടൻ തന്നെ രേഖപ്പെടുത്തിയിട്ടുണ്ട്. ഓഫീസിലും ലൈബ്രറിയിലും ജോലി ചെയ്തവരിലും മറ്റുള്ളവരിലും എല്ലാവരെയും എനിക്ക് ഓർത്തെടുക്കാനാവുന്നില്ല. എന്റെ ഓർമയിലുള്ള ഏതാനും പേരുകൾ മാത്രം താഴെ എഴുതാം: കെ. വി. ചന്ദ്രശേഖര മാരാർ (ഞാൻ പഠിക്കുന്ന കാലത്ത് ഓഫീസിലെ അഡ്മിനിസ്ട്രേറ്റീവ് അസിസ്റ്റന്റായിരുന്ന ആളാണ്), പരമേശ്വരൻ, ഗിൽബർട്ട് മാർക്, എം. കെ. ബാലഗോപാലൻ, വിമലകുമാരി, കൃഷ്ണബാല, സ്നേഹലത, പ്രേമ, അബ്ദുറഹിമാൻ, പുരുഷു, ഗോവിന്ദേട്ടൻ, വാസുഅണ്ണൻ, എം. കൃഷ്ണൻ കുട്ടിനായർ (സിനിമാ നടൻ കൃഷ്ണൻ കുട്ടി നായർ തന്നെ), സീതാനാഥ്, ജയരാജൻ, രാമൻ നായർ (ഒടുവിൽ പറഞ്ഞ ആറു പേരും ലൈബ്രറിയിൽ ജോലി ചെയ്തവരാണ്). മുത്തു, രാധ, പങ്കജാക്ഷി, നാരായണിയമ്മ (നാലുപേരും പലപ്പോഴായി മലയാളവിഭാഗത്തിൽ ജോലി ചെയ്തവർ), ദിവാകരൻ, എ. സി. മോഹനൻ, രാഘവൻ, ഉമ്മർ, ഹരീന്ദ്രൻ, വിക്രമൻ, വത്സരാജ്, കുറുപ്പേട്ടൻ, മത്തായി ചാത്തു, ക്ലമന്റ്, കുഞ്ഞിരാമൻ നമ്പ്യാർ, ചീമേനി ഗോവിന്ദൻ.

ഇവരിൽ പരമേശ്വരൻ ഞാൻ കോളേജ് ക്വാർട്ടേഴ്സിൽ താമസിക്കുന്ന കാലത്ത് ഒരു ക്വാർട്ടേഴ്സിൽ കുടുംബസമേതം ഉണ്ടായിരുന്നു. സാഹിത്യവായനയിലും താൽപര്യം കാണിച്ചിരുന്ന പരമേശ്വരൻ വിദ്യാർത്ഥികളുടെ ഒരു സാഹിത്യചർച്ചായോഗത്തിൽ ക്ഷണിക്കപ്പെട്ടെത്തി ജീവിതത്തെയും സാഹിത്യത്തെയും സംബന്ധിച്ചുള്ള ആഴമേറിയ ചില നിരീക്ഷണങ്ങൾ അവതരിപ്പിച്ചത് ഓർമയുണ്ട്.

ഇനി ഓഫീസ് സംബന്ധിച്ചുള്ള ചില കാര്യങ്ങൾ. മിക്കവാറും എല്ലാ ഓഫീസുകളിലും നന്നായി ജോലി ചെയ്യുകയും അവരുടെ മുന്നിലെത്തുന്നവരോട് മാന്യമായി പെരുമാറുകയും ചെയ്യുന്ന കുറേ പേരും അങ്ങനെ അല്ലാതുള്ള വേറെ ചിലരും ഉണ്ടാവും. ബ്രണ്ണൻ ഓഫീസിലും ഈ രണ്ടു തരക്കാരും ഉണ്ടായിരുന്നു. ജൂനിയർ ലക്ചറർ ആയിരുന്ന കാലത്തും പിന്നീടും ചില ജീവനക്കാർ ഒട്ടും സുഖകരമല്ലാത്ത രീതിയിൽ പെരുമാറിയത് എനിക്ക് നന്നായി ഓർമയുണ്ട്. ആ കാലമെല്ലാം കഴിഞ്ഞ് വർഷങ്ങൾ പലതു പിന്നിട്ടു. ഇപ്പോൾ ഇതെഴുതുമ്പോൾ അക്കാര്യം ഓർത്തുപോയെന്നു മാത്രം.

ജീവനക്കാരുമായി ബന്ധപ്പെട്ട ഒന്നു രണ്ടു തമാശകൾ കൂടി പറയാം. ചെറിയ ചില വാസ്തവങ്ങൾക്കു മേൽ കെട്ടിച്ചമയ്ക്കപ്പെട്ട കഥകളായേക്കാം അവ. പഴയ ഓരോഫീസ് മേധാവിയുടെ ഉറക്കെയുള്ള ആത്മഗതമായി പഠിക്കുന്ന കാലത്ത് ഞാൻ കേട്ടതാണ് ആദ്യത്തേത്. അദ്ദേഹം പറഞ്ഞുവത്രേ: "ഈ പുള്ളമ്മാറെല്ലാം ഈട വെര്ന്നില്ലെങ്കില് എത്ര സുഖായി പണിയെടുക്കായിരുന്നു." രണ്ടാമത്തേത് പ്രിൻസിപ്പാളിന്റെ മുറിക്കു മുന്നിലായി ഇടാറുള്ള കസേരയിൽ ഇരുന്നിരുന്ന ഒരു സ്ത്രീ 'പ്രിൻസിപ്പാൾ അകത്തുണ്ടോ?' എന്ന് കുട്ടികൾ തുടരെത്തുടരെ വന്നു ചോദിച്ചപ്പോൾ നടത്തിയ പ്രതികരണമാണ്. അത് ഇങ്ങനെയായിരുന്നു: "ഒന്ന് ബിശ്റമിക്കാന്ന് വെച്ചിറ്റാ ഈട ബെരന്ന്. അയിനും കൂടി നിങ്ങ സമ്മതിക്കുല്ലേ."

രണ്ടാമത്തേതിനെ വീട്ടിലെ ഒരുപാട് പണികളെല്ലാം ചെയ്തുതീർത്ത് അവശയായി കോളേജിൽ ജോലിക്കെത്തിയ ഒരു പാവം സ്ത്രീയുടെ വാക്കുകളെന്ന നിലയ്ക്ക് മാറ്റി വെക്കാം. ആദ്യത്തേത് പല ജീവനക്കാരും കോളേജ് നിലനില്ക്കുന്നത് പ്രാഥമികമായും അവിടത്തെ വിദ്യാർത്ഥികൾക്കു വേണ്ടിയാണ് എന്ന കാര്യം മറന്നു പോകാറുണ്ട് എന്ന വാസ്തവത്തിലേക്കു വിരൽ ചൂണ്ടുന്നുണ്ട്.

52

മറ്റൊരു കോളേജിലും നടന്നിരിക്കാനിടയില്ലാത്ത ഒരു സംഭവത്തെക്കുറിച്ചാണ് ഇനി എഴുതാനുള്ളത്. ആ സംഭവം അർഹിക്കുന്ന ഗൗരവം കണക്കിലെടുത്ത്, ഒരു പൊടിപ്പും തൊങ്ങലുമില്ലാതെ, എന്റെ വക വിശദീകരണത്തിനു മുതിരാതെ ഏറ്റവും സംക്ഷിപ്തമായി ഇവിടെ രേഖപ്പെടുത്താം. ബ്രണ്ണൻ വിദ്യാർത്ഥികളിൽ ചിലരെ ഒരു കാലത്ത് ഇടതുപക്ഷ തീവ്രവാദം ശക്തമായി സ്വാധീനിച്ചിരുന്നു. വ്യവസ്ഥാപിതമായ എല്ലാറ്റിനെയും എതിർക്കാൻ വെമ്പി നിൽക്കുന്നവരായിരുന്നു ആ വിദ്യാർത്ഥികൾ. അവരാണ് ഞാൻ പറയാൻ പോവുന്ന സംഭവത്തിന്റെ പിന്നിൽ പ്രവർത്തിച്ചത്.

1971ലോ 72ലോ എന്ന് കൃത്യമായി ഓർത്തെടുക്കാനാവുന്നില്ല. സ്വാതന്ത്ര്യദിനത്തിൽ പതാകയുയർത്തലും എൻ. സി. സിക്കാരുടെ പരേഡും പ്രിൻസിപ്പാളിന്റെ പ്രസംഗവും മറ്റും കഴിഞ്ഞ് വിദ്യാർത്ഥികളും (ഏറെപ്പേരും ഹോസ്റ്റലുകളിൽ നിന്നു വന്നവർ തന്നെ) അധ്യാപകരും മറ്റുള്ളവരും പിരിഞ്ഞുപോകാൻ തുടങ്ങുന്നതിനു മുമ്പുതന്നെ തലശ്ശേരി നഗരത്തിൽ നിന്നുള്ള അമ്പതോളം യാചകന്മാർ ചടങ്ങ് നടക്കുന്ന കെമിസ്ട്രി ഡിപ്പാർട്‌മെന്റിനു മുന്നിലെ ഗ്രൗണ്ടിലേക്കു ഇരച്ചു കയറി ഞെട്ടിക്കുന്ന ശബ്ദത്തിൽ "കണ്ണ് തുറന്ന് കണ്ടോളൂ, കാത് തുറന്ന് കേട്ടോളൂ. ഇതാണിതാണിന്ത്യൻ പൗരൻ" എന്ന മുദ്രാവാക്യം വിളിച്ച് ഗ്രൗണ്ടിനെ ചുറ്റി ഒരു പ്രകടനം നടത്തി. എല്ലാവരും ചകിതരായി അത് കണ്ടു നിന്നു.

53

ബ്രണ്ണൻ കുറിപ്പുകൾ ഇവിടെ അവസാനിപ്പിക്കുകയാണ്. ഏത് കാര്യവും ഒരു ഘട്ടം വരെ എത്തിയാൽ നിർത്തണമല്ലോ. അതുകൊണ്ടു മാത്രം.

ഇനി, ഓർമയെഴുത്തുമായി ബന്ധപ്പെട്ടുള്ള ചില കാര്യങ്ങൾ കൂടി കുറിക്കാം:

എന്നെ സംബന്ധിച്ചിടത്തോളം ഇത് ആളുകളുമായി ബന്ധപ്പെടുന്നതിനുള്ള വലിയൊരു വഴിയായിരുന്നു. ഒരുപാടു പേരുമായി ആശയവിനിമയം ചെയ്യുന്നതിന്റെ സംതൃപ്തിയാണ് അവ എനിക്കു തന്നത്.

പ്രായമായാൽ, ആളുകൾ തങ്ങളുടെ ഓർമകൾ മറ്റുള്ളവർക്കു മുന്നിൽ അവതരിപ്പിക്കുന്നതിൽ അതിയായ ആനന്ദം കണ്ടെത്തിത്തുടങ്ങും. മിക്കവാറും അവനവനെ കേന്ദ്രസ്ഥാനത്തു പ്രതിഷ്ഠിച്ചുകൊണ്ടാണ്

അതു ചെയ്യുക. ലോകം തനിക്കു വേണ്ടിയാണ് നിലനിന്നത് എന്ന മട്ടിൽ അവർ സംസാരിച്ചുകളയും. മറ്റുള്ളവർക്ക് അത് അസഹ്യമായി ത്തീരുകയും ചെയ്യും. ഏതെങ്കിലുമൊരു പരിപാടി പ്ലാൻ ചെയ്യുമ്പോൾ സംഘടനകളുടെ/ കൂട്ടായ്മകളുടെ ഭാരവാഹികൾ ആരെക്കൊണ്ടൊക്കെ പ്രസംഗിപ്പിക്കണമെന്ന കാര്യം ചർച്ച ചെയ്യും. ചില പേരുകൾ ഉയർന്നു വരുമ്പോൾ ഏതെങ്കിലുമൊരാൾ മറവില്ലാതെ പറയും: "വേണ്ട, അയാള് വേണ്ട. അയാള് അയാളുടെ ആത്മകഥ മുഴുവൻ പറഞ്ഞുകളയും. മറ്റു ള്ളവരെല്ലാം ജീവിച്ചതു തന്നെ അയാളുടെ മഹത്വം കൊണ്ടാണെന്ന മട്ടിലാണ് പറയുക. നമ്മളത് എന്തിനു കേട്ടു സഹിച്ചുകൊടുക്കണം."

ജീവിതം ഇനി അധികകാലമില്ല എന്നു തോന്നിത്തുടങ്ങുമ്പോഴാണ് ആളുകൾ ഓർമകളുടെ കഥനത്തിലേക്കു നീങ്ങുക. അറുപത് വയസ്സാ യിരുന്നു പണ്ട് അതിനു പൊതുവെ അംഗീകരിക്കപ്പെട്ട പ്രായം. 1966-ൽ ഞാൻ ഹൈസ്കൂൾ വിദ്യാർത്ഥിയായിരുന്നപ്പോൾ ഇന്ത്യക്കാരുടെ ശരാശരി ആയുസ്സ് 44 ആയിരുന്നു. ഇപ്പോൾ അത് എഴുപതു വയസ്സിനു മുകളിലായി.

ഞാൻ പഠിക്കുന്ന കാലത്ത് മാടായി ഹൈസ്കൂളിൽ ഒരു അറബിക് മാഷുണ്ടായിരുന്നു. പരീക്ഷയെഴുതിക്കൊണ്ടിരിക്കെ ഒന്നും എഴുതാൻ കിട്ടാതെ വരുന്ന പല കുട്ടികളും ഇരുവശങ്ങളിലുമിരിക്കുന്നവർ എന്താ ണെഴുതിയത് എന്ന് നോക്കാൻ ശ്രമിക്കും. അതുകൊണ്ട് തൃപ്തരാകാതെ വരുമ്പോൾ തൊട്ടു പിന്നിലിരിക്കുന്നവർ വിഷമം പിടിച്ച ഏതെങ്കിലും ചോദ്യവുമായി ബന്ധപ്പെട്ട് എന്തെങ്കിലും സൂചന തരുമോ എന്നു പ്ര തീക്ഷിച്ച് തിരിഞ്ഞു നോക്കും. അപ്പോൾ അദ്ദേഹം പറയും: "വേണ്ടാ, വേണ്ടാ, തിരിഞ്ഞുനോട്ടം അറുപതു വയസ്സിനു ശേഷം മാത്രം." അദ്ദേഹം പറഞ്ഞതിന്റെ അർത്ഥം മനസ്സിലാക്കാൻ പറ്റുന്ന ഒന്നോ രണ്ടോ പേരേ പരീക്ഷാഹാളിൽ ഉണ്ടായിരുന്നിരിക്കാൻ സാധ്യതയുള്ളൂ. എങ്കിലും ആ പറച്ചിൽ എത്ര അർത്ഥഗർഭവും രസകരവുമായ ഒന്നായിരുന്നുവെന്ന് പിന്നീട് പലപ്പോഴും ഞാൻ ഓർത്തിട്ടുണ്ട്.

ബ്രണ്ണൻ ജീവിതകാലത്തിലേക്കുള്ള എന്റെ തിരിഞ്ഞു നോട്ടം എന്നെ കഴിവതും ഓരത്തേക്ക് തള്ളിമാറ്റിക്കൊണ്ടായിരിക്കണം എന്നു ഞാൻ ആഗ്രഹിച്ചിരുന്നു. അക്കാര്യത്തിൽ ഞാൻ പൂർണമായി വിജയിച്ചുവെന്ന് അവകാശപ്പെടുന്നില്ല. എങ്കിലും ഇത് ആത്മപ്രശംസയുടെ കുമ്പാരം മാത്രമായി വായനക്കാർക്ക് അനുഭവപ്പെടിട്ടുണ്ടാവില്ല എന്നുതന്നെ ഞാൻ കരുതുന്നു.

ബ്രണ്ണൻ ജീവിതത്തെക്കുറിച്ച പറയുമ്പോൾ പലരും അതിവൈകാരികതയിലേക്കും അതിവാചാലതയിലേക്കും ചാഞ്ഞുപോവാറുണ്ട്. ഈ കോളേജ് അതിനു പ്രേരിപ്പിക്കുന്ന ഒന്നാണെന്നു ഞാനും സമ്മതിക്കും. കേരളത്തിന്റെ ധൈഷണികജീവിതത്തിനും സർഗാത്മകജീവിതത്തിനും അവിസ്മരണീയമായ സംഭാവനകൾ നൽകിയ ചില അധ്യാപകർ, ഒന്നാന്തരം ലൈബ്രറി, വിവരണാതീതമായ രീതിയിൽ ആഹ്ലാദവും ഊർജവും പകരുന്ന സ്വതന്ത്രമായ കോളേജ് അന്തരീക്ഷം, ഓജസ്സുറ്റ ഗ്രാമീണ പശ്ചാത്തലം എല്ലാം ബ്രണ്ണന് അവകാശപ്പെടാനാവുന്നതാണ്.

പക്ഷേ, കോളേജിനെക്കുറിച്ച് നല്ലതേ പറയാനുള്ളൂ എന്ന തോന്നൽ വിദ്യാർത്ഥിയായിരുന്നപ്പോഴും അധ്യാപകനായിരുന്നപ്പോഴും എനിക്കുണ്ടായിട്ടില്ല. ജീവിതത്തിൽ മധുരം മാത്രമല്ല കയ്പും ഉണ്ട്. കയ്പിനെ ഓർമയിൽ നിന്നു മായ്ച്ചു കളയാനാണ് എല്ലാവരും ശ്രമിക്കുക. അത് നല്ലതു തന്നെ. പക്ഷേ, വസ്തുതകൾ പാടേ തമസ്കരിക്കപ്പെടുന്ന അളവിലായിപ്പോവരുത് അത്. "ബ്രണ്ണൻ കോളേജ് ജീവിക്കാനുള്ള കരുത്ത് എങ്ങനെയൊക്കെയോ തന്നുവെന്നത് ശരിയാണ്. പക്ഷേ, അവിടത്തെ ക്ലാസ് റൂം അനുഭവങ്ങൾ ഉൾപ്പെടെയുള്ള മറ്റു പല കാര്യങ്ങളും വെച്ചു കൊണ്ട് അധ്യാപകർക്കും വിദ്യാർത്ഥികൾക്കും പരസ്പരം യാതൊരുത്തരവാദിത്വവുമില്ലാത്ത സ്ഥാപനമാണത് എന്നേ പറയാനാവൂ," എന്ന് ബ്രണ്ണനിലെ ഒരു പൂർവവിദ്യാർത്ഥി പറയുകയുണ്ടായി. (ബാങ്ക് ജീവനക്കാരനായിരുന്ന അദ്ദേഹം റിട്ടയർ ചെയ്ത്, വലിയ പ്രായമാവുന്നതിനു മുമ്പു തന്നെ അടുത്തകാലത്ത് മരിച്ചു). ആ പഴയ ബ്രണ്ണൻകാരന്റെ അഭിപ്രായത്തോട് യോജിക്കാൻ എനിക്കു കഴിയില്ലെങ്കിലും അദ്ദേഹത്തിന് ഉണ്ടായതുപോലുള്ള പ്രതീതി വിദ്യാർത്ഥികളിലും അധ്യാപകരിൽത്തന്നെയും ഉണ്ടാക്കാൻ പാകത്തിലുള്ള ചിലത് കോളേജിലുണ്ടായിരുന്നുവെന്നത് വാസ്തവമാണ്. ഞാൻ ബ്രണ്ണനിൽ അധ്യാപകനായി ചേർന്ന ആദ്യത്തെ നാലഞ്ചു വർഷക്കാലം തുടരെത്തുടരെ വിദ്യാർത്ഥി സമരങ്ങളായിരുന്നു. പലതും വിദ്യാഭ്യാസവുമായി ബന്ധമില്ലാത്ത പ്രശ്നങ്ങളുടെ പേരിൽ. അക്കാലത്ത് ഒരു വർഷം കോളേജിലെ യഥാർത്ഥ പ്രവൃത്തിദിവസങ്ങളുടെ കണക്ക് തന്റെ ഡയറിയിൽ രേഖപ്പെടുത്തിയത് ഫിസിക്സ് ഡിപ്പാർട്മെന്റിലെ ഒരധ്യാപകൻ എനിക്കു കാണിച്ചു തരികയുണ്ടായി. ഞെട്ടിക്കുന്ന കണക്കായിരുന്നു അത്. അധ്യാപകർ രാവിലെ കൃത്യസമയത്ത് വരും. രജിസ്റ്ററിൽ ഒപ്പുവെക്കും. അരമണിക്കൂറിനകം വിദ്യാർത്ഥി സമരം കാരണം കോളേജ് വിടുന്നതിനുള്ള മണിമുഴങ്ങും. ഇതായിരുന്നു പതിവ്. പിന്നെപ്പിന്നെ ഈ മണിക്ക്

കാതോർത്തിരിക്കുക അധ്യാപകരുടെ ശീലമായി. അത് കേൾക്കാനിടയാവാതെ വന്ന ഒരു ദിവസം, "ശ്ശേ, ഇന്ന് പറ്റിച്ചു കളഞ്ഞല്ലോ," എന്ന് ഒരധ്യാപകൻ അസ്വസ്ഥനായ കഥയും ഉണ്ട്. ഇത് ബ്രണ്ണനിൽ മാത്രമുള്ള അനുഭവമായിരിക്കില്ല. ആ വർഷങ്ങളിൽ സംസ്ഥാനത്തെ വലിയൊരു ശതമാനം കോളേജുകളിലെയും അനുഭവം ഇതു തന്നെയായിരുന്നിരിക്കും.

വാഴ്ത്തിപ്പറയാൻ പലതും ഉണ്ടായിരിക്കെത്തന്നെ ബ്രണ്ണൻ ജീവിതത്തിന് മോശമായ ചില വശങ്ങളും ഉണ്ടായിരുന്നുവെന്ന് ഞാൻ നേരത്തേ സൂചിപ്പിക്കുകയുണ്ടായി. ഏത് സമൂഹത്തിന്റെ പരിശോധന നടത്തിയാലും അതിൽ വൈരുധ്യങ്ങൾ പലതുണ്ടാവും. വലിയ അളവിൽ സ്വാതന്ത്ര്യബോധവും പുരോഗമനാഭിമുഖ്യവും പ്രകടിപ്പിച്ച വിദ്യാർത്ഥികൾ ഒരുപാടു പേരുണ്ടായിരുന്നെങ്കിലും അതുമായി തീരെ പൊരുത്തപ്പെടാത്ത ചില അനുഭവങ്ങൾക്കും ഇവിടെ ഇടം ലഭിച്ചിരുന്നുവെന്നത് വാസ്തവമാണ്. ആരെ കുറ്റപ്പെടുത്തിയുള്ള പറച്ചിലും എന്റെ ബ്രണ്ണൻ അനുഭവ വിവരണത്തിന്റെ താളം തെറ്റിക്കുമെന്നതു കൊണ്ടു മാത്രം അതിനു ഞാൻ മുതിരുന്നില്ല.

കവിതയും കഥയും നോവലുമൊന്നും സൂക്ഷ്മമായും വസ്തുനിഷ്ഠമായും പഠിക്കുന്നതിനല്ല വൈകാരികമായി അവയോടു പ്രതികരിക്കുന്നതിനും പലപ്പോഴും സ്ഥൂലമായ ബൗദ്ധികതയിൽ അഭിരമിക്കുന്നതിനുമാണ് സാഹിത്യവും മാനവിക വിഷയങ്ങളും പഠിക്കുന്ന വിദ്യാർത്ഥികളെ ബ്രണ്ണൻ പ്രേരിപ്പിച്ചതെന്നുമുള്ള ആക്ഷേപവും ചിലരിൽ നിന്നു കേട്ടിട്ടുണ്ട്. വിജയൻ മാഷ് ക്ലാസ് മുറികളിലും പ്രസംഗവേദികളിലും അവതരിപ്പിച്ച ആശയങ്ങളെക്കുറിച്ചല്ല അദ്ദേഹത്തിന്റെ ദ്വയാർത്ഥ പ്രയോഗങ്ങളെ (puns)ക്കുറിച്ചാണ് പല വിദ്യാർത്ഥികളും രസം പിടിച്ച് പറയാറുള്ളതെന്ന കാര്യം ചൂണ്ടിക്കാണിച്ച് അവർ ആ ആക്ഷേപം സമർത്ഥിച്ചതായി ഭാവിക്കുകയും ചെയ്യും.

ഈ വാദം അപ്പാടെ തെറ്റാണെന്നു ഞാൻ പറയുന്നില്ല. പക്ഷേ, ബ്രണ്ണന്റെ പല ക്ലാസ് മുറികളും പാഠപുസ്തകത്തിനു പുറത്ത് അറിവിന്റെ പല ലോകങ്ങളിലേക്കും സഞ്ചരിക്കാനുള്ള ശക്തമായ പ്രേരണയും മനുഷ്യന്റെ പ്രജ്ഞയുടെയും ഭാവനയുടെയും ഫലങ്ങളെ ഒരിക്കലും ലാഘവബുദ്ധിയോടെ സമീപിക്കരുതെന്നുമുള്ള ബോധ്യവും വിദ്യാർത്ഥികളിലുണ്ടാക്കിയിരുന്നു എന്നതുമായി തട്ടിച്ചു നോക്കുമ്പോൾ ആ ആരോപണത്തിലെ വസ്തുത തീരെ ചെറുതായിത്തീരും. എം. എൻ. വിജയൻ, ബി. രാജീവൻ. ഡി. വിനയചന്ദ്രൻ, ഇംഗ്ലീഷ് ഡിപ്പാർട്ട്മെന്റിലെ ഇ. സി. ആന്റണി മാഷ്, ടി. ആർ എന്നിവരുടെ ക്ലാസ്സുകൾ പ്രത്യേകമായി

ഓർത്തുകൊണ്ടാണ് ഞാനിത് പറയുന്നത്. മറ്റു ഡിപ്പാർട്മെന്റുകളിലും ഞാൻ വിദ്യാർത്ഥിയായിരുന്ന കാലത്തും അധ്യാപകനായിരുന്ന കാലത്തും പ്രഗത്ഭരായ പല അധ്യാപകരുമുണ്ടായിരുന്നു. അവരിൽ ഞാനുമായി നല്ല സൗഹൃദം പുലർത്തിയിരുന്ന ചിലരുടെ പേരു മാത്രം എഴുതാം. എല്ലാവരുടെയും പേര് എഴുതിവെച്ചാൽ അത് പല കാലത്തെ അറ്റന്റൻസ് രജിസ്റ്ററിൽ നിന്ന് ചീന്തിയെടുത്ത ഏടുകൾ പോലെയേ അനുഭവപ്പെട്ടു.

ഹിന്ദി വിഭാഗത്തിലെ ഡോ. പി. ബാലകൃഷ്ണൻ, പ്രൊഫ. ടി.എം. രാജഗോപാൽ, വി. രവീന്ദ്രൻ, എൽ. ശ്യാമളകുമാരി, എൻ. മോഹനൻ. കെ. സി. കുമാരൻ, ഓമന പങ്കൻ, ഡി. സത്യനേശൻ, ഡോ. പ്രമോദ് കൊവ്വപ്രത്ത്, സംസ്കൃത വിഭാഗത്തിലെ ഡോ. എം. എസ്. മേനോൻ, ഡോ. ശാന്തിചന്ദ്രകമ്മത്ത്, കെ. ജി. കമലാദേവി, ഡോ. ജെ. പ്രസാദ്, ഡോ. ശശികുമാരി, അറബിക് വിഭാഗത്തിലെ അബൂബക്കർ, കെ. മൂസക്കുട്ടി, ഉർദു വിഭാഗത്തിലെ ഷെയ്ക്ക് ഗൗസ് മൊഹിയുദ്ദീൻ, മുഹമ്മദ് കാസിം, ഇ. മുഹമ്മദ്, എ. അസ്സു, പി.കെ. ഇസ്മായിൽ, കെമിസ്ട്രി ഡിപ്പാർട്മെന്റിലെ കുഞ്ഞികൃഷ്ണൻ നായർ, പുഷ്പാംഗദൻ, വി.സി. ചന്ദ്രൻ, കെ. ജാനകി, കെ. പി. സദാനന്ദൻ, ഒ. പി. ജയപാലൻ, മേജർ പി. ഗോവിന്ദൻ (സാമൂഹ്യപ്രവർത്തകനെന്ന നിലിയിൽ വിപുലമായ അംഗീകാരമുള്ള ആൾ കൂടിയാണ് ഇദ്ദേഹം). ഫിസിക്സിലെ വിജയൻ മല്ലേരി, സി. രവീന്ദ്രൻ, കെ. രത്നാകരൻ, കെ. കുഞ്ചൻ, ടി. എൻ. രവി, ഡോ. പി. ടി. തോമസ്, ഇ. കെ. മഹേന്ദ്രൻ, സുവോളജി ഡിപാർട്മെന്റിലെ പ്രൊഫ. ഭാസ്കരൻ, എൻ. കെ. മൃദുല, ബോട്ടണി ഡിപ്പാർട്മെന്റിലെ പുഷ്പ, പി. കെ. മോഹനൻ, ഫിലോസഫിയിലെ ഡോ. പി. കെ. പോക്കർ, സി. സി. ദാമോദരൻ, എ, കെ. വിജയലക്ഷ്മി, ബേബി സുജാത, കെ.എം. ജോസ്, ഇ. കെ. രാജ്മോഹൻ, ഡോ. എം. രാമകൃഷ്ണൻ, സൈക്കോളജിയിലെ ടി. വി. പി. അബൂബക്കർ, ഇക്കണോമിക്സിലെ സുരേഷ്ബാബു, പി. സാവിത്രി, ഹിസ്റ്ററിയിലെ പി. കെ. മുഹമ്മദലി, എ.പി. അബ്ദുൾ ഖാദർ, സി.പി. അബൂബക്കർ, ഡോ. വി. വി. കുഞ്ഞികൃഷ്ണൻ, പ്രൊഫ. കെ. കുമാരൻ, വി. കെ. ഗിരീന്ദ്രൻ, ബേബി തങ്കം, പി, നളിനാക്ഷൻ, എൻ. യൂസഫ്, കെ. കെ. മുഹമ്മദ്, എ. വത്സലൻ, സി. ബാലകൃഷ്ണൻ, പി. ആർ. രമണി, വി. കെ. പുഷ്പവേണി, പി. വി. വസന്ത, ഡോ. ദിനേശൻ വടക്കിനിയിൽ (ഞാൻ റിട്ടയർ ചെയ്തതിനു ശേഷമാണ് ഇദ്ദേഹം ബ്രണ്ണനിലെത്തിയത്). പൊളിറ്റിക്സിലെ ടി. പി. ഇന്ദിര, മാത്തമാറ്റിക്സിലെ പ്രൊഫ. സി. പി. രാമൻ മേനോൻ, പ്രൊഫ. കെ. പി. നാരായണൻ നമ്പ്യാർ, പി. കരുണാകരൻ, എം. അശോകൻ,

വി. ഗംഗാധരൻ, അബ്ദുള്ള ബിയാരി, സ്റ്റാറ്റിസ്റ്റിക്സിലെ ഡോ. പി. പി. ജയകുമാർ, കോമേഴ്സ് വിഭാഗത്തിലെ കെ. കുഞ്ഞിക്കണ്ണൻ, റിച്ചാഡ് ഹേ, എം. ചന്ദ്രഭാനു, ഇസ്ലാമിക് ഹിസ്റ്ററിയിലെ കെ. വി. റൂബി റാബിയ ഇവരാണ് എന്നോട് വളരെ മാന്യമായും സൗഹാർദ്ദപൂർണമായും പെരുമാറിയവർ. ഇവരിൽ പലരുമായും ഇപ്പോഴും ഫോൺവഴിയും അല്ലാതെയുമൊക്കെ ബന്ധപ്പെടാറുണ്ട്. (മാഷ്, ടീച്ചർ എന്നീ വാക്കുകൾ ഒഴിവാക്കിയതിൽ ക്ഷമിക്കണം. ആവർത്തിക്കുമ്പോൾ ചെടിപ്പുണ്ടാക്കും എന്നതുകൊണ്ടു മാത്രമാണ് അങ്ങനെ ചെയ്തത്).

ബ്രണ്ണൻ കോളേജിനെപ്പറ്റിയും ചില കുറ്റങ്ങൾ ചിലർക്കു പറയാനുണ്ടാകുമെങ്കിലും ഞാൻ പഠിക്കുന്ന കാലത്ത് പല ഭാഗത്തു നിന്നായി എത്തുന്ന വിദ്യാർത്ഥികളെ സംബന്ധിച്ചിടത്തോളം ബ്രണ്ണൻ ധൈഷണികാനുഭവങ്ങളുടെയും വൈകാരികാനുഭവങ്ങളുടെയും ഒരു വൻകര തന്നെയായിരുന്നു. ഞാൻ അധ്യാപകനായി ഇവിടെ എത്തിയതിനു ശേഷവും പല വർഷങ്ങളോളം ഈ സ്ഥാപനം അങ്ങനെ തന്നെയായിരുന്നു. പിന്നെപ്പിന്നെ ആ വൻകര ചെറുതായിച്ചെറുതായി വന്നുവെന്നാണ് പുറംകാഴ്ചയിലുള്ള എന്റെ തോന്നൽ. ബ്രണ്ണൻ ജീവിക്കുന്നത് അതിന്റെ ഭൂതകാലത്തിലും ഓർമകളിലുമാണെന്നാണ് ജീവിതത്തിലെ ഏറ്റവും നല്ലതെന്നു സാധാരണ പറഞ്ഞുവരുന്ന കാലം അവിടെ ജീവിച്ചു തീർത്ത ഒരാൾ പറയുക. ഈ നിരീക്ഷണം തെറ്റാണെന്നു സ്ഥാപിക്കാനുള്ള ഉത്തരവാദിത്വം പുതിയ കാലത്തെ വിദ്യാർത്ഥികൾ ഏറ്റെടുക്കുമെങ്കിൽ നന്ന്.

അധ്യായം 5

ഒരു മറുപടി പ്രസംഗം*

ആദരണീയനമായ സുഗതൻമാഷ്, പ്രിയപ്പെട്ട രാജഗോപാലൻ, എന്റെ സഹപ്രവർത്തകരായിരുന്ന അധ്യാപകരേ, പ്രിയപ്പെട്ട വിദ്യാർത്ഥികളേ, സുഹൃത്തുക്കളേ,

ഞാൻ വളരെയധികം ആത്മനിയന്ത്രണം പാലിച്ചില്ലെങ്കിൽ വലിയ ഗൗരവത്തോടെയുള്ള ഒരു സംസാരം എനിക്ക് ഇന്നിവിടെ സാധ്യമാവുകയില്ല. കേരളത്തിൽ ഇന്ന് പൊതുവെ സ്വീകാര്യനായിട്ടുള്ള സാംസ്കാരിക പ്രഭാഷകനും സാഹിത്യ നിരൂപകനുമായ ഇ. പി. രാജഗോപാലൻ വളരെ ഗൗരവത്തിൽ ചില കാര്യങ്ങൾ ഇവിടെ പറഞ്ഞു. അതിന്റെ തുടർച്ചയായി ഏതാണ്ട് അത്രയും തന്നെ ഗൗരവത്തിൽ മറ്റു ചില കാര്യങ്ങൾ പറയാൻ എനിക്ക് സാധിക്കും. മറ്റൊരു വേദിയായിരുന്നെങ്കിൽ അതിന് ബുദ്ധിമുട്ട് വരില്ലായിരുന്നു. പക്ഷേ ബ്രണ്ണൻ കോളേജിൽ വച്ച് അത് സാധിക്കുകയില്ല. അതിന്റെ കാരണം ഇവിടെയുള്ളവർ എന്റെ വളരെയേറെ പ്രിയപ്പെട്ടവരും വളരെയേറെ അടുത്തു നിൽക്കുന്നവരുമാണ് എന്നതു തന്നെ.

ഇന്നിവിടെ വരുമ്പോൾ ആലോചിച്ചുപോയത്, അല്ലെങ്കിൽ ഓർമിച്ചുപോയത്, കുറച്ചു വർഷങ്ങൾക്കു മുമ്പ് എന്റെ വളരെ അടുത്ത സുഹൃത്തും വിദ്യാർത്ഥിയും ആയിരുന്ന രാജേഷിനെയാണ്. വടക്കുമ്പാട്ടുകാരനായിരുന്നു രാജേഷ്. ബ്രണ്ണനിൽ ഹിസ്റ്ററി വിദ്യാർത്ഥി. മലയാളം സെക്കൻഡ് ലാംഗ്വേജ്. അകാലത്തിൽ മരണത്തിനു കീഴടങ്ങേണ്ടി വന്നപ്പോൾ രാജേഷ് തലശ്ശേരി സബ് ജയിലിൽ അസിസ്റ്റന്റ് പ്രിസൺ ഓഫീസർ ആയിരുന്നു. എല്ലാദിവസവും വൈകുന്നേരം ഞങ്ങൾ തമ്മിൽ കാണും.

ഒരുമിച്ച് കുറച്ചുനേരം നടക്കും. ജയിലിന്റെ പരിസരത്തോ അല്ലെങ്കിൽ തൊട്ടപ്പുറത്ത് സ്റ്റേഡിയത്തിലോ കടൽത്തീരത്തോ ഒക്കെയിരുന്ന് കുറച്ചുനേരം സംസാരിക്കും. രാജേഷിൽ നിന്ന് ഒരുപാട് കാര്യങ്ങൾ ഞാൻ പഠിച്ചിട്ടുണ്ട്. എന്റെ 'ഒരു മലയാളി ഭ്രാന്തന്റെ ഡയറി' എന്ന നോവലിന്റെ ബീജം രാജേഷിന്റെ സംസാരത്തിൽ നിന്നു വീണുകിട്ടിയതാണ്. ഒരു ദിവസം വൈകുന്നേരം രാജേഷിനെ കണ്ടപ്പോൾ ഞാനൊരു നല്ല വെള്ളഷർട്ടാണ് ഇട്ടിരുന്നത്. വളരെ വിലകൂടിയ ഒരു ഷർട്ട്. എന്നെ കണ്ട ഉടനെ തന്നെ രാജേഷ് ചോദിച്ചു: "ഇതെവിടുന്നു കിട്ടി? ഇത് നിങ്ങള് വിലകൊടുത്തു വാങ്ങിയതായിരിക്കില്ല. ഓസിൽ കിട്ടിയതായിരിക്കും അല്ലേ?" അത്രയും വിലകൂടിയ ഒരു ഷർട്ട് ഞാൻ വാങ്ങില്ലെന്ന് രാജേഷിന് അറിയാം. ഞാൻ പറഞ്ഞു: "അതെന്റെ കരാത്തെ ശിഷ്യന്മാർ തന്നതാണ്." കരാത്തെയിൽ വലിയ അംഗീകാരമുള്ള ഒരു മാഷ് ബത്തേരിയിൽ ഉണ്ട്. ഹൻഷി രവീന്ദ്രൻ മാസ്റ്റർ. മാഷുടെ നൂറാമത്തെ ശിഷ്യനും ബ്ലാക്ക് ബെൽറ്റ് നേടിയപ്പോൾ അദ്ദേഹത്തെ ആദരിക്കാനായി ബത്തേരിയിൽ ഒരു ചടങ്ങ് നടത്തി. ഒരുപാട് കരാത്തേക്കാർ ആ ചടങ്ങിൽ സംബന്ധിച്ചിരുന്നു. എന്നോട് അവർ, കൃത്യമായി പറഞ്ഞാൽ അവരിലൊരാളായ ബെന്നിസെബാസ്റ്റ്യൻ, പറഞ്ഞു: "രവീന്ദ്രൻ മാഷെ ആദരിക്കാനായി ഒരു സോവനീർ പ്രസിദ്ധീകരിക്കുന്നുണ്ട്. മാഷ് അത് പ്രകാശനം ചെയ്തുതരണം." "കരാത്തെയുമായി യാതൊരു ബന്ധവുമില്ലാത്ത ഞാൻ അവിടെ വന്ന് ആ ആ സോവനീർ പ്രകാശനം ചെയ്യണമെന്നു പറഞ്ഞാൽ അതെങ്ങനെയാണ്?" ഞാൻ സംശയം പ്രകടിപ്പിച്ചു. "അല്ല. നിങ്ങൾ തന്നെ അത് ചെയ്യണം രവീന്ദ്രൻ മാഷും അതാണ് ആഗ്രഹിക്കുന്നത്." ബെന്നി തീർത്തു പറഞ്ഞു. അങ്ങനെയാണ് ഞാൻ സുൽത്താൻ ബത്തേരിയിൽ പോയി സോവനീർ പ്രകാശനം ചെയ്തത്. പരിപാടി കഴിഞ്ഞ് മടങ്ങുമ്പോൾ അവർ, രവീന്ദ്രൻ മാഷുടെ ശിഷ്യന്മാർ എനിക്ക് ഉപഹാരമായി തന്നതായിരുന്നു ആ വെള്ള ഷർട്ട്. വളരെ വിലകൂടിയതെന്ന് ഒറ്റ നോട്ടത്തിൽത്തന്നെ തിരിച്ചറിയാവുന്ന ഒരു വെള്ള ഷർട്ടായിരുന്നു അത്. അത്ര വിലകൂടിയ ഒരു ഷർട്ട് എന്റെ കരാത്തെ ശിഷ്യന്മാർ തന്നതാണ് എന്ന് രാജേഷിനോട് പറഞ്ഞത് ഞാൻ ഇങ്ങനെ പൂരിപ്പിച്ചു :"ബ്രണ്ണന് കോളേജിൽ ഞാൻ നിങ്ങളെയൊക്കെ പഠിപ്പിച്ചിട്ട് എന്തെങ്കിലും ഗുണമുണ്ടായോ? ഒരുചായ വാങ്ങിതന്ന ബന്ധം പോലും ഇല്ലല്ലോ."

അത് കേട്ടപാടേ രാജേഷ് പറഞ്ഞു: "ഇന്ന് നിങ്ങള കടംവീട്ടീറ്റ് വേറെ കാര്യം. വാ, ഇപ്പോതന്നെ കോഫീ ഹൗസിലേക്ക് പോയ്ക്കളയാം." രാജേഷ് എന്നെയും കൂട്ടി കോഫി ഹൗസിലേക്ക് പോവുകയും ഞങ്ങൾ

രണ്ടുപേരും ഓരോ മസാല ദോശയും കാപ്പിയും കഴിക്കുകയും ചെയ്തു. ഒക്കെ കഴിഞ്ഞതിനുശേഷമാണ് രാജേഷ് പറഞ്ഞത്, "അയ്യോന്റെ മാഷേ, ഞാൻ പൈസ എടുത്തില്ലല്ലോ!" അങ്ങനെ ഞാൻ തന്നെ ആ മസാലദോശയുടെയും കാപ്പിയുടെയും കൂടി പൈസയും കൊടുക്കേണ്ടി വന്നു.

ഈ സംഭവം കഴിഞ്ഞ് വർഷങ്ങൾക്കുശേഷം ആദ്യമായി എന്റെ മറ്റൊരു വിദ്യാർഥി എനിക്കൊരു ഉപഹാരം തന്നു. വളരെ യാദൃച്ഛികമായി സംഭവിച്ചതാണത്. ജൈനിയുടെ, അതായത് ജൈനിമോൾ കെ. വിയുടെ ഒരു പുസ്തകം പ്രകാശനം ചെയ്യാനായി ഞാൻ മാടായി കോളേജിൽ പോയി. പരിപാടി കഴിഞ്ഞപ്പോൾ ജൈനി ഒരു പാക്കറ്റ് തന്നു. ഞാൻ അത് അപ്പോൾ തന്നെ എന്നെ അങ്ങോട്ടു കൂട്ടിക്കൊണ്ടു പോയ ജൈനിയുടെ ഭർത്താവ് രമേഷിന്റെ കാറിൽ വെപ്പിച്ചു. വീട്ടിലെത്തി പാക്കറ്റ് തുറന്നു നോക്കിയപ്പോൾ അതിൽ ഒരു ഷർട്ടിനുള്ള തുണിയും രണ്ടു മുണ്ടുമാണ് കണ്ടത്. ദാ, ഞാൻ ഇപ്പോൾ ഇവിടെ വന്നിരിക്കുന്നത് ആ തുണികൊണ്ട് തുന്നിച്ച ഷർട്ടിട്ടാണ്. യഥാർത്ഥത്തിൽ ഒരു ബ്രണ്ണൻ വിദ്യാർത്ഥിയിൽ നിന്ന് എനിക്ക് ആദ്യമായി കിട്ടിയ ഉപഹാരമാണിത്. ഞാൻ ഇതിവിടെ പറയുന്നത് എന്റെ മറ്റ് വിദ്യാർത്ഥികൾ ഇതൊരു മാതൃകയാക്കണം എന്ന് ഉദ്ദേശിച്ചു തന്നെയാണ്.

ഇന്നിപ്പോൾ ഇവിടെ ഈ അനുമോദനവുമായി ബന്ധപ്പെട്ട് എന്തു പറയണമെന്ന് എനിക്കറിയില്ല. അക്കാദമിയുടെ പരമോന്നത അംഗീകാരമാണ് എനിക്ക് ലഭിച്ചിരിക്കുന്നത്. അത് കിട്ടിയപ്പോൾ എന്റെ ചില സുഹൃത്തുക്കൾ, 'ഇനി നിങ്ങൾ അവാർഡൊന്നും വാങ്ങരുത്,' എന്ന് പറയുകയുണ്ടായി. അവാർഡുകൾ വിധേയത്വം സൃഷ്ടിക്കുമെന്ന് അവർ പറഞ്ഞു. എന്റെ കാര്യത്തിൽ അത് സംഭവിക്കുകയില്ലെന്നാണ് ഞാൻ മറുപടി പറഞ്ഞത്. കാരണം ഞാൻ അതിനെയൊക്കെ എങ്ങനെയാണ് സ്വീകരിക്കുന്നത് എന്ന് എനിക്കറിയാം. എനിക്ക് ധാരാളം അവാർഡുകൾ കിട്ടിയിട്ടുണ്ട്. പക്ഷേ ഒരു അവാർഡിനു വേണ്ടിയും ഞാൻ ഇതുവരെ ഒരു പുസ്തകവും സമർപ്പിച്ചിട്ടില്ല. എനിക്ക് വളരെ പ്രസിദ്ധമായ പല അവാർഡുകളും കിട്ടിയിട്ടുണ്ട്. വൈക്കം മുഹമ്മദ് ബഷീർ അവാർഡ്, ഇ. എം. എസിന്റെ പേരിലുള്ള അവാർഡ്, മലയാറ്റൂർ അവാർഡ്, മുട്ടത്തുവർക്കി അവാർഡ്, ഓടക്കുഴൽ അവാർഡ്, ഒന്നും പരിഗണിക്കപ്പെടാനായി പുസ്തകം അയച്ചുകൊടുത്ത് കിട്ടിയതല്ല. ഈ അക്കാദമി അവാർഡും അല്ലെങ്കിൽ അംഗീകാരവും അപേക്ഷ കൊടുത്ത് കിട്ടുന്ന ഒന്നല്ല. അവാർഡ് നിർണയിച്ച് അതിന്റെ പത്രസമ്മേളനവും നടത്തിയതിനുശേഷം രാജഗോപാലൻ ആണ് ആദ്യം എന്നെ വിളിച്ച്

നിങ്ങൾക്ക് ഇങ്ങനെ ഒരു അംഗീകാരം ഉണ്ട് എന്ന് പറയുന്നത്. അതിന്റെ ഒരു റേഡിയോ/ടി.വി വാർത്തയും വന്നതിനുശേഷം അരമണിക്കൂർ കഴിഞ്ഞ്, 'പ്രഭാകരന് ഒരു അംഗീകാരം തരാൻ തീരുമാനിച്ചിട്ടുണ്ട്,' എന്ന് അക്കാദമി സെക്രട്ടറിയും പറഞ്ഞു. അവിടെ അത് അവസാനിച്ചു.

എനിക്ക് അവാർഡുകളോട് അങ്ങനെ എന്തെങ്കിലും തരത്തിലുള്ള ഒരു പ്രതിപത്തിയില്ല. ഒരു സാമൂഹിക അംഗീകാരം എന്ന നിലയിലാണ് ഞാൻ അതിനെ കാണുന്നത്. ആ നിലയ്ക്ക് ഞാൻ അവയെ തീർച്ചയായും മാനിക്കുന്നുണ്ട്. അവാർഡുകൾ വിധേയത്വം സൃഷ്ടിക്കുമോ എന്ന് എനിക്കറിഞ്ഞുകൂടാ. എന്തായാലും എന്നെ സംബന്ധിച്ച് അങ്ങനെയൊന്നു സംഭവിക്കില്ല. ഒരു അവാർഡ് അല്ലെങ്കിൽ അംഗീകാരം കിട്ടി എന്നു വെച്ച് ഞാൻ ഒന്നും ആവുകയില്ല. അതുകൊണ്ട് ഞാൻ ചെറുതാവുകയോ വലുതാവുകയോ ഒന്നും ചെയ്യുന്നില്ല. എനിക്ക് അവാർഡ് സ്വീകരിക്കാൻ പോകുന്ന കാര്യത്തിലും വലിയ താൽപര്യമൊന്നും വാസ്തവത്തിൽ ഇല്ല. ഇപ്പോഴാണെങ്കിൽ ശാരീരിക ബുദ്ധിമുട്ടുകൾ ഉണ്ട്. നേരത്തെ ക്രോസ് വേർഡ് അവാർഡ് എന്നൊരു അവാർഡ് ലഭിച്ചു. അങ്ങനെ ഒരു അവാർഡ് കിട്ടിയപ്പോൾ നോവൽ ട്രാൻസ്ലേറ്റ് ചെയ്ത ജയശ്രീ കളത്തിൽ അത് സ്വീകരിക്കണമെന്ന് എന്നോട് പറഞ്ഞു. എന്റെ പ്രയാസങ്ങളും ഒരു യാത്രയ്ക്കുള്ള കടുത്ത താൽപര്യരാഹിത്യവും ലണ്ടനിലുള്ള ജയശ്രീയെ ഞാൻ അറിയിക്കുകയും പോവാൻ ബുദ്ധിമുട്ടാണെന്ന് പറയുകയും ചെയ്തു. ജയശ്രീയുടെ ആവർത്തിച്ചുള്ള സ്നേഹപൂർണ്ണമായ നിർബന്ധത്തിനു വഴങ്ങിയാണ് ഒടുവിൽ അത് സ്വീകരിക്കാൻ ഞാൻ മുംബൈയ്ക്ക് പോയത്. ജയശ്രീ കളത്തിലിനെയും എനിക്ക് യാതൊരു മുൻ പരിചയവും ഉണ്ടായിരുന്നില്ല. ഒരു ദിവസം അവർ എന്നെ വിളിച്ച് തനിക്ക് 'മലയാളി ഭ്രാന്തന്റെ ഡയറി' ട്രാൻസ്ലേറ്റ് ചെയ്യാൻതാൽപര്യമുണ്ട് എന്ന് അറിയിക്കുകയായിരുന്നു. 'സമ്മതമാണോ?' എന്ന് ചോദിക്കുകയും ചെയ്തു. ഒരാളുടെ ശബ്ദത്തിൽ തന്നെ നമുക്ക് മനസ്സിലാകും അയാൾ എത്രത്തോളം സിൻസിയർ ആണെന്ന്. അങ്ങനെയാണ് ഒരു മുൻ പരിചയവുമില്ലാതിരുന്ന ജയശ്രീ കളത്തിലിനോട് സമ്മതമാണ് എന്നു ഞാൻ പറയുന്നത്. അതിനുമുമ്പ് ഞാൻ അവരെ കണ്ടിട്ടേ ഇല്ലായിരുന്നു. രണ്ടാഴ്ച കഴിഞ്ഞ ശേഷമാണ് അവർ എന്റെ വീട്ടിൽ വന്ന് എന്നോട് നേരിട്ട് സംസാരിക്കുന്നത്. 'തീയൂർ രേഖകളും' അവർ ട്രാൻസ്ലേറ്റ് ചെയ്തു. 'ജന്തുജന'വും അവർക്ക് ട്രാൻസ്ലേറ്റ് ചെയ്യാൻ താല്പര്യമുണ്ട് എന്നാണ് ഞാൻ അറിയുന്നത്. ഇതൊന്നും ഞാൻ അവരോട് ആവശ്യപ്പെട്ടിട്ടല്ല. അവർ സ്വന്തം താൽപര്യത്തിന് ചെയ്യുന്നതാണ്. അതിനുശേഷം അമേരിക്കയിലെ വലിയ ഒരു പ്രസാധകർ, Deep Vellum, 'മലയാളി

ഭ്രാന്തന്റെ ഡയറി'യുടെ ഇംഗ്ലീഷ് പരിഭാഷയുടെ അമേരിക്കൻ എഡിഷനും പ്രസിദ്ധീകരിച്ചിട്ടുണ്ട്. ഇന്ത്യയിൽ പബ്ലിഷ് ചെയ്തതിൽ മികച്ചത് എന്ന് അവർക്ക് തോന്നുന്ന പുസ്തകം അവർ തിരഞ്ഞെടുത്ത് പബ്ലിഷ് ചെയ്യുന്നതാണ് എന്നാണ് കേട്ടറിഞ്ഞത്. അതിനുശേഷം ഇത്തരത്തിൽ വിവിധ ഭാഷകളിൽ നിന്ന് ട്രാൻസ്ലേറ്റ് ചെയ്യപ്പെടുന്ന പുസ്തകങ്ങൾ വായിക്കുന്ന ഒരു സുഹൃത്ത് വിളിച്ചിട്ട് പറഞ്ഞു: "നിങ്ങളുടെ പുസ്തകങ്ങൾ പബ്ലിഷ് ചെയ്തവർ വൻകിടക്കാരാണ്. നിങ്ങൾക്ക് പുലിസ്റ്റർ പ്രൈസോ മറ്റോ കിട്ടിയാലും അത്ഭുതപ്പെടാനില്ല." എനിക്കത് ദുരുദ്ദേശ്യങ്ങളൊന്നുമില്ലാത്ത ഒരു തമാശപോലെയേ തോന്നിയുള്ളൂ. എന്നെ സംബന്ധിച്ചിടത്തോളം അവാർഡുകളൊന്നും എനിക്ക് ഏതെങ്കിലും രീതിയിൽ തടസ്സം ഉണ്ടാക്കുന്ന ഒരു കാര്യമല്ല. ഞാൻ ഇതുകൊണ്ട് വലുതാവുകയോ ചെറുതാവുകയോ ചെയ്യുന്നില്ല. ഞാൻ എന്റെ ജോലി തുടർന്നുകൊണ്ടേയിരിക്കുന്നു. 'എന്തിന് എഴുതുന്നു?' എന്ന ചോദ്യം വന്നാൽ വളരെ ക്ലേശിച്ച് ഞാൻ അതിനൊരു ഉത്തരം കണ്ടെത്തി പറയുമായിരിക്കും. ചിലപ്പോൾ അത് ചെറിയ അളവിൽ ശരിയായിരിക്കുകയും ചെയ്യും. കൂടുതൽ എനിക്ക് അതിനെക്കുറിച്ച് പറയാൻ സാധ്യമല്ല. ഞാൻ എഴുതുന്നു എന്ന് മാത്രം. ചിലപ്പോൾ ചിലത് എഴുതണം എന്ന് തോന്നും. ആ തോന്നലിന്റെ കൂടെ തന്നെ അതിന്റെ രൂപവും വരും. പിന്നെ ഞാൻ മടിച്ചു നിൽക്കാറില്ല. കഥയെഴുതുന്നയാൾ കഥ മാത്രമേ എഴുതിക്കൂട്ടൂ, നോവൽ എഴുതുന്ന ആൾ നോവൽ മാത്രമേ എഴുതിക്കൂട്ടൂ, കവിതയെഴുതുന്നയാൾ കവിത മാത്രമേ എഴുതിക്കൂട്ടൂ എന്ന് ചിലർ അഭിമാനത്തോടുകൂടി പറയുന്നത് കേട്ടിട്ടുണ്ട്. അത് ജാതിയുടെ പേരിലുള്ള അഭിമാനബോധം പോലുള്ള ഒരു സംഗതിയാണ്. എനിക്കങ്ങനെ ജാതിയുടെ പേരിലുള്ള, ജാതി അടിസ്ഥാനമായുള്ള അഭിമാനബോധം ഇല്ല. കവിതയെഴുതുന്നവർക്ക് നല്ല കഥകൾ എഴുതാനും കഥയെഴുതുന്നവർക്ക് നോവലുകൾ എഴുതാനും സാധിക്കും. എനിക്ക് കഥ എഴുതണം എന്ന് തോന്നുമ്പോൾ ഞാൻ അത് എഴുതുന്നു. കവിത എഴുതണമെന്ന് തോന്നുമ്പോൾ അതും. നോവൽ എഴുതണമെന്ന് തോന്നുമ്പോൾ അതും എഴുതുകയാണ് ഞാൻ ചെയ്യാറ്. യാത്രാവിവരണം എഴുതണമെന്ന് തോന്നുമ്പോൾ അതെഴുതുന്നു. നാടകം എഴുതണം എന്ന് തോന്നുമ്പോൾ നാടകം എഴുതുന്നു. മനസ്സിൽ ആ തോന്നൽ ഉണ്ടാകുമ്പോൾ അതിന്റെ രൂപവും അതിനോടൊപ്പം തന്നെ ഉണ്ടാവുന്നു. ഒരു രൂപത്തിൽ പ്രവർത്തിക്കുന്ന ഒരാൾക്ക് എല്ലാ രൂപത്തിലും ഒരുപോലെ എഴുതാൻ പറ്റും എന്നാണ് ഞാൻ വിശ്വസിക്കുന്നത്. മാധവിക്കുട്ടി ഒരു സന്ദർഭത്തിൽ ഇക്കാര്യം പറഞ്ഞിട്ടുണ്ട്. സാഹിത്യത്തിൽ ഒരു രൂപം

കൈകാര്യം ചെയ്യുന്നവർക്ക് എല്ലാം കൈകാര്യം ചെയ്യാൻ പറ്റും. ഞാൻ കഥ നന്നായി കൈകാര്യം ചെയ്യുന്നുണ്ടെങ്കിൽ തീർച്ചയായും എനിക്ക് നാടകവും നന്നായി കൈകാര്യം ചെയ്യാൻ പറ്റും. കവിതയും നന്നായി കൈകാര്യം ചെയ്യാൻ പറ്റും. ഇതെല്ലാം നന്നായി കൈകാര്യം ചെയ്യുന്നുണ്ട് എന്ന ബോധ്യത്തിലാണ് ഞാൻ എഴുതുന്നത്. നല്ലതാണോ ചീത്തയാണോ എന്ന് നിശ്ചയിക്കുന്നതിനുള്ള അധികാരം വായനക്കാർക്കും നിരൂപകർക്കും മാത്രമുള്ളതാണ്. അതു മറ്റൊരു കാര്യം. എന്തായാലും, ഞാൻ ഒരാത്മവിശ്വാസത്തിന്റെ പുറത്താണ് ഇതെല്ലാം ചെയ്യുന്നത്. ഇനിയും അതെല്ലാം ചെയ്തുകൊണ്ടിരിക്കും.

ബ്രണ്ണനിലെ വിദ്യാർത്ഥികളെ കാണുമ്പോൾ എനിക്ക് വളരെയധികം സന്തോഷമുണ്ടാകും. കാരണം ഞാൻ ഒരു കാലത്ത് ഏറെ സമയം ചെലവഴിച്ച ഇടമാണിത്. ഞാൻ ഏറ്റവും ആദ്യം ജോലി ചെയ്തിരുന്ന തമിഴ്നാട്ടിലെ ലക്ഷ്മിപുരം കോളേജിലെ വിദ്യാർത്ഥികളെ എനിക്ക് ഒരിക്കലും മറക്കാൻ സാധിക്കില്ല. 14–15 വിദ്യാർത്ഥികളാണ് ഉണ്ടായിരുന്നത്. അവിടെ അന്ന് തമിഴ്, ഇംഗ്ലീഷ്, മലയാളം ഡിപ്പാർട്ട്മെന്റുകൾ ഒരുമിച്ചാണ് ഇരുന്നിരുന്നത്. മലയാളത്തിലെ കുട്ടികൾ 14–15 പേരാണ്. ആ കുട്ടികളിലെ ഓരോ കുട്ടിയുടെയും പേര് എനിക്കറിയാം. ഇപ്പോഴും അറിയാം. അവരിൽ ആൺകുട്ടികളും പെൺകുട്ടികളും ഉണ്ട്. തുല്യ സ്ട്രെങ്ത് ആണ്. അവര് വർഷങ്ങൾക്ക് ശേഷവും ഇപ്പോൾ വിളിക്കുമ്പോൾ എനിക്ക് വളരെയധികം സന്തോഷമാണ്. ഏതാനും മാസങ്ങൾക്കു മുമ്പ് കുമാർ, ആർ. കെ. കുമാർ, എന്നൊരു വിദ്യാർത്ഥി എന്നെ വിളിച്ചു. അയാൾ മാതൃഭൂമിയുടെ പാലക്കാട് ബ്യൂറോയിൽ നിന്ന് റിട്ടയർ ചെയ്തു. ഇപ്പോൾ മാതൃഭൂമി ജേണലിസ്റ്റ് ട്രെയിനികൾക്ക് ക്ലാസ് എടുക്കുന്നുണ്ട്. എന്റെ ശബ്ദം കേട്ടപ്പോൾ അവനും അവന്റെ ശബ്ദം കേട്ടപ്പോൾ ഞാനും വികാരാധീനരായി. സത്യത്തിൽ കരച്ചിൽ വന്നുപോയി. അങ്ങനെയൊരു ആത്മബന്ധം അവരുമായി എനിക്ക് ഉണ്ടായിട്ടുണ്ട്. ആ അളവിൽ അല്ലെങ്കിലും എനിക്ക് ബ്രണ്ണൻ കോളേജ് വിദ്യാർത്ഥികളുമായിട്ടും ഉണ്ട് അങ്ങനെയൊരു ബന്ധം. ഞാനെന്റെ അധ്യാപന ജീവിതത്തിനിടയിൽ ഒറ്റത്തവണ മാത്രമേ വിദ്യാർത്ഥികളുമായി ടൂർ പോയിട്ടുള്ളൂ. അത് പത്മനാഭനും ദീപേഷും ഒക്കെയുള്ള ബാച്ചിലെ വിദ്യാർത്ഥികളുമായിട്ടാണ്. നല്ലൊരു ടൂർ ആയിരുന്നു അത്. ഞങ്ങൾ കൊടൈക്കനാൽ, ഊട്ടി എല്ലാം പോയി. തിരിച്ച് ബേബിയുടെ 'കനവി'ൽ വന്നു. കനവിലേക്കു പോകും വഴി ഒരാൾ, 'അവിടെ അങ്ങനെ ആരെയും അകത്തു കയറ്റാറില്ലല്ലോ,' എന്നു വിളിച്ചു പറഞ്ഞു. പക്ഷേ, ബേബി ഞങ്ങളെ അവിടെയൊക്കെ കാണിച്ചു തന്നു. കനവിലെ

കുട്ടികളോടൊപ്പം പാട്ട് പാടിച്ചു. ചുവട് വെപ്പിച്ചു. ശേഷം ആ മനോഹര യാത്രയിൽ ഉണ്ടായ ഒരേയൊരു ദുരനുഭവം കൂടി പറയട്ടെ. അത് മാനന്ത വാടിയിൽ നിന്ന് സിനിമ കണ്ടതാണ്. അന്ന് ദീപേഷും കാഞ്ഞങ്ങാട്ടുള്ള സുജയ എന്ന കുട്ടിയും പറഞ്ഞു: 'യാത്രയിൽ ഒരൊറ്റ മോശം അനുഭവമേ ഉണ്ടായിട്ടുള്ളൂ മാഷേ. അത് ആ സിനിമ കാണാൻ കയറിയതാണ്.' ആ പറഞ്ഞത് ശരിയാണ്. ആ ഒരു സംഗതി ഒഴികെ ബാക്കിയെല്ലാം അതിമനോഹരമായ ഓർമ്മകൾ സമ്മാനിച്ച യാത്രയായിരുന്നു.

ബ്രണ്ണൻ കോളേജിൽ അധ്യാപകൻ ആയിരിക്കുമ്പോൾ ഒറ്റത്തവണ ഞാൻ സ്റ്റാഫ് അഡ്വൈസർ ആവുകയുണ്ടായി. ഒറ്റത്തവണ മാത്രം. ആ വർഷം കാഞ്ഞങ്ങാട് വെച്ച് യൂണിവേഴ്സിറ്റി യൂത്ത്ഫെസ്റ്റിവൽ നടത്തുമ്പോൾ അവിടെ കുറച്ചു കുട്ടികളെയും കൊണ്ട് പോയി. പിന്നീട് പ്രസിദ്ധ മാധ്യമ പ്രവർത്തകനായിത്തീർന്ന ഇ. സനീഷ് അന്ന് എന്റെ വിദ്യാർത്ഥിയായിരുന്നു. സനീഷ് ഉൾപ്പെടെയുള്ള വിദ്യാർത്ഥികളും ഞാനും തമ്മിൽ അന്ന് ഗാഢമായ ഒരു ബന്ധം ഉണ്ടായിരുന്നു. ഞങ്ങൾ ഒരു ഹോട്ടലിൽ റൂം എടുത്തു. പിന്നീട് സനീഷിന്റെ ഭാര്യയായി തീർന്ന ഷൈജ എന്ന പെൺകുട്ടി സനീഷിന്റെ കാമുകിയായിരുന്നു എന്ന് അന്നെനിക്കറിയില്ലായിരുന്നു. ആ വിദ്യാർത്ഥിനിയെ അവിടെ നിർത്തി, 'നീ മാഷ കൂട വന്നോ,' എന്നു പറഞ്ഞ് സനീഷ് പോവുകയും ചെയ്തു. പിന്നീട് കുറച്ചു കഴിഞ്ഞ് ഞാനും ആ പെൺകുട്ടിയും നേർത്ത നിലാവുള്ള രാത്രിയിൽ നടന്ന് പാലക്കുന്നിലേക്ക് പോവുകയാണ് ചെയ്തത്. അത്രയ്ക്ക് പരസ്പര വിശ്വാസവും സ്നേഹവുംആ വിദ്യാർത്ഥികൾക്കും എനിക്കും ഇടയിൽ ഉണ്ടായിരുന്നു. ബ്രണ്ണൻ ഇവിടത്തെ വിദ്യാർത്ഥികൾ പറയു ന്നതുപോലെ പലർക്കും ഒരു വികാരമാണ്. എനിക്കും ഈ കോളേജ് അത്തരത്തിൽ ഒരു വികാരമാണ്. ഞാനിവിടെ വിദ്യാർഥിയായിരുന്നു. ദീർഘകാലം അധ്യാപകനായിരുന്നു. 1970-ൽ ഗ്രാമീണാന്തരീക്ഷമുള്ള പയ്യന്നൂർ കോളേജിൽനിന്ന് ഇവിടെ വന്നപ്പോൾ ഞാൻ ആദ്യം പേടി ച്ചിരുന്നു. ബ്രണ്ണൻ കോളേജിന്റെ വലിയ മഞ്ഞ കെട്ടിടങ്ങളും ഇവിടുത്തെ കാടും ഒക്കെ കണ്ട് സത്യത്തിൽ ഞാൻ ഭയന്നു പോയിരുന്നു. ഏതോ ഒരു അപരിചിത ലോകത്തെത്തിയ പോലെ. അതുമാത്രവുമല്ല ഞാൻ വളരെയധികം ഒറ്റപ്പെടലും ഇവിടെ അനുഭവിച്ചിരുന്നു. എനിക്ക് ആദ്യമൊന്നും തീരെ പൊരുത്തപ്പെടാൻ പറ്റിയില്ല. ഒരു പ്രത്യേകതരം വിദ്യാർത്ഥി ലോകം ആണ് അന്നിവിടെ ഉണ്ടായിരുന്നത്. ഇംഗ്ലീഷ് ഡിപ്പാർട്ട്മെന്റിന് ഇവിടെ ഒരു ആധിപത്യം ഉണ്ടായിരുന്നു. അത് എന്തു കൊണ്ടാണെന്നറിയില്ല. പിന്നീട് ഇംഗ്ലീഷ് വിഭാഗത്തിലെ ഒരു അധ്യാപകന്റെ കൂടെ ഞാൻ താമസം തുടങ്ങി. ഞാനും ടി. ആറും കൂടി.

ടി.ആർ ഒരു ദിവസം മലയാളം ഡിപ്പാർട്ട്മെന്റിൽ വന്ന് എന്നെ കണ്ടു പറഞ്ഞു: "നമുക്ക് ഒരുമിച്ച് താമസിക്കാം." അങ്ങനെ ഞാൻ ടി.ആറിന്റെ കൂടെ താമസം തുടങ്ങി. ഇംഗ്ലീഷ് ഡിപ്പാർട്ട്മെന്റുമായുള്ള ഭയം അങ്ങനെ ഇല്ലാതായി. ടിആർ അതിഗംഭീരമായി ക്ലാസ് എടുക്കും. നല്ലൊരു അധ്യാപകനായിരുന്നു അദ്ദേഹം. രണ്ട് അധ്യാപകരെയാണ് ഞാൻ പ്രത്യേകമായി ഓർമിക്കുന്നത്. ഒന്ന് ഇ. സി ആന്റണി മാഷ്, മറ്റൊന്ന് ടിആർ. ക്ലാസുകൾക്കിടയിൽ അദ്ദേഹം ചോദ്യങ്ങൾ ചോദിക്കും. എന്റെ അപ്പുറവും ഇപ്പുറവും ഉള്ള ആളുകളോട് ചോദിക്കും. 15 മിനുട്ട് ക്ലാസ് എടുത്തതിന് ശേഷം ചോദ്യങ്ങൾ ചോദിക്കുന്ന ശീലമാണ് ടി. ആറിന്. എന്നെ ഒഴിവാക്കും. എന്റെ അടുത്ത് എത്തുന്ന അവസരത്തിൽ 'നെക്സ്റ്റ്' എന്നുപറയും. അതാണ് ടി. ആറിന്റെ രീതി. എന്നോട് ചോദ്യം ചോദിക്കില്ല. ഞാനും ടി. ആറും തമ്മിൽ സാഹിത്യത്തിന്റെ കാര്യത്തിൽ ഒരുപാട് അഭിപ്രായ വ്യത്യാസമുണ്ടായിരുന്നു. രണ്ടു ധ്രുവങ്ങളിലാണെ ങ്കിലും ഞങ്ങൾ തമ്മിൽ വലിയൊരു ആശയവിനിമയം നടന്നിരുന്നു. അതൊരു പ്രത്യേക രീതിയിലുള്ള കമ്മ്യൂണിക്കേഷൻ ആയിരുന്നു. ഏതോ കാലത്തിൽ ജീവിക്കുന്ന ആളായിട്ടാണ് അദ്ദേഹം സ്വയം കണ്ടിരുന്നത്. മിക്കപ്പോഴും റേഡിയോ വച്ചിട്ടുണ്ടാവും. ഒരു ചാരുകസേ രയിലിരുന്ന് ടി. ആർ ഹിന്ദി പാട്ട് കേട്ടുകൊണ്ടിരിക്കും. അപ്പോൾ ടി. ആർ പറയും: "I feel as if I were in Bombay."

മിക്കവാറും ഇങ്ങനെ ഏതോ ലോകത്ത് ആണ് ടി. ആർ. ഉണ്ടാവുക, സംസാരിക്കുന്നതും അത്തരത്തിലുള്ള കാര്യങ്ങളാണ്. എന്റെ എഴുത്തും അദ്ദേഹത്തിന്റെ എഴുത്തും തമ്മിൽ യാതൊരു പൊരുത്തവുമില്ല. എന്നിട്ടും അദ്ദേഹം അദ്ദേഹത്തിന്റെ എഴുത്തുകൾ എന്നെ വായിച്ചു കേൾപ്പിക്കും. 'കൊരുന്ന്യോടത്ത് കോമുട്ടി'യുടെ ആദ്യ വായനക്കാരൻ ഞാനാണ്. ഏതോ തലത്തിലുള്ള എന്തോ ഒരു കമ്മ്യൂണിക്കേഷൻ അദ്ദേ ഹവുമായി നടക്കുന്നുണ്ടെന്ന് എനിക്ക് തോന്നിയിരുന്നു. ഒരു ദിവസം ഞങ്ങൾ അങ്ങനെ നിന്ന് പുറത്തേക്ക് നോക്കിയപ്പോൾ പറമ്പിലൂടെ കുറച്ച് സ്ത്രീകൾ വിറകും ചുള്ളിക്കമ്പുകളും ചുമന്നുകൊണ്ട് ഒരു നിരയായി പോകുന്നത് കണ്ടു. അപ്പോൾ ടി. ആർ എന്നോട് ചോദിച്ചു: "പ്രഭാകരന് അത് കാണുമ്പോൾ എന്താണ് തോന്നുന്നത്?" പ്രത്യേകിച്ചൊന്നും തോന്നാതിരുന്നതു കൊണ്ട് ഞാൻ ഒന്നും മിണ്ടാതെ നിന്നു. ടി. ആർ പറഞ്ഞു: "അത് മരണത്തിൽ നിന്നും മരണത്തിലേക്കുള്ള യാത്രയാണ്." ഒരു പ്രത്യേക ശബ്ദത്തിലായിരുന്നു ആ പറച്ചിൽ. അത്, ആ പറച്ചിലും ശബ്ദവും അദ്ദേഹത്തിന്റെ പ്രപഞ്ചബോധത്തിൽ നിന്നും ജീവിതവീക്ഷ ണത്തിൽ നിന്നും വന്നതായിരുന്നു. സ്വഭാവത്തിൽ ഇരുധ്രുവങ്ങളിലുള്ള

ആളുകൾ ആയിരുന്ന ഞങ്ങളെങ്കിലും എന്റെ ആന്തരികലോകത്തെ, എന്റെ സാഹിത്യലോകത്തെ ഏതോ തരത്തിൽ വളരെ പോസിറ്റീ വായി സ്വാധീനിച്ചിട്ടുള്ള ഒരു വ്യക്തിയാണ് ടി. ആർ. അദ്ദേഹത്തെ ഞാൻ ഈ അവസരത്തിൽ പ്രത്യേകമായും ഓർക്കുന്നു. എല്ലാവർക്കും നന്ദി. ആരുടെയും പേരെടുത്ത് ഞാൻ പറയുന്നില്ല. എല്ലാവരും എനിക്ക് ഒരുപോലെ പ്രിയപ്പെട്ടവരാണ്. ജൈനി ഇന്നിവിടെ പ്രകാശനം ചെയ്യപ്പെട്ട പുസ്തകത്തിന്റെ കാര്യം അനൗൺസ് ചെയ്തപ്പോൾ പലരും എന്നോട് ചോദിച്ചു: "അക്കാദമി അംഗീകാരത്തെക്കുറിച്ച് നിങ്ങൾ നേരത്തെ അറിഞ്ഞിരുന്നോ? അതുകൊണ്ടാണോ ഇപ്പോൾ ഇങ്ങനെ ഒരു പുസ്തകം ഇറക്കാൻ പോവുന്നത്?" പക്ഷേ ജൈനി ഈ പുസ്തത്തി ന്റെ കാര്യം നേരത്തേ തീരുമാനിച്ചതായിരുന്നു. അക്കാദമി അവാർഡ് പുസ്തകം പുറത്തിറങ്ങുന്നതിനു മുമ്പ് തീർത്തും അവിചാരിതമായി വന്നു ചേർന്നു. അത്രയേ ഉള്ളൂ. അതാണ് വാസ്തവം. ഇത് പബ്ലിഷ് ചെയ്ത ജി. വി. ബുക്സിന്റെ രാകേശിനും ജൈനിക്കും വേദിയിലുള്ള എല്ലാ സുഹൃത്തു ക്കൾക്കും നന്ദി പറഞ്ഞുകൊണ്ട് ഞാൻ അവസാനിപ്പിക്കുകയാണ്. നന്ദി, എല്ലാവർക്കും.

* 2022ലെ കേരളസാഹിത്യ അക്കാദമിയുടെ വിശിഷ്ടാംഗത്വം ലഭിച്ചതിനെ തുടർന്ന് (2023 ആഗസ്റ്റ് 4-ന് ബ്രണ്ണൻ മലയാള സമിതിയുടെ ആദരം ഏറ്റുവാങ്ങിക്കൊണ്ട് ഗവ. ബ്രണ്ണൻ കോളേജ് ഓഡിറ്റോറിയത്തിൽ വെച്ചുനടത്തിയ പ്രസംഗം (എഡിറ്റ് ചെയ്തത്). ഡോ. ജൈനിമോൾ കെ. വി എഡിറ്റ് ചെയ്ത 'എൻ. പ്രഭാകരൻ ദേശം ദർശനം രാഷ്ട്രീയം' എന്ന പുസ്തകത്തിന്റെ പ്രകാശനവും ഈ ചടങ്ങിൽ വെച്ചാണ് നടന്നത്.)

അധ്യായം 6

ക്ലാസ് മുറിയിലെ സാഹിത്യം: ചില വീണ്ടുവിചാരങ്ങൾ

1968 മുതൽ 75 വരെയാണ് എന്റെ കോളേജ് വിദ്യാഭ്യാസകാലം. ഇതിൽ ആദ്യത്തെരണ്ടു വർഷം പ്രി-ഡിഗ്രിക്കാലമാണ്. പിന്നെയുള്ള അഞ്ചു വർഷവും ഞാൻമുഖ്യമായും പഠിച്ചത് മലയാളമാണ്. അക്കാലത്ത് ഇംഗ്ലീഷും സംസ്കൃതവും കൂടി പഠിച്ചിരുന്നു. മലയാളവുമായി താരതമ്യപ്പെടുത്തിയാൽ നന്നേ കുറച്ചു മാത്രം. കഴിഞ്ഞ ഏതാനും വർഷങ്ങളായി കോളേജിലെ മലയാളം സിലബസ്സിലും അധ്യാപനത്തിലും വലിയ മാറ്റം വന്നിട്ടുണ്ട്. ഞാൻ പഠിക്കുന്ന കാലത്ത് ബി. എ.ക്കും എം. എ.ക്കും വ്യാകരണവും കേരളചരിത്രവും പ്രാചീന സാഹിത്യവും പൗരസ്ത്യവും പാശ്ചാത്യവുമായ സാഹിത്യദർശനങ്ങളും കഴിഞ്ഞ് ഇരുപതാം നൂറ്റാണ്ടിലെ മലയാളത്തിലെ സർഗാത്മക സാഹിത്യം വളരെ അധികമൊന്നും പഠിക്കാനുണ്ടായിരുന്നില്ല. ഉള്ളതു തന്നെ ഭാഗികമായി മാത്രമേ പഠിപ്പിക്കപ്പെട്ടിരുന്നുള്ളൂ. ഒരു ടെക്സ്റ്റ് മുഴുവനായും പഠിപ്പിച്ചിരുന്നില്ല എന്ന അർത്ഥത്തിലല്ല ഞാനിതു പറയുന്നത്. അതൊരു പ്രശ്നമായി വിദ്യാർത്ഥികൾക്ക് അനുഭവപ്പെട്ടിരുന്നില്ല. പാതി പഠിപ്പിച്ചാൽത്തന്നെ ബാക്കി ഭാഗം വേണ്ടത്ര ഗൗരവത്തോടെ പഠിക്കാൻ അവർ ശ്രദ്ധിച്ചിരുന്നു. ഒഴിഞ്ഞു മാറലുകൾ താരതമ്യേന വളരെ വളരെ കുറവായിരുന്നു അന്ന്.

അന്നത്തെ അധ്യാപകരുടെ അധ്യാപനശൈലിയെ മൂന്നായി തിരിക്കാമെന്നു തോന്നുന്നു. ഏതാനും ചിലർ, പത്തു പേരുള്ള ഒരു ഡിപ്പാർട്മെന്റിൽ രണ്ടുപേർ എന്നു പറയാം, തങ്ങൾക്ക് പഠിപ്പിക്കാൻ കിട്ടിയ

വിഷയത്തെ അല്ലെങ്കിൽ കൃതിയെ വളരെ സർഗാത്മകമായി സമീപിച്ചവരായിരുന്നു. രണ്ടാമത്തെ കൂട്ടർ കൃതിയിലെ ഓരോ വാക്കിന്റെയും അർത്ഥം കൃത്യമായി പറഞ്ഞു പഠിപ്പിച്ചു പോകുന്നവരായിരുന്നു. ഓരോ ഈരടിക്കും അല്ലെങ്കിൽ ശ്ലോകത്തിനും അവർ നൽകുന്ന വിവരണം വലിയൊരളവോളം വരികളിലെ വാക്കുകളുടെ അർത്ഥത്തിൽ ഒതുങ്ങി നിൽക്കും. അലങ്കാരമുണ്ടെങ്കിൽ അതും അവർ പറയും. ലക്ഷണ സഹിതം അത് വിസ്തരിക്കും. മൂന്നാമത്തെ വിഭാഗത്തിൽപ്പെടുന്ന അധ്യാപകർ വിദ്യാർത്ഥികളെ രസിപ്പിക്കാൻ പറ്റുന്ന തമാശകളിലാണ് ഊന്നൽ നൽകുക. ഈ മൂന്നുരീതികളിൽ ആദ്യത്തേതു തന്നെയാണ് മികച്ചതെന്നതിൽ സംശയമില്ല. പക്ഷേ, രണ്ടാമത്തെ രീതി ഭാഗികമായെങ്കിലും അവർ സ്വന്തം രീതിയോട് ചേർത്തുവെച്ചിരുന്നെങ്കിൽ മലയാള ഭാഷയും സാഹിത്യവും പഠിക്കാനെത്തിയവർ എന്ന നിലയ്ക്ക് അതായിരുന്നേനെ വിദ്യാർത്ഥികൾക്ക് കൂടുതൽ പ്രയോജനപ്പെടുക. അത് സംഭവിച്ചില്ലല്ലോ എന്നോർത്ത് പിന്നീട് പലപ്പോഴും എനിക്ക് നിരാശ തോന്നിയിട്ടുണ്ട്.

എന്റെ വിദ്യാർത്ഥി ജീവിതകാലം കഴിഞ്ഞ് അരനൂറ്റാണ്ട് പിന്നിടാറായി. ഞാൻ അധ്യാപകനല്ലാതായിട്ട് പതിനെട്ടു വർഷം തികയാൻ ഇനി ഏതാനും മാസങ്ങളേയുള്ളൂ. ഇപ്പോൾ കോളേജ് ക്ലാസുകളിലെ സാഹിത്യാധ്യാപനത്തിന്റെ അവസ്ഥ എന്താണ്? സിലബസ് പലവട്ടം മാറി. അധ്യാപനത്തിന്റെയും പരീക്ഷയുടെയും രീതിയും കുറച്ചധികം മാറി. മാറ്റങ്ങളുടെ വിശദാംശങ്ങളിലേക്ക് ഞാൻ കടക്കുന്നില്ല. വിവരശേഖരണത്തിനുള്ള സൗകര്യത്തിന്റെ വർധനവ് അധ്യാപകരും വിദ്യാർത്ഥികളുമെല്ലാം ഒന്നുപോലെ അനുഭവിച്ചു വരുന്ന, വിജ്ഞാന മേഖലകളിലെല്ലാം ഒരുപാട് മുന്നേറ്റങ്ങൾ സംഭവിച്ചു കഴിഞ്ഞിരിക്കുന്ന, സാഹിത്യപഠനം ഇതര മാനവികവിഷയങ്ങളുമായും ആവശ്യമായി വരുന്നിടത്തോളം ശാസ്ത്രവിഷയങ്ങളുമായും ബന്ധപ്പെട്ടു തന്നെ നിർവഹിക്കണമെന്ന ആശയത്തിന് പൊതുസമ്മതി കൈവന്നിരിക്കുന്ന, രാഷ്ട്രീയമായും സാമൂഹ്യമായും സാംസ്കാരികമായും പുതിയൊരു ലോകസാഹചര്യം യാഥാർത്ഥ്യമായിത്തീർന്നിട്ട് ഏതാനും ദശകങ്ങൾ തന്നെ കഴിഞ്ഞിരിക്കുന്ന ഈ പുതിയ കാലത്ത് മലയാളം ബി. എ, എം. എ. കോഴ്സുകളിലെ സിലബസ് എങ്ങനെയൊക്കെ മാറണം, അധ്യാപനം എത്തരത്തിലൊക്കെ നവീകരിക്കപ്പെടണം എന്നീ കാര്യങ്ങളെക്കുറിച്ചുള്ള എന്റെ അഭിപ്രായങ്ങൾ ഇവിടെ അവതരിപ്പിക്കാൻ മാത്രമേ ഉദ്ദേശിക്കുന്നുള്ളൂ.

നിലവിൽ ഈ കോഴ്സുകളുടെ അവസ്ഥ എന്താണെന്നു

പരിശോധിച്ചതിനു ശേഷമാകാം ആവശ്യമായ മാറ്റങ്ങളെക്കുറിച്ചാലോചിക്കുന്നത്. ബി. എ മലയാളത്തിന്റെയും എം. എ. മലയാളത്തിന്റെയും നിലവിലുള്ള സിലബസ് കാൽനൂറ്റാണ്ടുമുമ്പത്തെ സിലബസ്സിനെ അപേക്ഷിച്ച് വളരെ ഭേദമാണ്. മറ്റു ഭാഷകളുടെയും മാനവിക വിഷയങ്ങളുടെയും സിലബസ്സിലും സമാന സ്വഭാവമുള്ള മാറ്റങ്ങൾ വന്നു ചേർന്നിട്ടുണ്ടാവുമെന്നു തന്നെ ഞാൻ കരുതുന്നു. നേരത്തെ തന്നെ ഓരോ ബോഡ് ഓഫ് സ്റ്റഡീസും സിലബസ് പരിഷ്ക്കരിക്കുന്നതിനുള്ള ചെറിയ ശ്രമങ്ങൾന ടത്തിപ്പോന്നിട്ടുണ്ട്. ഇപ്പോഴാകാട്ടെ അതിന് ഗതിവേഗമേറിയേരിക്കുന്നു. വിവിധ ജ്ഞാനമേഖലകളുടെ ദ്രുതഗതിയിലുള്ള വികാസം അത് അനിവാര്യമാക്കിത്തീർക്കുന്നുമുണ്ട്.

സിലബസ് ഏറെക്കുറെ കാലോചിതമായി മാറിയിട്ടും പഠനത്തിന്റെ നിലവാരം താഴോട്ടുപോയ്ക്കൊണ്ടിരിക്കുകയാണെന്ന പരാതി പൊതുവെ ഉയർന്നു കേൾക്കുന്നുണ്ട്. ഇത് യാതൊരു കാര്യവിവരവുമില്ലാത്തവർ വെറുതെ ഉന്നയിക്കുന്ന ആരോപണമാണ് എന്ന വാദത്തോട് ഞാൻ യോജിക്കുന്നില്ല. പല കോളേജുകളിലെയും അധ്യാപകർ വളരെ അനൗപചാരികമായി ഈ അസംതൃപ്തി ഞാനുമായി നേരിട്ടു പങ്കുവെച്ചിട്ടുണ്ട്. തങ്ങൾ ചെയ്യുന്ന ജോലിക്ക് സിലബസ് ലക്ഷ്യമാക്കുന്ന ഫലപ്രാപ്തി കൈവരുത്താനാവുന്നില്ലെന്ന ശക്തമായ തോന്നൽ തന്നെയാണല്ലോ അവരെ അതിനു പ്രേരിപ്പിക്കുന്നത്.

എന്തുകൊണ്ടിത് സംഭവിക്കുന്നു? സെമസ്റ്റർ സമ്പ്രദായം നടപ്പിലാക്കിത്തുടങ്ങിയതോടെ ഓരോ സെമസ്റ്ററിലെയും സിലബസിൽ 25–30 ശതമാനമെങ്കിലും പഠിപ്പിക്കപ്പെടാതെ കിടക്കാറുണ്ടെന്നാണ് പൊതുവെ പറഞ്ഞു കേൾക്കാറുള്ളത്. ഹിസ്റ്റോറിയഗ്രഫി എന്ന പേപ്പർ പഠിപ്പിക്കാൻ ഒരു സെമസ്റ്ററിൽ ആകെ അഞ്ച് ക്ലാസാണ് കിട്ടിയതെന്ന് ഒരു ഹിസ്റ്ററി അധ്യാപകൻ പറഞ്ഞാലും 'നവീന സാഹിത്യസിദ്ധാന്തങ്ങളി'ലെ ഘടനാവാദവും ഉത്തരഘടനാവാദവും അപനിർമാണവും ചിഹ്നവിജ്ഞാനീയവുമെല്ലാം ഞാൻ ഒറ്റ ക്ലാസ് കൊണ്ടു തീർത്തു എന്നോ 'ചിന്താവിഷ്ടയായ സീത' പഠിപ്പിക്കാൻ മൂന്ന് ക്ലാസിലധികം കിട്ടില്ല എന്നോ ഒരു മലയാളം അധ്യാപകൻ പറഞ്ഞാലും ഒരു കാര്യമേ നമുക്ക് ഊഹിക്കാനാവൂ: പഠിപ്പിക്കൽ എന്ന സംഗതി കോളേജിൽ ചെറിയ തോതിലേ നടക്കുന്നുള്ളൂ. മുതിർന്ന വിദ്യാർത്ഥികളാണ് കോളേജിലെത്തുന്നത് അവർ സ്വന്തമായി പഠിച്ചു കൊള്ളും, അധ്യാപകൻ അതിനു പ്രേരിപ്പിച്ചാൽ മതി എന്ന മറുവാദം ഞാൻ പ്രതീക്ഷിക്കുന്നുണ്ട്. അധ്യാപകനും വിദ്യാർത്ഥിയും ഒരുപോലെ പങ്കാളികളായിക്കൊണ്ടു

പഠനം നടക്കുകയാണെങ്കിൽത്തന്നെ ഒരു പേപ്പറോ ഒരു കൃതിയോ മുഴുവനായും പഠിപ്പിച്ചു തീർക്കണമെങ്കിൽ നാലോ അഞ്ചോ മണിക്കൂർ മതിയാവില്ലെന്ന കാര്യം തീർച്ചയാണ്.

ഒരു പേപ്പറിന്റെ വിഷയവുമായിബന്ധപ്പെട്ട് താൻ ആർജിച്ചിരിക്കുന്ന അറിവിന്റെ ഗണ്യമായ ഒരു ഭാഗമെങ്കിലും അധ്യാപകൻ/അധ്യാപിക വിദ്യാർത്ഥികൾക്കു നൽകുന്നില്ലെങ്കിൽ, അതിനുവേണ്ട സമയം അയാൾക്ക്/അവൾക്കു കിട്ടുന്നില്ലെങ്കിൽ അധ്യാപനം കൊണ്ടുള്ള ഫലം വളരെ ചെറുതായിരിക്കും. സെമസ്റ്റർ സമ്പ്രദായം നിലവിൽ വന്ന ആദ്യകാലത്തൊന്നും ഈ പരാതി ഇത്ര വ്യാപകമായി ഉയർന്നുകേട്ടിരുന്നില്ല. ഇന്റേണൽ അസസ്മെന്റിന്റെ ഭാഗമായി ചെയ്തു തീർക്കേണ്ട കാര്യങ്ങൾ, പരീക്ഷകൾ, പേപ്പർ വാല്വേഷൻ, കോളേജിൽ നടക്കുന്ന പരിപാടികൾ,യൂനിവേഴ്സിറ്റി വകയായുള്ള പരിപാടികൾ, വിദ്യാർത്ഥി സമരങ്ങൾ ഇവയെല്ലാം അപഹരിച്ചതിനു ശേഷമുള്ള സമയമാണ് അധ്യാപനത്തിനു കിട്ടുന്നത്. ആ സമയംകൊണ്ടു തീർക്കാവുന്ന സിലബസ്സല്ല ഇന്ന് മലയാളം ബി. എക്കും എം. എക്കും ഉള്ളത്. ഈ പ്രശ്നം എങ്ങനെ പരിഹരിക്കുമെന്നു കാര്യം യൂനിവേഴ്സിറ്റി അധികാരികളും ബോർഡ് ഓഫ് സ്റ്റഡീസും ചേർന്നു ചർച്ച ചെയ്ത് തീരുമാനത്തിലെത്തുക തന്നെ വേണം.

സെമസ്റ്റർ സൃഷ്ടിക്കുന്ന പ്രശ്നങ്ങൾക്കപ്പുറത്ത് നിലവിൽ ഭാഷാസാഹിത്യവിഷയങ്ങൾ പഠിക്കുന്ന രാജ്യത്താകമാനമുള്ള വിദ്യാർത്ഥികൾ അഭിമുഖീകരിക്കുന്ന പ്രധാന പ്രശ്നങ്ങൾ എന്തൊക്കെയാണെന്ന് ഇനി പരിശോധിക്കാം. (മാനവിക വിഷയങ്ങൾ പഠിക്കുന്ന വിദ്യാർത്ഥികളും ഏറിയും കുറഞ്ഞും ഇതേ പ്രശ്നങ്ങൾ തന്നെ അഭിമുഖീകരിക്കുന്നുണ്ടാവാം.) പുതിയ സാമ്പത്തിക സാമൂഹ്യസാംസ്കാരിക സാഹചര്യങ്ങളുടെ പരിശോധനയിൽ നിന്നു തന്നെ വേണം അതാരംഭിക്കാൻ. മൂന്നു ദശകം മുമ്പു തന്നെ ആഗോളവൽക്കരണത്തോടു കണ്ണിചേർക്കപ്പെട്ട ഒരു രാജ്യമാണ് നമ്മുടേത്. ആഗോളവൽക്കരണമെന്ന പ്രക്രിയയുടെ പ്രാഥമികമായ അർത്ഥം മൂലധനത്തിന്റെ രാജ്യാതിർത്തികൾ ഭേദിച്ചുള്ള വ്യാപനം എന്നാണ്. മൂലധനത്തിന്റെ സ്വതന്ത്രവ്യാപനം സ്വാഭാവികമായും സംസ്കാരത്തിന്റെയും സ്വതന്ത്രവ്യാപനത്തിന് വഴിവെക്കും. തുടർന്ന് ജീവിതധാരണകളിലും മൂല്യസങ്കൽപങ്ങളിലുമെല്ലാം വൻതോതിലുള്ള മാറ്റം സംഭവിക്കും. ഫലത്തിൽ ഒരു രാജ്യത്തിന്റെ ഭരണകൂടവും അവിടത്തെ ജനങ്ങളും യഥാർത്ഥമായ പരമാധികാരം പ്രായോഗിക തലത്തിൽ അവകാശപ്പെടാനില്ലാത്ത അവസ്ഥയിലെത്തും. ആഗോള സാമ്പത്തിക ഭീമന്മാരുടെ താൽപര്യങ്ങൾ എല്ലായിടത്തും പ്രവർത്തിച്ചു

തുടങ്ങും. അവർ എല്ലാ രാജ്യങ്ങളിലെയും രാഷ്ട്രീയം, ആരോഗ്യം, വിദ്യാഭ്യാസം, സംസ്കാരം എന്നീ മേഖലകളിലെല്ലാം ഇടപെട്ടു തുടങ്ങും. ആ ഇടപെടലുകളെ പ്രതിരോധിക്കുന്നതിൽ ഭരണകൂടങ്ങളും രാഷ്ട്രീയപ്പാർട്ടികളും പരാജയപ്പെടും. അവയ്ക്ക് അതിനുള്ള ഇച്ഛാശക്തി പോലും നഷ്ടപ്പെടും. തങ്ങൾ അസ്വതന്ത്രരാക്കപ്പെട്ടുകൊണ്ടിരിക്കുകയാണ്, പുതിയ രൂപമാർജിച്ച ഒരു കൊളോണിയലിസം തങ്ങളെ കീഴ്പ്പെടുത്തിക്കൊണ്ടിരിക്കുകയാണ് എന്നുള്ള വാസ്തവത്തിലേക്ക് ജനങ്ങളിൽ ഭൂരിപക്ഷവും കണ്ണു തുറക്കുകയില്ല. കാരണം, അവരിൽ ഗണ്യമായ ഒരു വിഭാഗത്തിന്റെ സാമ്പത്തിക സ്ഥിതിയിൽ തീരെ ചെറുതല്ലാത്ത വർധനവ് സംഭവിക്കും. വളർന്നുകൊണ്ടേയിരിക്കുന്ന വിപണി പുതിയ പുതിയ പ്രലോഭനങ്ങളിൽ അവരെ കുരുക്കിയിട്ടുകൊണ്ടേയിരിക്കും. പുതിയ ജീവിതസൗകര്യങ്ങൾ പുതിയ വസ്തുക്കളുടെ രൂപത്തിൽ അവരുടെ മുന്നിൽ എത്തിക്കൊണ്ടേയിരിക്കും. ജനങ്ങൾ ഇങ്ങനെ കണ്ണു കെട്ടപ്പെട്ട അവസ്ഥയിൽ തുടരേണ്ടത് ബഹുരാഷ്ട്രമുതലാളിത്തത്തിന്റെ ആവശ്യമാണ്. യഥാർത്ഥമായി എന്താണ് സംഭവിച്ചുകൊണ്ടിരിക്കുന്നത്, ഏതൊക്കെ അവകാശങ്ങളാണ് കവർന്നെടുക്കപ്പെട്ടുകൊണ്ടിരിക്കുന്നത്, എങ്ങനെയൊക്കെയാണ് തങ്ങൾ അടിമകളാക്കപ്പെട്ടുകൊണ്ടിരിക്കുന്നത്, എന്ന് ജനങ്ങൾ തിരിച്ചറിയുന്ന ഒരു ഘട്ടം വന്നാൽ നവകൊളോണിയലിസത്തിന്റെ പല അടവുകളും ചോദ്യം ചെയ്യപ്പെടും. അതില്ലാതാക്കുന്നതിനു വേണ്ടി എല്ലാ സാംസ്കാരികവ്യവഹാരങ്ങളെയും വിദ്യാഭ്യാസത്തെയും കലക്കിക്കളയുക എന്ന അടവാണ് അവർ സ്വീകരിക്കുക. അത് എങ്ങനെയൊക്കെയാണ് സംഭവിച്ചുകൊണ്ടിരിക്കുന്നത് എന്നു തിരിച്ചറിയാനുള്ള കഴിവ് പോലും ഇല്ലായ്മചെയ്തുകൊണ്ടാവും അവരത് ചെയ്യുക.

ഒരു സാംസ്കാരിക വ്യവഹാരത്തിലും ദർശനത്തിന്റെയോ ആദർശത്തിന്റെയോ ഭാരം കയറ്റിവെക്കരുത്, ഭൂതകാലത്തെയോ ഭാവിയെയോ കുറിച്ചുള്ള ആലോചനകളാവരുത് വർത്തമാനത്തിൽ യാഥാർത്ഥ്യമായിത്തീരേണ്ടുന്ന ആഹ്ലാദം മാത്രമായിരിക്കണം നമ്മുടെ മുന്നിലുണ്ടാവേണ്ടത്, വ്യക്തികളുടെ മാനസിക പ്രശ്നങ്ങൾക്ക് പരിഹാരം തേടുമ്പോൾ ഭൂതകാലാനുഭവങ്ങളെയും ശൈശവത്തിലോ ബാല്യത്തിലോ വ്യക്തി അനുഭവിച്ചിരിക്കാവുന്ന കടുത്ത മാനസിക സംഘർഷങ്ങളെയും ആഘാതങ്ങളെത്തന്നെയും കണക്കിലെടുക്കരുത്. അപ്പപ്പോഴത്തെ പ്രശ്നങ്ങളെ അപ്പപ്പോൾ എങ്ങനെ പരിഹരിച്ചു മുന്നോട്ടു പോകാനാവുമെന്നു മാത്രമേ വ്യക്തികളെ പഠിപ്പിക്കേണ്ടതുള്ളൂ. ഒരു വിദ്യാർത്ഥിയെ മോട്ടിവേറ്റ് ചെയ്യാനുള്ള എല്ലാം ചെയ്യാം. അതേ സമയം വിദ്യാഭ്യാസം

അവന്റെ/അവളുടെ വ്യക്തിത്വത്തെ എങ്ങനെയൊക്കെ നവീകരിക്കണം, പുഷ്ടിപ്പെടുത്തണം എന്നീ കാര്യങ്ങളെക്കുറിച്ച് വിദ്യാർത്ഥി ഗൗരവമായി ആലോചിക്കുന്ന അവസ്ഥ ഉണ്ടാക്കരുത്. എല്ലാ കലാസൃഷ്ടികളും സാഹിത്യസൃഷ്ടികളും നിർമിതികൾ മാത്രമാണെന്ന് അവരെ ബോധ്യപ്പെടുത്തണം. നിർമാണ വൈദഗ്ധ്യം സ്വന്തമാക്കിക്കഴിഞ്ഞാൽ കവിതയും കഥയും നോവലുമൊക്കെ എഴുതാം, ചിത്രങ്ങൾ വരക്കാം എന്നൊക്കെയുള്ള ബോധം ചെറിയ ക്ലാസുകൾ തൊട്ടേ അവരിൽ ഉണ്ടാക്കണം. പഠിക്കുന്നതിലല്ല പഠിച്ചതായി ഭാവിക്കുന്നതിലാണ് അവർ കൂടുതൽ ശ്രദ്ധ ചെലുത്തേണ്ടത്.

ഉന്നതവിദ്യാഭ്യാസത്തിന്റെയും തൊഴിലിന്റെയും വിപണിയിലേക്കിറങ്ങുമ്പോൾ തങ്ങളെ വാങ്ങാനിരിക്കുന്നവരെ തൃപ്തിപ്പെടുത്താനുള്ള വൈദഗ്ധ്യമാണ് അവർ നേടേണ്ടത്. ഒരു കഥയോ കവിതയോ നോവലോ നാടകമോ പഠിക്കുമ്പോൾ അതിന്റെ ഇതിവൃത്തമെന്താണെന്ന് കൃത്യമായി മനസ്സിലാക്കുന്നതിനപ്പുറം പോയി ഈ കൃതി മുന്നോട്ടുവെക്കുന്ന ദർശനമെന്താണെന്നോ ഈ കൃതി ഏത് ചരിത്രഘട്ടത്തിൽ ഏത് സാമൂഹ്യരാഷ്ട്രീയ യാഥാർത്ഥ്യങ്ങളെ അഭിസംബോധന ചെയ്തുകൊണ്ടാണ് ഉണ്ടായിരിക്കുന്നതെന്നോ അന്വേഷിക്കുന്നതിലേക്ക് അവരുടെ മനസ്സ് ചെല്ലരുത്. സാഹിത്യബോധനം അത്തരത്തിലായിരിക്കണം. സാഹിത്യകൃതികളുടെയും മറ്റു കലാസൃഷ്ടികളുടെയും നിരൂപണം നിർവഹിക്കുന്നവരും ഇതേ പാത പിന്തുടരണം.അവർക്ക് ഏത് നൂതന സാഹിത്യസിദ്ധാന്തങ്ങളെയും കലാസിദ്ധാന്തങ്ങളെയും പ്രയോജനപ്പെടുത്താം. പക്ഷേ, അവർ കൃതിയുടെ മൂല്യനിർണയനത്തിനു പുറപ്പെടരുത്. അതിനു തുനിയുന്നുവെങ്കിൽത്തന്നെ നിലവിലുള്ള സാമ്പത്തിക സാമൂഹ്യരാഷ്ട്രീയ സാഹചര്യങ്ങളുമായി നേരിട്ടു ബന്ധിപ്പിച്ചു കൊണ്ടാവരുത് അത്. നിർബന്ധമായി തോന്നുന്നുവെങ്കിൽ പരോക്ഷമായും ദുർഗ്രഹമായും അങ്ങനെ ചെയ്യാം. കൃതിയുടെ ആഴത്തിലേക്കു സഞ്ചരിക്കാൻ വിദ്യാർത്ഥിക്ക് സമയവും സാവകാശവും ലഭിക്കാത്ത വിധത്തിൽ ഒരുപാട് ജോലികൾ അവരെക്കൊണ്ട് ചെയ്യിക്കണം. പലതും ചെയ്തു, പഠനം ക്ലേശകരമായ ഒന്നു തന്നെയാണ് എന്ന തോന്നൽ അവരിൽ ഉണ്ടാക്കേണ്ടത് അങ്ങനെയാണ്.

ഒബ്ജക്ടീവ് ടൈപ്പ് ചോദ്യങ്ങൾക്ക് ഉത്തരം നൽകാനുള്ള തീവ്രപരിശീലനം അവർക്കു നൽകാം. കൃതിയുമായി ബന്ധപ്പെടുത്തി അതിന്റെ ദർശനത്തിലേക്കും യഥാർത്ഥ ഫലത്തിലേക്കും പ്രവേശിക്കാൻ അവസരം നൽകാത്ത ഏതുതരം അഭ്യാസവും അവരെക്കൊണ്ട് ചെയ്യിക്കാം. വിദ്യാഭ്യാസം തന്നെയാണ് ഒരാളുടെ വ്യക്തിത്വത്തെ

രൂപപ്പെടുത്തുന്നത്. ചോദ്യം ചെയ്യാനുള്ള വാസനയും വിമർശനചിന്തയും ഉൾച്ചേരാത്ത ഒരു വ്യക്തിത്വമാണ് വിദ്യാർത്ഥിജീവിത കാലത്തു തന്നെ വ്യക്തികൾ നേടിയെടുക്കേണ്ടത്. അതിനുവേണ്ടി ചോദ്യം ചെയ്തുകൊണ്ടുള്ള പഠനം, വിമർശനാത്മക പഠനം ഇവയുടെയൊക്കെ വ്യാജരൂപങ്ങൾ അവരെ പരിശീലിപ്പിക്കണം. അത് വഴി ഏതു കാര്യത്തെ വിമർശിക്കാൻ അവരിലുണ്ടാവുന്ന പ്രേരണയെയും ഒരു തരം കളിതമാശയാക്കി മാറ്റാം. ഇതിനുള്ള പരിശീലനം ബോധനം വഴി, ബോധനത്തിനു സ്വീകരിക്കുന്ന പ്രത്യേക തന്ത്രങ്ങൾ വഴി അവർക്കു നൽകാം. സാഹിത്യ വിദ്യാഭ്യാസം അവരെ മറ്റൊരു വഴിയിലേക്ക്, സാഹിത്യ വായനയുടെയും പഠനത്തിന്റെയും യഥാർത്ഥ ഫലങ്ങളിലേക്കു നയിക്കപ്പെടുന്നതിനെ പ്രതിരോധിക്കാൻ കോളേജ് ക്ളാസ്സുകൾക്കു വേണ്ടിയുള്ള പാഠ്യപദ്ധതിയും സിലബസ്സും തയ്യാറാക്കുന്നവർ മനസ്സ് വെക്കണം. ഇങ്ങനെയൊക്കെയുള്ള കാര്യങ്ങളാണ് ഉന്നത വിദ്യാഭ്യാസത്തിന്റെ നയം എന്ന പേരിൽ അടിച്ചേൽപ്പിക്കപ്പെടുന്നത്. ഇവയിൽ പലതും നേരിട്ടല്ല പറയുന്നത് എന്നു മാത്രം.

നൈപുണ്യ വികസനമായിരിക്കണം വിദ്യാഭ്യാസം ലക്ഷ്യമാക്കേണ്ടത് എന്ന ആശയം കുറച്ചു കാലമായി അതിശക്തമായി പ്രചരിപ്പിക്കപ്പെട്ടുകൊണ്ടിരിക്കുന്നുണ്ട്. എല്ലാ ഭാഷാസാഹിത്യ വിഷയങ്ങളെയും ഫങ്ഷണൽ ആക്കാനുള്ള നീക്കം കേരളത്തിൽ രണ്ടു ദശകത്തിലധികം മുമ്പേ ആരംഭിച്ചതാണ്. പ്രയോഗിച്ചു നോക്കിയ സ്ഥാപനങ്ങൾക്കെല്ലാം അത് കടുത്ത വിപരീത ഫലമുണ്ടാക്കുന്നു എന്ന് ബോധ്യപ്പെടുകയും ചെയ്തു. ഒരു ഷെയ്ക്സ്പിയർ നാടകം പഠിപ്പിക്കേണ്ട സമയമുപയോഗിച്ച് റെയിൽവെ സ്റ്റേഷനിൽ ചെന്നാൽ എങ്ങനെ ഇംഗ്ലീഷിൽ ടിക്കറ്റിന് ആവശ്യപ്പെടാം, അല്ലെങ്കിൽ ഏതെങ്കിലും വിവരം തിരക്കാം, ഹോട്ടലിൽ പോയാൽ എങ്ങനെ ഇംഗ്ലീഷ് സംസാരിക്കാം, അടുക്കളയിൽ ഉപയോഗിക്കുന്ന സാധനങ്ങളെല്ലാം എങ്ങനെ ഒരു പലചരക്കുകടയിൽ ചെന്ന് ഇംഗ്ലീഷിൽ ആവശ്യപ്പെടാം, ഒരു ഇംഗ്ലീഷ് പത്രത്തിലേക്ക് അതിൽ പ്രസിദ്ധീകരിക്കപ്പെട്ട ഒരു വാർത്തയോടു പ്രതികരിച്ചു കൊണ്ട് എങ്ങനെ കത്തെഴുതാം, ഒരു ദിവസം കോളേജിൽ നടന്ന ഒരു കലാപരിപാടിയുടെ റിപ്പോർട്ട് എങ്ങനെ ഇംഗ്ലീഷിൽ എഴുതാം എന്നൊക്കെ പഠിക്കുന്നതാണ് കൂടുതൽ ഗുണം ചെയ്യുക എന്നാണ് ഈ പരിഷ്കരണപരിപാടി നടപ്പിലാക്കാൻ മുൻകൈയെടുത്തവർ വാദിച്ചത്. ഷേക്സ്പിയറേയും ഷെല്ലിയേയും കീറ്റ്സിനെയുമെല്ലാം സാഹിത്യ ചരിത്രത്തിന്റെ ഭാഗം മാത്രമാക്കി പകരം ഇംഗ്ലീഷിലെ പിൽക്കാല നാടകകൃത്തുക്കളെയും കവികളെയുമൊക്കെയാണ്

കൊണ്ടുവന്നിരുന്നതെങ്കിൽ അത് കുറച്ചെങ്കിലും മനസ്സിലാക്കാമായിരുന്നു. കോർ കോഴ്സിനുള്ള മൊത്തം മാർക്കിന്റെ പത്തുശതമാനമോ അതിൽ കുറവോ മാത്രം സാഹിത്യത്തിനു നീക്കിവെച്ചിട്ട് ഒരു ഭാഷയും സാഹിത്യവും പഠിപ്പിക്കുന്നു എന്ന് അവകാശപ്പെടുന്ന കോഴ്സ് നടത്തുന്നത് നിരർത്ഥമല്ലേ. അങ്ങനെയുള്ള ഒരു കോഴ്സ് വികസിപ്പിക്കുന്നു എന്ന് പറയുന്ന നൈപുണിയുടെ സ്വഭാവം എന്തായിരിക്കും?

സാഹിത്യത്തിന് സ്വന്തമായി പല ധർമ്മങ്ങളുമുണ്ട്. അവയെ അവിശ്വസിക്കുന്നതുകൊണ്ടല്ല, ആ ധർമങ്ങൾ തടസ്സങ്ങളേതുമില്ലാതെ നിറവേറ്റപ്പെട്ടാൽ ജനങ്ങളിൽ ഉയർന്ന ചില ജീവിതമൂല്യങ്ങളോടുള്ള ആഭിമുഖ്യം വളർത്തപ്പെടുമെന്നും വിപണിക്കു പിന്നെ പ്രലോഭനങ്ങളുടെ ഉത്പാദനം സുഗമമാവില്ല എന്നും നന്നായി അറിയുന്നതുകൊണ്ടുതന്നെയാണ് സാഹിത്യബോധനത്തിന്റെ രീതിശാസ്ത്രത്തിൽത്തന്നെ വലിയ അട്ടിമറികൾ സാധിക്കാൻ ദ്രുതഗതിയിലുള്ള മുതലാളിത്ത വികസനമാണ് സമൂഹത്തിന്റെ ഏക രക്ഷാമാർഗമെന്നു കരുതുന്നവർ ജാഗരൂകരായിരിക്കുന്നത്.

വിദ്യാർത്ഥിസൗഹൃദപരം എന്ന അവകാശവാദമാണ് പുത്തൻ വിദ്യാഭ്യാസ പരിഷ്കാരങ്ങളുടെ കൊടിയടയാളമായിരുന്നത്. ഇത്രയും കാലം അദ്ധ്യാപകരുടെ അടിമകളായിരുന്നവർ ഇതാ സ്വാതന്ത്രരാവുകയാണ്, അദ്ധ്യാപകർ മേലിൽ വിദ്യാർത്ഥികളുടെ സഹായികൾ മാത്രമാണ്, വിദ്യാഭ്യാസമേഖലയിൽ സ്വാതന്ത്ര്യത്തിന്റെ ഒരു പുതുയുഗം പിറന്നിരിക്കുന്നു എന്നൊക്കെ ഉദ്ഘോഷിക്കപ്പെട്ടു. പക്ഷെ വിദ്യാഭ്യാസത്തിന്റെ പടവുകളോരോന്നു പിന്നിടുമ്പോഴും മൂല്യനിർണയനം കൂടുതൽ കൂടുതൽ കർക്കശമാവുകയാണ് ചെയ്യുന്നത് എന്നതാണ് വാസ്തവം. പക്ഷേ, പല സാങ്കേതികകാരണങ്ങളാലും അദ്ധ്യാപനം അപൂർണമായി മാത്രമേ നടക്കാറുള്ളൂ എന്നതു കൊണ്ടും ഏതു സാഹചര്യത്തിലും മൂല്യനിർണയനം വിദ്യാർത്ഥിക്ക് അനുകൂലമായിരിക്കണമെന്നുള്ള നയം നിലവിലുള്ളതു കൊണ്ടും അദ്ധ്യാപകരും വിദ്യാർത്ഥികളും പരസ്പര ധാരണയോടെ പെരുമാറുന്നതുകൊണ്ടും അല്ലെങ്കിൽ അന്യോന്യം കബളിപ്പിക്കുന്നതുകൊണ്ടും മൂല്യനിർണയനത്തിന്റെ കാർക്കശ്യം യാഥാർത്ഥ്യമായിത്തീരാറില്ലെന്നു മാത്രം. മൂല്യനിർണയനത്തിനുള്ള വ്യവസ്ഥകൾ രൂപകല്പന ചെയ്യുന്ന കേന്ദ്രങ്ങളും കാര്യങ്ങൾ അങ്ങനെയൊക്കെ നടന്നാൽ മതി, എല്ലാം കൃത്യമായി നടന്നിരിക്കുന്നുവെന്നു കാണിക്കാനുള്ള രേഖകൾ ഉണ്ടാക്കി വെക്കുന്ന ജോലിക്കായിരിക്കണം അധ്യാപകർ കൂടുതൽ സമയം ചെലവഴിക്കേണ്ടത് എന്നു തന്നെയാണ് ആഗ്രഹിക്കുന്നത്. ചിന്താസ്വാതന്ത്ര്യത്തെ തടവിലാക്കുന്നതും

സർഗ്ഗവാസനകളെ മുരടിപ്പിക്കുന്നതും യഥാർത്ഥമായ ജ്ഞാനത്തി ന്റെയും മഹത്തായ സാഹിത്യരചനകളുടെയും കലാസൃഷ്ടികളുടെയും നേർക്ക് ആഴത്തിലുള്ള അവിശ്വാസവും പുച്ഛവും ജനിപ്പിക്കുന്നതുമായ നടപടിക്രമങ്ങളിലൂടെയാണ് അവർ കടന്നു പോയത് എന്നതു കൊണ്ടും ഒന്നിനെയും, ഒരാലോചനയെയും, ഒരു പ്രശ്നത്തെയും അതർഹിക്കുന്ന ഗൗരവത്തിൽ ഗ്രഹിക്കാൻ വിദ്യാർഥികൾക്കു കഴിയില്ല. ഈ വിപരീത ഫലം ഏതു നിഷ്പക്ഷ നിരീക്ഷകനും കൃത്യമായി കാണാനാവും.

മലയാളം ബി.എ, എം.എ കോഴ്സുകളുടെ ഘടനയിൽ താമസിയാതെ വലിയ അഴിച്ചുപണി നടന്നേക്കും. അതിനനുസരിച്ച സിലബസ്സിലും അടിമുടി മാറ്റം വരാം. അതുകൊണ്ട് അവയുടെ വിശദാം ശങ്ങളിലേക്കു കടന്ന് എന്തെങ്കിലും മാറ്റങ്ങൾ നിർദേശിക്കുന്നതിന് ഞാൻ ശ്രമിക്കുന്നില്ല. അതേസമയം സിലബസ്സിലും പഠ്യപദ്ധതിയിലും തീർച്ചയായും വരുത്തേണ്ടതുണ്ടെന്ന് ഞാൻ ഉറപ്പായും കരുതുന്ന കാര്യ ങ്ങൾ പറയേണ്ടെന്നു വെക്കുന്നുമില്ല. എന്തിനു പഠിക്കുന്നു, എന്തിന് ഈ വിഷയം ഐച്ഛികമായി എടുത്തു എന്നീ കാര്യങ്ങളൊന്നും ഞാൻ പഠി ക്കുന്ന കാലത്തെ (1970- 75) മലയാളം വിദ്യാർത്ഥികളിൽ ഭൂരിപക്ഷം പേരും ഗൗരവമായി ആലോചിച്ചിരുന്നില്ല. മലയാള സാഹിത്യം ആഴത്തിലും പരപ്പിലും പഠിക്കണമെന്ന് ഉള്ളടക്കത്തെപ്പറ്റിയുള്ള കൃത്യമായ ധാരണയോടെയല്ലെങ്കിലും ആലോചിച്ച ശേഷം മലയാളം ബി. എ. ക്കു ചേർന്നവർ പത്തുശതമാനമായിരിക്കും അന്ന്. മറ്റുള്ളവർ എളുപ്പത്തിൽ ഒരു ഡിഗ്രി എടുക്കാൻ പറ്റുന്ന വിഷയമായി മാത്രമേ അതിനെ കണ്ടിരുന്നുള്ളൂ. പൊതുജനമാണെങ്കിൽ പുതിയ കാലത്തിനു പറ്റുന്ന ഉള്ളടക്കമില്ലാത്ത ഒരു പഴഞ്ചൻ വിഷയമാണതെന്ന് ഉറപ്പി ച്ചുവെച്ചവരായിരുന്നു. അങ്ങനെയാണ് അതിനു 'ശീലാവതി ബി. എ, ശീലാവതി എം. എ' എന്നൊക്കെ പേരുവന്നത്. ഈ സ്ഥിതിയിൽ വലിയ മാറ്റം വന്നിട്ടുണ്ട്. അതിനുള്ള പ്രധാന കാരണം വിദ്യാർത്ഥികൾ കൃത്യമായ ധാരണയോടെ ഈ വിഷയം തിരഞ്ഞെടുക്കുന്നതോ സിലബസ് വേണ്ടുംവണ്ണം നവീകരിക്കപ്പെട്ടതോ അല്ല. മലയാളം ബി.എ. കഴിഞ്ഞ് ബി. എഡ് ചെയ്യുന്നവരിലും എം. എ. കഴിഞ്ഞ് ആവശ്യ മായ യോഗ്യതാപ്പരീക്ഷ പാസ്സാകുന്നവരിലും കുറേ പേർക്ക് ജോലികി ട്ടുന്നുണ്ടെന്നു സമൂഹത്തിന് ബോധ്യമായതാണ്. ഇവിടം കൊണ്ട് നാം തൃപ്തിപ്പെട്ടു കൂടാ.

മലയാളം ഡിഗ്രി ക്ലാസിൽ വന്നു ചേരുന്ന ഒരു വിദ്യാർത്ഥി താൻ എന്തൊക്കെയാണ് പഠിക്കാൻ പോകുന്നത്, ഏതൊക്കെ മേഖല കളിൽ നിന്നുള്ള അറിവുകൾ സ്വായത്തമാക്കിയാണ് താൻ പഠനം

നിർവഹിക്കേണ്ടത്, പഠിക്കാനായി നിർദ്ദേശിക്കപ്പെട്ടിരിക്കുന്ന പുസ്ത കങ്ങൾക്കു പുറമെ ഏതൊക്കെ സഹായകഗ്രന്ഥങ്ങളാണ് താൻ വായിക്കേണ്ടത്, ഈ വിഷയം പഠിക്കുന്നതു കൊണ്ട് തനിക്കുണ്ടാകാൻ സാധ്യതയുള്ള നേട്ടങ്ങൾ എന്തൊക്കെയാണ്, ഭാഷയുടെയും സാഹിത്യ ത്തിന്റെയും വിശദപഠനം എന്തുകൊണ്ടാണ് പ്രധാനമായിരിക്കുന്നത്, ഈ വിഷയം തന്റെ മാനസിക ലോകത്തെ എങ്ങനെയൊക്ക വികസി പ്പിക്കും എന്നീ കാര്യങ്ങളെക്കുറിച്ചെല്ലാം കൃത്യമായി അറിഞ്ഞിരിക്കണം. ഈ കാര്യങ്ങൾ വിദ്യാർത്ഥികളെ ബോധ്യപ്പെടുത്തുന്നതിനു വേണ്ടി മാത്രം ആദ്യത്തെ രണ്ടാഴ്ചക്കാലം മുഴുവനായും ചെലവഴിച്ചാൽപ്പോലും അതൊരു നഷ്ടമായി കരുതേണ്ടതില്ല.

മലയാളം ഡിഗ്രിക്കോ പി. ജിക്കോ ചേരുന്ന ഒരു വിദ്യാർത്ഥിക്ക് ആദ്യദിവസങ്ങളിൽത്തന്നെ മറ്റുള്ളവരെല്ലാം ഏറ്റവും നൂതനമായ കാര്യ ങ്ങൾ പഠിക്കുമ്പോൾ താൻ ഒരു പഴഞ്ചൻ വിഷയമാണ് പഠിക്കുന്നത് എന്ന തോന്നൽ ഉണ്ടായിപ്പോവരുത്. രാമചരിതം എന്ന കൃതിയോ രാമചരിതത്തിലെ ഭാഷയെക്കുറിച്ചുള്ള ചർച്ചയോ കേരളപാണിനി യുടെ ആറുനയങ്ങളോ ആദ്യക്ളാസ്സുകളിൽത്തന്നെ കേട്ടിരിക്കേണ്ടി വരുന്ന വിദ്യാർത്ഥിക്ക് ഇന്നത്തെ കാലത്ത് തന്റെ വിഷയത്തെപ്പറ്റി മതിപ്പു തോന്നില്ല. പുതിയ കാലത്തിനിണങ്ങുന്ന പലതും തനിക്കു പഠി ക്കാനുണ്ടെന്നും പഴയകാര്യങ്ങളിലേക്കു പോവുന്നതിന്റെ ആവശ്യകത എന്തെന്നും അറിഞ്ഞതിനു ശേഷം മാത്രമേ വിദ്യാർത്ഥിക്ക് രാമചരി തത്തിലേക്കും കണ്ണശ്ശരാമായണത്തിലേക്കും ഉണ്ണുനീലി സന്ദേശത്തി ലേക്കും കേരളപാണിനീയത്തിലേക്കുമൊക്കെ പോകേണ്ടി വരാൻ പാടുള്ളൂ.

മനഃശാസ്ത്രം,സംസ്കാരപഠനം,സാംസ്കാരിക നരവംശശാസ്ത്രം,ഫോ ക്‌ലോർ എന്നീ വിഷയങ്ങളുടെ ഉള്ളടക്കം എന്തൊക്കെയാണെന്ന് ഒരു മലയാളം വിദ്യാർത്ഥി കൃത്യമായി അറിഞ്ഞിരിക്കണം.ഈ വിഷയങ്ങ ളുമായി ബന്ധപ്പെട്ട ഏറ്റവും അടിസ്ഥാനപരമായ കാര്യങ്ങൾ ഉൾപ്പെ ടുത്തിക്കൊണ്ടുള്ള ഒരു പേപ്പർ നിർബന്ധമായും ഉണ്ടായിരിക്കണം. ഏറ്റവും പുതിയ സാഹിത്യ സിദ്ധാന്തങ്ങൾക്കു മാത്രമായി ഒരു പേപ്പറും വേണം. ഈ സിദ്ധാന്തങ്ങൾ സാഹിത്യ വായനയിൽ എങ്ങനെയൊ ക്കെ പ്രയോജനപ്പെടുത്താമെന്നു വിദ്യാർത്ഥികളെ ബോധ്യപ്പെടുത്തു ന്നതിനു സഹായകമാവുംവിധത്തിലായിരിക്കണം ഇതിന്റെ ഉള്ളടക്കം. സർഗാത്മക രചന ഒരു പ്രത്യേക വിഷയമായി പഠിപ്പിക്കുക തന്നെ വേണം. എല്ലാ വിദ്യാർത്ഥികളെയും കവികളും കഥാകാരന്മാരുമാക്കാൻ വേണ്ടിയല്ല ഇത്. സാഹിത്യകൃതികളുടെ നിർമാണത്തിൽ എന്തൊക്കെ

ഉൾച്ചേരുന്നുണ്ടെന്നും എഴുതുന്നയാളുടെ അധ്വാനത്തിന്റെ സ്വഭാവം എന്താണെന്നും എന്തെല്ലാം വൈഭിന്ന്യങ്ങളോടുകൂടി കൃതികൾ ഉണ്ടാകാമെന്നുമൊക്കെ വിദ്യാർഥികൾ കൃത്യമായി മനസ്സിലാക്കണം. അതിനു സഹായകമാവുന്നതും വ്യത്യസ്തഗണങ്ങളിൽപ്പെടുന്നതുമായ മൂന്ന് കൃതികളും അവയിലേക്ക് അർത്ഥവത്തായ പ്രവേശം സാധിച്ചിരിക്കുന്ന അത്രയും തന്നെ നിരൂപണങ്ങളും സിലബസ്സിൽ ഉൾപ്പെടുത്തണം.

വിവർത്തനം ഇപ്പോൾത്തന്നെ പി. ജി സിലബസ്സിൽ ഉണ്ട്. ഞാൻ ഈ പേപ്പർ പഠിപ്പിച്ചിരുന്നപ്പോൾ ഇതിൽ മുഖ്യമായും ഉണ്ടായിരുന്നത് വിവർത്തന സിദ്ധാന്തങ്ങളാണ്. വാസ്തവത്തിൽ അവ സാമാന്യമായി പരിചയപ്പെടുത്തേണ്ടുന്ന ആവശ്യമേയുള്ളൂ. അതിനു പുറമെ ആ പേപ്പറിൽ വേണ്ടത് വിശ്വവിഖ്യാതമായ ഒരു കൃതിക്ക് മലയാളത്തിൽ ഉണ്ടായ രണ്ടു വിവർത്തനങ്ങളുടെ സമ്പൂർണമായ താരതമ്യ പഠനമാണ്.അതാണ് കൂടുതൽ ഗുണം ചെയ്യുക. വാക്യഘടനയിൽ, വാക്കുകളുടെ തിരഞ്ഞെടുപ്പിൽ രണ്ടു വിവർത്തകർ കൈക്കൊണ്ടിരിക്കുന്ന രീതികൾ തമ്മിലുള്ള താരതമ്യം. അവ രണ്ടും ഉണ്ടാക്കുന്ന വ്യത്യസ്തഫലങ്ങൾ വിദ്യാർത്ഥികൾക്ക് വ്യക്തമായി മനസ്സിലാക്കാനാവണം. ഈ പേപ്പറിന്റെ അസൈൻമെന്റായി മലയാളത്തിലെ ശ്രദ്ധേയമായ ഒരു കഥയോ കവിതയോ ലേഖനമോ ഇംഗ്ലീഷിലേക്കോ ഇംഗ്ലീഷിലെ ഈ ഗണങ്ങളിലേതിലെങ്കിലും പെടുന്ന നല്ലൊരു കൃതി മലയാളത്തിലേക്കോ വിവർത്തനം ചെയ്യാൻ വിദ്യാർത്ഥികളോട് ആവശ്യപ്പെടാം.

ബ്രണ്ണനിലെ വിദ്യാർത്ഥിയായി മലയാളവിഭാഗത്തിലെ ക്ലാസ് മുറികളിൽ ഇരുന്നിരുന്ന പഴയ നാളുകളുടെ ഗൃഹാതുര സ്മരണകൾ ഈ എഴുത്തിനെ ഇനിയും മുന്നോട്ടു കൊണ്ടുപോവാൻ അനുവദിക്കാത്തതുകൊണ്ട് ഞാൻ ഇവിടെ നിർത്തുകയാണ്. പാഠ്യപദ്ധതിയും സിലബസ്സും പരിഷ്കരിക്കേണ്ടതിനെക്കുറിച്ച് എനിക്കു പറയാനുള്ള പ്രധാനപ്പെട്ട കാര്യങ്ങളെല്ലാം പറഞ്ഞുതീർത്തിരിക്കുന്നു എന്ന വിശ്വാസത്തോടെ തന്നെ.

അധ്യായം 7

ഓർമകളിലൊതുങ്ങില്ലല്ലോ ബ്രണ്ണൻ ജീവിതം

എന്റെ ആത്മകഥയുടെ രണ്ടാം ഭാഗം ബ്രണ്ണൻ ജീവിതത്തെ കേന്ദ്രീകരിച്ച മാത്രമായത് നേരത്തേ ആസൂത്രണം ചെയ്ത തിന്റെ ഫലമായിട്ടല്ല. എഴുതി വന്നപ്പോൾ അത് അങ്ങനെയായി ത്തീർന്നതാണ്. ജീവിതത്തിലെ മുപ്പത് വർഷക്കാലം ഞാൻ ഈ സ്ഥാപനത്തിന്റെ ഭാഗമായിരുന്നു. പക്ഷേ, 1970-75 കാലത്തെയും 1981-2006 കാലത്തെയും എന്റെ ജീവിതാനുഭവങ്ങൾ മുഴുവൻ ഇതിൽ വന്നിട്ടില്ല. എഴുത്തിന്റെ ഗതിയിൽ വലിയ വ്യതിയാനം വന്നേക്കുമെന്നു തോന്നിയ കാര്യങ്ങളെ തൽക്കാലം ആത്മകഥയുടെ പുറത്തുനിർത്തി യിട്ടുണ്ട്. പിന്നൊരിക്കൽ അവയിലേക്കു വരാൻ കഴിഞ്ഞേക്കാമെന്നേ തൽക്കാലം പറയാനാവൂ.

കോളേജിനെക്കുറിച്ച് ഞാൻ രേഖപ്പെടുത്തിയവയിൽ ഏറെയും നല്ല കാര്യങ്ങളാണ്. അവയിൽ പലതും ഗൃഹാതുരസ്മരണകളിലേക്കുള്ള ക്ഷണമായി പലർക്കും അനുഭവപ്പെട്ടിട്ടുണ്ടാവാം. മനസ്സിൽ ഊറിക്കൂടുന്ന ചിരിയോടെ വായിക്കാനാവുന്ന ചില കുറിപ്പുകളും ഇതിൽ നേടിയിട്ടുണ്ട്. പക്ഷേ, ബ്രണ്ണൻ ജീവിതത്തിന് ചില ഇരുണ്ട വശങ്ങളുമുണ്ട്. അവയെ ക്കുറിച്ചുള്ള ചെറിയ സൂചനകൾ ഞാൻ തന്നിട്ടുമുണ്ട്. കൂടുതൽ കാര്യങ്ങൾ പറയാൻ ഇപ്പോഴും മടി തോന്നുകയാണ്. അവനവനും മറ്റുള്ളവർക്കും ഒരു ഗുണവും ചെയ്യാത്ത ഓർമകൾ എല്ലാവരുടെയും മനസ്സിലുണ്ടാ വും. അവയൊന്നും മറ്റുള്ളവർക്കു മുന്നിൽ അവതരിപ്പിക്കേണ്ട കാര്യ മില്ല. ഈ ആത്മകഥ ഒരു നോവലിന്റേയോ വളരെ സ്വതന്ത്രമായ

ആത്മാന്വേഷണത്തിന്റെയോ രൂപം കൈക്കൊണ്ടിരുന്നെങ്കിൽ അത്തരം ഓർമകളും നേരിയ രൂപാന്തരീകരണം സംഭവിച്ച് ഇതിൽ ഇടം നേടുമായിരുന്നു. അത് സംഭവിച്ചില്ല. ഓർമകളെ ഒരു സാഹിത്യ സൃഷ്ടിക്കു വേണ്ടിയുള്ള അസംസ്കൃത വസ്തുക്കളെന്ന നിലയിൽ ഞാൻ പ്രയോജനപ്പെടുത്തിയില്ല. അത് സംഭവിക്കുമ്പോൾ സംഭവിക്കട്ടെ.

"പഠിക്കുന്ന കാലത്ത് വിദ്യാർത്ഥി രാഷ്ട്രീയത്തിൽ വലിയ ആവേശത്തോടെ പ്രവർത്തിച്ചവർക്കും കോളേജ് വിട്ടതിനു ശേഷം അധ്യാപനം, മാധ്യമപ്രവർത്തനം തുടങ്ങിയ മേഖലകളിൽ എത്തിപ്പെട്ടവർക്കും എഴുത്തുകാരായിത്തീർന്നവർക്കും ബ്രണ്ണനിലെ കോളേജ് രാഷ്ട്രീയത്തിലൂടെ വന്ന് പിൽക്കാലത്ത് സംസ്ഥാനരാഷ്ട്രീയത്തിലോ ദേശീയ രാഷ്ട്രീയത്തിൽത്തന്നെയോ അറിയപ്പെടുന്നവരായി മാറിയവർക്കും കോളേജുമായി പിന്നീടും പലപ്പോഴായി ഏതെങ്കിലും തരത്തിൽ ബന്ധപ്പെടേണ്ടിവന്നവർക്കുമൊക്കെയേ പഴയ കോളേജ് ജീവിതകാലത്തെ വികാരാവേശത്തോടെ ഓർക്കാനാവൂ. ഇതൊന്നുമല്ലെങ്കിൽ വലിയ സാമ്പത്തികശേഷി കൈവരിച്ചവർക്കും ഉയർന്ന ഉദ്യോഗങ്ങളിലെത്തിച്ചേർന്നവർക്കുമൊക്കെ കോളേജിനോട് പ്രത്യേകമായ ഇഷ്ടം തോന്നുന്നുണ്ടാവാം. പിന്നെയുള്ളത് കാമുകീകാമുകന്മാരാണ്. അവരിൽ ഭഗ്നപ്രണയത്തിന്റെ വേദന അനുഭവിക്കേണ്ടി വന്നവർക്ക് കോളേജിനെ സ്നേഹത്തോടെ ഓർക്കാനേ കഴിയില്ല. വിജയിച്ചവരിൽത്തന്നെ പിന്നീടുള്ള ജീവിതത്തിൽ പല പ്രയാസങ്ങളും അനുഭവിക്കേണ്ടി വന്നവരാണെങ്കിൽ അവർക്കും കോളേജ് നല്ല ഓർമയാവില്ല. പ്രണയത്തെ താൽക്കാലികാനന്ദം മാത്രമായിക്കണ്ട് ആഘോഷിച്ച നടന്നവർ, പ്രണയത്തിന്റെ സാഫല്യം വിവാഹമാണെന്നു കരുതുകയും ആ സാഫല്യം ആഹ്ലാദകരമായി അനുഭവിക്കാൻ കഴിയുകയും ചെയ്തവർ ഈ രണ്ടുകൂട്ടരുമാണ് കോളേജിനോടുള്ള സ്നേഹം അല്പവും വാട്ടമേൽക്കാതെ ഉള്ളിൽ കൊണ്ടു നടക്കുക. അങ്ങനെയുള്ളവർ ഏത് കോളേജിന്റെയും പൂർവവിദ്യാർത്ഥികൾക്കിടയിൽ ഉണ്ടാവും. ബ്രണ്ണന് മാത്രമായി അതിൽ അഭിമാനിക്കാനൊന്നുമില്ല."

മുകളിൽ ഉദ്ധരണിയായി ചേർത്ത വാക്കുകളത്രയും ബ്രണ്ണനിൽ എന്റെ സഹപാഠിയായിരുന്ന ഒരാളുടേതാണ്. അദ്ദേഹം ജീവിതത്തിൽ വിജയിച്ചവർ എന്നു നാം പറയുന്ന കൂട്ടത്തിലാണ്. എന്നിട്ടും, തന്റെ പ്രണയമൊഴിച്ച് ആവേശപൂർവം ഓർമിക്കത്തക്ക ഒന്നും ബ്രണ്ണനിൽ നിന്നുകിട്ടിയിരുന്നില്ലെന്നാണ് ഈ സുഹൃത്ത് പറഞ്ഞത്.

ഏറ്റവും അടിത്തട്ടിൽ നിന്നു വരുന്നവരും നേരത്തേ തന്നെ അന്തർമുഖരും അധീരരുമായ വിദ്യാർത്ഥികളെ ആത്മവിശ്വാസത്തിന്റെ

ബലം നൽകി ഉയർത്തിക്കൊണ്ടുവരുന്നതിനുള്ള ശ്രമങ്ങൾ ആദ്യ കാലത്തെ ചില ബ്രണ്ണൻ അധ്യാപകരിൽ നിന്നുണ്ടായിരുന്നതായി പല വിദ്യാർത്ഥികളും പറയുന്നുണ്ട്. പക്ഷേ, തങ്ങളുടെ ജീവിതത്തിൽ ഇടപെട്ട് വലിയ മാറ്റങ്ങളുണ്ടാക്കിയവരായി അറുപതുകളുടെ രണ്ടാം പകുതി തൊട്ടുള്ള അധ്യാപകരിൽ രണ്ടോ മൂന്നോ പേരെക്കുറിച്ചേ വിദ്യാർത്ഥികൾ പറയുന്നതായി കേട്ടിട്ടുള്ളൂ. മറ്റുള്ളവർ ഒരു പക്ഷേ ജോലി സമയം കഴിഞ്ഞാൽ അവരുടെ സ്വന്തമായ ഉത്തരാവാദിത്വങ്ങളുടെയും ബുദ്ധിമുട്ടുകളുടെയുമൊക്കെ പുറകെ ആയിരുന്നിരിക്കാം. സ്കൂൾ ക്ലാസിലെ കുട്ടികളെ ചേർത്തു പിടിക്കുന്നതുപോലെ കോളേജിലെ മുതിർന്ന കുട്ടികളോട് പെരുമാറാനാവില്ലെന്നതും അങ്ങനെ പെരുമാറേണ്ടതില്ലെന്നതും മറ്റൊരു കാരണമാകാം.

വളരെ ദരിദ്രമായ, നിത്യവൃത്തിക്കു തന്നെ നിവൃത്തിയില്ലാത്ത കുടുംബങ്ങളിൽ നിന്നാണ് പല വിദ്യാർത്ഥികളും വന്നിരുന്നത്. രാവിലെ വീട്ടിനടുത്തുള്ള കായലിൽ നിന്ന് മൂന്നോ നാലോ വലിയ ചെമ്മീനും പിടിച്ച് അത് ടൗണിലെ മാർക്കറ്റിൽ കൊണ്ടുപോയി വിറ്റ് ബസ്സിനും രാവിലത്തെ ചായക്കുമുള്ള പൈസയുണ്ടാക്കി കോളേജിൽ വരികയും ഉച്ചഭക്ഷണം ഒഴിവാക്കുകയും അതിന്റെ വേദന മറച്ചുപിടിക്കാനായി ക്ലാസിലിരുന്ന് ഉച്ചത്തിൽ തമാശ പറഞ്ഞു ചിരിക്കുകയും ചെയ്തിരുന്നവർ, തലേന്നു രാത്രിവെച്ച കഞ്ഞിയുടെ ബാക്കി പിറ്റേന്നു രാവിലെ അമ്മ വെള്ളം ഊറ്റിക്കളഞ്ഞ് ഇലയിൽ വിളമ്പി കഴിഞ്ഞ ദിവസത്തെത്തന്നെ മീൻചാറും ഒഴിച്ചത് പൊതിഞ്ഞു കെട്ടി കൊടുത്തതുമായി കോളേജിലെത്തിയവർ, യാത്രാച്ചെലവിനും ഉച്ചഭക്ഷണത്തിനും കാഴ്ചയിൽ വൃത്തികേടു തോന്നാത്ത വസ്ത്രത്തിനുമുള്ള പണത്തിനും വേണ്ടി വല്ലാതെ കഷ്ടപ്പെട്ട പെൺകുട്ടികൾ ഇവരൊക്കെ പഴയ കാലത്തെ ബ്രണ്ണൻ വിദ്യാർത്ഥികളിലുണ്ടായിരുന്നു. അധ്യാപകർ ഈ പ്രയാസങ്ങളൊന്നും അറിയുകയില്ല. ഞാൻ ബ്രണ്ണനിൽ ആധ്യാപകനായിരുന്ന ആദ്യത്തെ ഒരു ദശകക്കാലത്തിനിടയിലും ഇത്തരം വിദ്യാർത്ഥികളുണ്ടായിരുന്നുവെന്ന് റിട്ടയർ ചെയ്തു വീട്ടിലിരിക്കെ പഴയ ചില വിദ്യാർത്ഥികൾ വന്നു പറഞ്ഞപ്പോൾ മാത്രമാണ് ഞാൻ അറിഞ്ഞത്.

മുകളിൽ പറഞ്ഞതുപോലുള്ള പ്രശ്നങ്ങൾ മറ്റുപല കോളേജുകളിലെയും വിദ്യാർത്ഥികളിൽ ചിലരും അനുഭവിച്ചിട്ടുണ്ടാവും. ഇപ്പോഴും അത്തരത്തിലുള്ളവർ ഉണ്ടാവാനുള്ള സാധ്യതയുമുണ്ട്. എല്ലാ കോളേജുകളിലും വിദ്യാർത്ഥികളുടെ പ്രശ്നങ്ങൾ വിശദമായി ചോദിച്ചറിയുന്നതിനും അവരെ സഹായിക്കുന്നതിനുമുള്ള മികച്ച സംവിധാനം വേണം. തങ്ങളുടെ കുടുംബസാഹചര്യം, സാമ്പത്തിക സ്ഥിതി, തങ്ങൾ

അനുഭവിച്ചു വരുന്ന പ്രശ്നങ്ങൾ ഇവയൊക്കെ രഹസ്യമായി സൂക്ഷിക്കപ്പെടുമെന്ന് ഉറപ്പു തോന്നിയാൽ മാത്രമേ വിദ്യാർത്ഥികൾ അവരുടെ പ്രശ്നങ്ങൾ തുറന്നു പറയൂ.

2

ബ്രണ്ണനിൽ ഞാൻ വിദ്യാർത്ഥിയായിരുന്ന കാലത്തെ അനുഭവങ്ങളിൽ ഇന്നും ഓർമയിൽ തിളങ്ങിനിൽക്കുന്ന ചില യാത്രകളുണ്ട്. മറ്റു പലതും പറഞ്ഞെങ്കിലും ആ യാത്രകളെക്കുറിച്ച് പറഞ്ഞില്ല. ആ യാത്രകളെല്ലാം നടത്തിയത് സത്യൻ പരിയാരം എന്ന സുഹൃത്തിനോടൊപ്പമാണ്. വർഷവും തിയ്യതിയുമൊന്നും ഓർമയിയില്ല, എവിടെ ആദ്യം പോയി എന്നു പോലും കൃത്യമായിപറയാനാവില്ല. എങ്കിലും, ആ യാത്രകളുടെ ഓർമ ജീവിതത്തിലെ വലിയ ഒരു ഈടുവെപ്പായിത്തന്നെ ഇപ്പോൾ തോന്നുന്നു. സത്യനോടൊപ്പം ആദ്യം പോയത് പഴശ്ശി ഇറിഗേഷൻ ഡാമിന്റെ പണി നടക്കുന്നിടത്തേക്കാണ്. ഒരുപാട് തൊഴിലാളികൾ പണിയെടുത്തുകൊണ്ടിരിക്കുകയായിരുന്നു അവിടെ. പക്ഷേ, ഡാമിന്റെ രൂപം ഉണ്ടായിവരുന്നതിന്റെ പ്രാഥമികഘട്ടം പോലും അന്നവർ പിന്നിട്ടിരുന്നില്ല. ഒരത്ഭുതക്കാഴ്ച കാണുന്നതുപോലെയാണ് എല്ലാം ഞങ്ങൾകണ്ടുനിന്നത്. ബ്രണ്ണനിൽ നിന്ന് ഹിസ്റ്ററി ബി. എ. പാസ്സായ സത്യന് മലയാളംഎം. എ കഴിഞ്ഞപ്പോൾ ജോലി കിട്ടിയത് ഇതേ പഴശ്ശിപ്രൊജക്റ്റിലാണ്. പ്രൊജക്റ്റിന്റെ മട്ടന്നൂർ ഓഫീസിൽ പിന്നീട് പലവട്ടം സത്യനെ കാണാൻ മാത്രമായി ഞാൻ പോയിട്ടുണ്ട്. (ജോലിയിൽ നിന്നുവിരമിച്ച ശേഷം സത്യൻ രണ്ടു തവണ മട്ടന്നൂർ മുനിസിപ്പാലിറ്റിയിൽ കൗൺസിലറായിരുന്നു). ആദ്യം പോയതിനു ശേഷം പഴശ്ശി പ്രൊജക്റ്റിലേക്കു പോയതാവട്ടെ 2013-ലാണ്. ഡാമിന്റെ 16 ഷട്ടറുകളിൽ 14ഉം കേടുവന്ന അവസ്ഥയിലായിരുന്നു അപ്പോൾ. ഡാമിന്റെ 8 ഗർഡറുകൾ (girders) ഫാബ്രിക്കേഷൻ ആവശ്യമായ അവസ്ഥയിലുമായിരുന്നു. പഴശ്ശി ഡാമുമായി ബന്ധപ്പെട്ട് ഇങ്ങനെ ചില പ്രശ്നങ്ങളുണ്ടെന്നു കേട്ടറിഞ്ഞ് അത് നേരിൽ കണ്ട് റിപ്പോർട്ടുചെയ്യാൻ അങ്ങോട്ടുപോവുകയാണെന്ന് അന്ന് The New Indian Express ന്റെ കണ്ണൂർ ലേഖകനായിരുന്ന എന്റെ മകൻ സുചേത് പറഞ്ഞപ്പോൾ കൗതുകംകൊണ്ടുമാത്രം ഞാനും അവനോടൊപ്പം പോയി. ഡാമും അതിനോടു ചേർന്നുള്ള പഴശ്ശിഗാർഡനും പരിസരപ്രദേശങ്ങളുമെല്ലാം ആകെ നിർജീവാവസ്ഥയിലായിരുന്നു അന്ന്.

ഞങ്ങൾ ബ്രണ്ണനിൽ പഠിക്കുന്ന കാലത്ത് സത്യന്റെ സഹോദരൻ കനകരാജ് ബാവലിയിലെ ഫോറസ്റ്റ് ഓഫീസിൽ ജോലി

ചെയ്യുകയായിരുന്നു. 'നമ്മക്കൊന്ന് ബാവലിയിൽ പോണം, വയനാട്ടു ഭാഗത്തേക്ക് ഇതേ വരെ പോയില്ലല്ലോ,' എന്ന് സത്യൻ ഇടയ്ക്കിടെ പറയാറുണ്ടായിരുന്നു. അങ്ങനെ സത്യനും ഞാനും കൂടി ഒരു ദിവസം ബാവലിയിലേക്കു പോയി. രാത്രി ആ ഫോറസ്റ്റ് ഓഫീസിൽ തങ്ങുകയും ചെയ്തു. നിലാവുള്ള രാത്രിയായിരുന്നു അത്. ഞങ്ങൾ കുറേ നേരം ബാവലി പാലത്തിനടുത്തുപോയി നിന്നു. പാലത്തിനപ്പുറത്ത് കർണാടകക്കാരുടെ ചെക്പോസ്റ്റ്. ഒരുട്രാൻസിസ്റ്ററിൽ നിന്ന് ഒഴുകി വന്ന ഹിന്ദി സിനിമാഗാനം അന്തരീക്ഷത്തെയാകെ സ്വപ്നസമാനമാക്കി. ബാവലിപ്പുഴയിൽ രണ്ടുമൂന്നുപേർ നഞ്ചുകലക്കി മീൻ പിടിക്കുന്നുണ്ടായിരുന്നു. പിറ്റേ ദിവസം രാവിലെ തിരുനെല്ലി ഭാഗത്തേക്കു പോവുന്ന ഒരു ലോറിയിലാണ് ഞങ്ങൾ ബാവലിയിൽ നിന്നു പുറപ്പെട്ടത്. ലോറി തിരുനെല്ലി വരെപോയില്ലെന്നും കുറേ ഇപ്പുറത്ത് ഇറങ്ങിയ ഞങ്ങൾ നടന്നാണ് പോയത് എന്നുമാണ് ഓർമ. ആ തിരുനെല്ലി യാത്രയിലാണ് ഞങ്ങൾ അതിനകം ആളുകൾ 'വർഗീസ് പാറ'എന്നു വിളിച്ചു തുടങ്ങിയിരുന്ന സ്ഥലം കണ്ടത്.

വർഗീസ് 60-കളുടെഅവസാനവർഷങ്ങളിൽ യുവജനങ്ങളുടെ ഒരു വീരനായകനായിരുന്നു. കണ്ണൂർജില്ലയിലെ ഇടതുപക്ഷക്കാരായ യുവാക്കളിൽ കുറേപേർ വർഗീസിന്റെ ആരാധകരായിരുന്നു. അവസാനനാളുകളിൽ വർഗീസ് പ്രവർത്തിച്ചിരുന്നത് വയനാട്ടിലെ ആദിവാസികൾക്കിടയിലാണ്. 'സഖാവ് വർഗീസ്' എന്നു പൊതുവെ അറിയപ്പെട്ടിരുന്ന ഈ വിപ്ലവകാരി 1970 ഫെബ്രുവരി 18-നാണ്കൊല്ലപ്പെട്ടത്. പോലീസുമായുള്ള ഏറ്റുമുട്ടലിൽ വർഗീസ് കൊല്ലപ്പെട്ടുവെന്നാണ് വാർത്ത വന്നത്. അത് വിശ്വസനീയമാക്കാൻ വേണ്ടി മരിച്ചു കിടക്കുന്ന വർഗീസിന്റെ കയ്യിൽ ഒരു തോക്കും പിടിപ്പിച്ചിരുന്നു.

വർഷങ്ങൾ പലതു കഴിഞ്ഞ് 1998-ൽ പി. രാമചന്ദ്രൻനായർ എന്ന പോലീസ് കോൺസ്റ്റബിളിന്റെ വെളിപ്പെടുത്തൽ വന്നു. കെ. ലക്ഷ്മണ എന്ന പോലീസ് ഓഫീസർ (ഡെപ്യൂട്ടി സൂപ്രണ്ട്)ആവശ്യപ്പെട്ടതനുസരിച്ച് താൻ വർഗീസിനെ വെടിവെച്ചുകൊല്ലുകയായിരുന്നുവെന്ന് രാമചന്ദ്രൻ നായർ തുറന്നുപറഞ്ഞു. സി. ബി. ഐ പ്രത്യേക കോടതി പിന്നീട് ലക്ഷ്മണയെ ജീവപര്യന്തം തടവിനു ശിക്ഷിക്കുകയും ചെയ്തു. സത്യനോടൊപ്പം കോവിലനെ കാണാൻ പോയതാണ് അവിസ്മരണീയമായ മറ്റൊരനുഭവം. 1971-ൽ എപ്പോഴോ ആയിരുന്നിരിക്കണം ആ യാത്ര. കോവിലൻ അക്കാലത്ത്സാഹിത്യത്തെ സ്നേഹിക്കുന്ന വിദ്യാർത്ഥികളിൽ ഒരു വിഭാഗത്തിന്റെആരാധനാപാത്രമായിരുന്നു. അദ്ദേഹത്തെ ഞങ്ങൾ ഇഷ്ടപ്പെട്ടു തുടങ്ങിയത് എ മൈനസ് ബി,

ഏഴാമെടങ്ങൾ എന്നീ നോവലുകളിലൂടെയും ചില ആദ്യകാല കഥകളിലൂടെയുമാണ്. മറ്റെല്ലാ എഴുത്തുകാരിൽ നിന്നും വേറിട്ടുനിൽക്കുന്ന ഒരാളായി കോവിലൻ അന്ന് ഞങ്ങൾക്കനുഭവപ്പെട്ടിരുന്നു. പ്രായമായിട്ടും യൗവനത്തിന്റെ വീറ് വറ്റാത്ത കോവിലനെ നേരിൽക്കണ്ടു സംസാരിക്കണമെന്നത് അന്നത്തെ വലിയൊരുമോഹമായിരുന്നു. സത്യനും ഞാനും ആദ്യം ഗുരുവായൂരിലേക്കാണ് പോയത്. സന്ധ്യകഴിഞ്ഞാണ് ഞങ്ങൾ ഗുരുവായൂർ ക്ഷേത്രപരസരത്തെത്തിയത്. ഉണ്ണികൃഷ്ണൻ പുതൂർ അവിടെയെവിടെയോ ആണ് താമസിക്കുന്നതെന്ന് ഞങ്ങൾക്കറിയാമായിരുന്നു. അന്വേഷിച്ചു പിടിച്ച്അദ്ദേഹത്തെ കണ്ടെത്തി.

ഒരു കെട്ടിടത്തിന്റെ മുകളിലത്തെ നിലയിലായിരുന്നു പുതൂരിന്റെ താമസം. ഞങ്ങൾ സ്വയം പരിചയപ്പെടുത്തിയപ്പോൾ അദ്ദേഹത്തിന് വലിയ സന്തോഷമായി. സംസാരിക്കാൻ സാഹിത്യമല്ലാതെ ഞങ്ങൾക്ക് വേറെവിഷയമില്ല. പുതൂരിന് പക്ഷേ, പുതിയ സാഹിത്യത്തോട് മമതയുള്ളതായി തോന്നിയില്ല. അദ്ദേഹത്തിന് പ്രധാനമായും പറയാനുണ്ടായിരുന്നത് തന്നെ അവഗണിക്കുന്ന നിരൂപകരെയും സാഹിത്യത്തിലെ അധികാരകേന്ദ്രങ്ങളായി മാറിയ വ്യക്തികളെയും കുറിച്ചായിരുന്നു. വലിയ വികാര വിക്ഷോഭത്തോടെയാണ് അദ്ദേഹം അവർക്കെതിരെസംസാരിച്ചത്. ഞങ്ങൾക്കാണെങ്കിൽ അതിൽ കാര്യമായ താൽപര്യം തോന്നിയതുമില്ല. അടുത്ത ദിവസം ഉച്ച കഴിഞ്ഞാണ് കോവിലന്റെ പുല്ലാനിക്കുന്നിലെ വീട്ടിലെത്തിയത്. ഗുരുവായൂരിൽ നിന്ന് അവിടം വരെയുള്ള നടത്തം തന്നെവലിയൊരനുഭവമായിരുന്നു. ഒരു സ്ഥലത്തിന്റെയും പേര് ഇന്നിപ്പോൾഓർമയിലില്ല. പക്ഷേ, കാഴ്ചയുടെ തുണ്ടുകൾ മനസ്സിൽ നിന്നുമാഞ്ഞുപോയിട്ടില്ല. കോവിലന്റെ വീട് അന്ന് ചെത്തിത്തേപ്പ്കഴിഞ്ഞിട്ടില്ലാത്ത ഒരു വീടായിരുന്നു. ഞങ്ങൾ ചെന്നു സ്വയംപരിചയപ്പെടുത്തിയപ്പോൾ ഒട്ടും പ്രതീക്ഷിക്കാത്ത ഒരു കാര്യം സംഭവിച്ചു.

കോവിലൻ പോയി അച്ചടിച്ച ഏതാനും പേജുകൾഎടുത്തുകൊണ്ടുവന്നു. അത് ഞാൻ ദേശാഭിമാനി വാരികയിലെഴുതിയ 'എന്റെഞരമ്പുകളിലെ അഗ്നിപർവതമേ' എന്ന കഥ ചീന്തിയെടുത്ത് പിൻചെയ്തുവെച്ചതായിരുന്നു. വളരെ നന്നായി തോന്നിയ കഥയായതുകൊണ്ടാണ് താനത് പ്രത്യേകം സൂക്ഷിച്ചുവെച്ചതെന്ന് കോവിലൻ പറഞ്ഞു. അന്ന് അതൊരുകോരിത്തരിപ്പിക്കുന്ന അനുഭവം തന്നെയായിരുന്നെങ്കിലും അദ്ദേഹം പറഞ്ഞ ഈകഥയോട് പിൽക്കാലത്ത് എനിക്കു തന്നെ മതിപ്പ് തോന്നിയില്ല. അതിവൈകാരികവും പ്രഭാഷണ പരതയോട് അടുത്തു വരുന്നതുമായ ഭാഷയിലെഴുതിയ ഒരപക്വ രചനയായിട്ടാണ്

ഏതാനും വർഷങ്ങൾ കഴിഞ്ഞപ്പോൾ അതെനിക്ക് അനുഭവപ്പെട്ടത്. അതുകൊണ്ട് മറ്റു ചില കഥകൾക്കൊപ്പം ഈ കഥയ്ക്കും എന്റെ ഒരു സമാഹാരത്തിലും ഞാൻ ഇടം നൽകിയില്ല. എഴുത്തിനെക്കുറിച്ചും ജീവിതത്തെക്കുറിച്ചും പലതും പറഞ്ഞു പറഞ്ഞ് ഒടുവിൽ കോവിലൻ മുനിമടകളെക്കുറിച്ച് പറഞ്ഞു. ക്രിസ്തുവിനു മുമ്പുള്ള കാലത്തെ ഋഷിമാർ തപസ്സനുഷ്ഠിക്കുന്നതിനായി ഉപയോഗിച്ചിരുന്നതായി കരുതപ്പെടുന്നഗുഹകളാണ് മുനിമടകൾ. കോവിലന്റെ നാടായ കണ്ടാണിശ്ശേരിയിലെ പുല്ലാനിക്കുന്നിൽ മുനിമടകളുണ്ട്. പാറ അതിവിദഗ്ധമായി കൊത്തിയെടുത്തുണ്ടാക്കിയ ഈ ഗുഹകൾ ആരെയും അത്ഭുതപ്പെടുത്തും. താൻ അതിനകത്ത് കടന്ന് ഇരുന്നു നോക്കിയിട്ടുണ്ടെന്ന് കോവിലൻ പറഞ്ഞു. അങ്ങനെയൊക്കെ സംസാരിച്ചുകൊണ്ടിരിക്കെ കോവിലന്റെ ഭാര്യ ശാരദ ടീച്ചർ സ്കൂൾ വിട്ടു വന്നു. അവരുടെ കയ്യിൽ ഓറഞ്ചിന്റെ ഒരുപൊതിയുണ്ടായിരുന്നു. അതിൽ നിന്ന് അവർ ഓരോന്നെടുത്ത് എനിക്കും സത്യനും തന്നു.

ഞങ്ങൾ കോവിലന്റെ വീട്ടിൽ നിന്നിറങ്ങി അടുത്തു തന്നെയുള്ള 'കൊടക്കല്ലു പറമ്പ്' വരെ പോയി. അവിടത്തെ കാഴ്ച അതിനു മുമ്പും പിമ്പും മറ്റെങ്ങും കണ്ടിട്ടില്ലാത്തതായിരുന്നു. ചരിത്രാതീത കാലത്തെ ശവകുടീരങ്ങളാണ് കുടക്കല്ലുകൾ. ഏതാണ്ട് ഒരു കുടയുടെ ആകൃതിയാണ് കുടക്കല്ലിന്. നാല് വലിയ കല്ലുകൾ ചെരിച്ചു വെച്ച് അതിനു മുകളിൽ ഒരുകുടയുടെ മേൽഭാഗം പോലെ ഒരു വലിയ കല്ല് ചെത്തിയൊരുക്കിവെച്ചിരിക്കുന്നതാണ് കുടക്കല്ല്. കേട്ടറിവ് മാത്രമുണ്ടായിരുന്ന കുടക്കല്ലുകൾ എന്തൊക്കെ വിചാരങ്ങളോടെയായിരിക്കാം അന്ന് ഞങ്ങൾ കണ്ടുനിന്നതെന്ന് പറയാനാവില്ല. പട്ടാമ്പിയിലേക്കു പോവുക എന്നതിന് അന്ന് ഞങ്ങളെ സംബന്ധിച്ചിടത്തോളം പി. എൻ. ദാസിനെ കാണാൻ പോവുക എന്നായിരുന്നു അർത്ഥം. ദാസിന് അക്കാലത്ത് പട്ടാമ്പി റെയിൽ സ്റ്റേഷന് വളരെ അടുത്തുള്ള ഒരു കെട്ടിടത്തിന്റെ മുകളിലത്തെ നിലയിൽ ഒരു മുറിയുണ്ടായിരുന്നു. ആ മുറിയുടെ വാതിൽ എപ്പോഴും തുറന്നു കിടക്കും. ആർക്ക് എപ്പോൾ വേണമെങ്കിലും കയറിച്ചെല്ലാം. ഞാനും സത്യനും പലതവണ രാത്രി വണ്ടിക്കു പോയി പട്ടാമ്പി സ്റ്റേഷനിലിറങ്ങി ഈമുറിയുടെ വാതിൽ തള്ളിത്തുറന്ന് ദാസിനെ വിളിച്ചുണർത്തിയിട്ടുണ്ട്. ഹ്യൂമനിസത്തോട് പ്രത്യേകമായ ആഭിമുഖ്യമുണ്ടായിരുന്ന ആളായിരുന്നു പി. എൻ. ദാസ്. എല്ലാവരെയും സ്നേഹിക്കുക, എല്ലാവർക്കും വേണ്ടി നമ്മളാലാവുന്നത് ചെയ്യുന്നതിലൂടെ ജീവിതത്തിന് അർത്ഥമുണ്ടാക്കുക എന്ന ലളിതമായ അർത്ഥം മാത്രമാണ് ദാസ് ഹ്യൂമനിസത്തിന് കല്പിക്കുന്നത് എന്നാണ് ആദ്യം തോന്നിയത്. പക്ഷേ, ദാസ് തന്റെ ഹ്യൂമനിസത്തെ നക്സലിസത്തിന്റെ

ആശയലോകവുമായി അടുപ്പിക്കുന്നുണ്ടായിരുന്നു. മനുഷ്യസ്നേഹത്തെ സ്വന്തം ജീവൻ പോലും നൽകി ഉയർത്തിപ്പിടിക്കുന്നവരായി അന്നത്തെ ഇടതുപക്ഷതീവ്രവാദ പ്രവർത്തകരെ അദ്ദേഹം കണ്ടിരിക്കണം. അല്പമായിപ്പോലും സ്വാർത്ഥമതികളല്ലാത്ത, ഈ മനുഷ്യരോടു മാത്രമേ തനിക്ക് മനസ്സുകൊണ്ടും ബുദ്ധികൊണ്ടും പൂർണമായി ചേർന്നു നിൽക്കാനാവൂ എന്ന് ദാസിന് തോന്നിയിരുന്നിരിക്കാം. ഈ ആഭിമുഖ്യത്തിന്റെ ഒരു പ്രധാനപ്പെട്ട ഫലമായിരുന്നു 'പ്രസക്തി' മാസിക. പ്രസക്തി രണ്ടു ലക്കങ്ങളിലപ്പുറം ഇറങ്ങിയിട്ടില്ലെന്നു തോന്നുന്നു. ഈ മാസികയിലാണ് മലയാള കവിതയിൽ ഒരുവഴിത്തിരിവ് സൃഷ്ടിച്ചതായി പൊതുവെ എല്ലാവരും അംഗീകരിച്ച കെ. ജി. ശങ്കരപ്പിള്ളയുടെ 'ബംഗാൾ' പ്രസിദ്ധീകരിക്കപ്പെട്ടത്. പ്രസക്തിമാസികയുടെ നൂറോളം കോപ്പികൾ ഞങ്ങൾ തലശ്ശേരിയിൽ വിറ്റിരുന്നു. ദാസ് അന്ന് ഒരു പ്രകൃതിചികിത്സകനായിരുന്നു. മണ്ണുചികിത്സയിലാണ് ദാസ് പ്രത്യേക വൈദഗ്ധ്യം നേടാൻ ശ്രമിച്ചത്. പ്രതിഫലം പറ്റാതുള്ള ചികിത്സയായിരുന്നു അത്. ധാരാളം രോഗികൾ അന്ന് അദ്ദേഹത്തെ കാണാൻവരുമായിരുന്നു. അലോപ്പതിയിൽ നടന്നുകൊണ്ടിരിക്കുന്നത് ചികിത്സാ വ്യാപാരം മാത്രമാണ് എന്ന നിലപാടു തന്നെയാണ് ദാസിനെ പ്രകൃതി ചികിത്സയിലെത്തിച്ചത്. ഈ നിലപാടാണ് പിൽക്കാലത്ത് ദാസിനെ 'വൈദ്യശസ്ത്രം' മാസികയുടെ പത്രാധിപരാക്കിയതും. ദാസുമായും ദാസ് മുറുകെ പിടിച്ച ഹ്യൂമനിസവുമായും അടുപ്പം തോന്നിയ ഞാൻ 1971-ൽ എരിപുരത്തെ മാടായി എൽ. പി. സ്കൂളിൽ വെച്ച് ഒരു ഹ്യൂമനിസ്റ്റ് സമ്മേളനം സംഘടിപ്പിച്ചു. പി. എൻ. ദാസും സത്യനും നൂറോളം മറ്റുസുഹൃത്തുക്കളും ആ സമ്മേളനത്തിനെത്തിയിരുന്നു.

എഴുത്തുകാരനായോ ബുദ്ധിജീവിയായോ ഒന്നും അംഗീകൃതനല്ലാതിരുന്ന നാണു (തോലമ്പ്ര സ്വദേശി) എന്ന സാധാരണ മനുഷ്യനാണ് ഈ സമ്മേളനം ഉദ്ഘാടനം ചെയ്തത്, നക്സൽ അനുഭാവികളുടെ ഒരു കൂടിച്ചേരലാണ് ആ സമ്മേളനത്തിന്റെ മറവിൽ യഥാർത്ഥത്തിൽ നടന്നത് എന്ന് എരിപുരത്തെ ചിലരൊക്കെ തെറ്റിദ്ധരിച്ചതു കാരണം കുറച്ചു ദിവസം ഒരു മുറുമുറുപ്പുണ്ടായിരുന്നു. ഹ്യൂമനിസത്തോടുള്ള തീർത്തും കാല്പനികം എന്ന് ഇന്ന് നിരീക്ഷിക്കാവുന്ന താൽപര്യം കുറച്ചുകാലം കൂടി ഞാൻ കൊണ്ടുനടന്നിരുന്നു. 1972-ൽ വിക്രമൻ നായർ ട്രോഫിക്കു വേണ്ടിയുള്ള സംസ്ഥാനതലത്തിലുള്ള മത്സരത്തിൽ അവതരിപ്പിക്കാനായി എന്റെ 'ശിബിരം' എന്ന നാടകം കൊണ്ടുപോയത് ആ ആവശ്യത്തിനു മാത്രമായി ഞങ്ങളുണ്ടാക്കിയ 'ഹ്യൂമനിസ്റ്റ് കലാവേദി, വെങ്ങര'യായിരുന്നു.

3

എന്റെ ആദ്യകഥാസമാഹാരമായ 'ഒറ്റയാന്റെ പാപ്പാൻ' എന്ന പുസ്തകത്തിന്റെ പ്രകാശന പരിപാടിയുടെ കുഞ്ഞുനോട്ടീസിന്റെ ഉള്ളടക്കമാണ് അതേപടി താഴെചേർക്കുന്നത്. മൂവായിരം രൂപ ബാങ്ക് ലോൺ എടുത്താണ് പുസ്തകം അച്ചടിച്ചത്. പുസ്തകം വിറ്റ വകയിൽ ഒരു വർഷം കൊണ്ട് ആകെക്കൂടി കിട്ടിയത് 800 രൂപയിൽ താഴെ. ഇങ്ങനെയൊക്കെയാണെങ്കിലും 'ഒറ്റയാന്റെ പാപ്പാൻ' പുറത്തിറക്കാനായത് വലിയ കാര്യമായിത്തന്നെ ഇപ്പോഴും തോന്നുന്നു. ഈ ചടങ്ങിൽ പങ്കെടുത്തവരിൽ മൂന്ന് പേർ ഇന്ന് നമ്മോടൊപ്പമില്ല. എം. എൻ. വിജയൻമാഷും ടി. പി. സുകുമാരൻ മാഷും ഒ.പി. രാജ്മോഹനും. എം. എ. റഹ്മാന്റെ കയ്യിൽനിന്ന് പുസ്തകത്തിന്റെ ആദ്യപ്രതി സ്വീകരിച്ച ശശിമാസ്റ്റർ എൻ. ശശിധരൻ തന്നെ. നാടകങ്ങൾ പലതും എഴുതിയിരുന്നെങ്കിലും, വിപുലമായ സാഹിത്യപരിചയമുള്ള മികച്ച വായനക്കാരനായിരുന്നെങ്കിലും, ശശിമാഷ് എൻ. ശശിധരൻ എന്ന പേരിൽ ആനുകാലികങ്ങളിൽ എഴുതിത്തുടങ്ങിയിരുന്നില്ല അന്ന്. അതുകൊണ്ടാണ്, കാറഡുക്കയിൽ നിന്ന് തലശ്ശേരിയിലെത്തിയിട്ട് അധികം കാലമായിരുന്നില്ലെങ്കിലും തലശ്ശേരിക്കാർക്ക് അതിനകം സുപരിചിതമായിക്കഴിഞ്ഞിരുന്ന 'ശശിമാസ്റ്റർ' (ശശിമാഷ്)എന്ന പേര് അങ്ങനെ തന്നെ നോട്ടീസിൽ വെച്ചത്.

പുസ്തകപ്രകാശനം തുടർന്നു വരുന്ന ആശംസാരൂപത്തിലുള്ള പ്രശംസകളിൽ മുങ്ങിപ്പോവരുത് എന്ന് നിർബന്ധമുണ്ടായിരുന്നതുകൊണ്ടാണ് ചടങ്ങിന്റെ ഭാഗമായിത്തന്നെ പ്രഭാഷണപരിപാടിയും സംഘടിപ്പിച്ചത്. പ്രകാശന പരിപാടിക്കെത്തിയവർക്ക് ഹ്രസ്വമെങ്കിലും വളരെ അർത്ഥവത്തായ നാല് നല്ല പ്രഭാഷണങ്ങൾ കേൾക്കാൻകഴിഞ്ഞു എന്നതായിരുന്നു അതിന്റെ ഫലം. കഥാവായനക്കാരിൽ നിന്ന് നല്ല പിന്തുണ ലഭിച്ച 'ഒറ്റയാന്റെ പാപ്പാന്.' പലചെറുമാസികകളിലും റിവ്യൂ വന്നു. ആദ്യറിവ്യൂ മാതൃഭൂമി ആഴ്ചപ്പതിപ്പിൽ എഴുതിയത് വി. പി. ശിവകുമാറാണ്. ആ പ്രിയ കഥാകൃത്ത് ഞാൻ ഒരിക്കൽപ്പോലുംനേരിട്ട് കണ്ടിട്ടില്ലാത്ത ആളാണ്. പുസ്തകത്തിന്റെ പ്രൂഫ് റീഡിംഗിനും പരിപാടി സംഘടിപ്പിക്കുന്നതിനും അന്നത്തെ ബ്രണ്ണൻ മലയാളവിഭാഗത്തിലെ പലവിദ്യാർത്ഥികളും നന്നായി സഹായിച്ചിരുന്നു. 'അകം സമിതി' മലയാളം ഡിപ്പാർട്ട്മെന്റ് കേന്ദ്രീകരിച്ചുള്ള ഒരു കൂട്ടായ്മയായിരുന്നു. ഈകൂട്ടായ്മ 'അകം' എന്ന പേരിൽത്തന്നെ അക്കാലത്ത് ഒരു മാസിക പുറത്തിറക്കിയിരുന്നു.

ഇനി നോട്ടീസ്:

86 ജനവരി 25 ശനി രാവിലെ 10 മണി.

പുസ്തക പ്രകാശനം: **ഒറ്റയാന്റെ പാപ്പാൻ**

എൻ. പ്രഭാകരൻ

സ്ഥലം: തലശ്ശേരി ഗവ. ട്രെയിനിംഗ് കോളേജ്

അധ്യക്ഷൻ: ഒ. പി. രാജ് മോഹൻ

പ്രകാശനം: എം. എ. റഹ്മാൻ

കോപ്പി സ്വീകരിക്കുന്നത്: ശശിമാസ്റ്റർ

രാവിലെ 11 മണി പ്രഭാഷണങ്ങൾ

കെ. സി. നാരായണൻ - ആനന്ദിന്റെ ദർശനം

കല്പറ്റ നാരായണൻ - ബഷീറിന്റെ അദ്വൈതം

ഡോ. ടി. പി. സുകുമാരൻ -സക്കറിയയുടെ കഥകൾ

എം. എൻ. വിജയൻ - കഥയുടെ കാര്യങ്ങൾ

അകം സമിതി, ധർമടം.

4

ബ്രണ്ണൻ കോളേജിൽ പൂർവ വിദ്യാർത്ഥികളുടെ പല സംഘടനകളുമുണ്ട്. അവയിൽ ചിലത് ഭേദപ്പെട്ട രീതിയിൽ പ്രവർത്തിച്ച വരുന്നമുണ്ട്. 2018 സെപ്റ്റംബർ 21-ന് കണ്ണൂരിൽ വെച്ച് രൂപീകൃതമായ ഒരു സംഘടനയാണ് ബ്രണ്ണൻ ഫോക്സ് (Brennen Folks). 1967 മുതൽ 75 വരെയുള്ള കാലത്ത് ബ്രണ്ണൻ കോളേജ് ഹോസ്റ്റലിലും സമീപത്തെ ലോഡ്ജുകളിലുമായി താമസിച്ചിരുന്ന ബ്രണ്ണൻ വിദ്യാർത്ഥികളുടെ കൂട്ടായ്മയാണിത്. കാസർകോട്, കണ്ണൂർ, വയനാട്, കോഴിക്കോട് ജില്ലകളിൽ നിന്നുള്ളവരും ലക്ഷദ്വീപിൽ നിന്നുള്ളവരുമാണ് സംഘടനയിലുള്ളത്. ഞാൻ ചെയർമാനായും (ഇപ്പോൾ ചെയർമാൻ പേരിനു മാത്രമാണ്. കണ്ണൂർ യൂനിവേഴ്സിറ്റിയുടെ മുൻ പരീക്ഷാ കൺട്രോളറായ പ്രൊഫ. കെ. പി. ജയരാജനാണ് വർക്കിംഗ് ചെയർമാൻ) അഡ്വ. വേണുഗോപാലനും വി. കുഞ്ഞിക്കണ്ണനും ബേബി ഉഷാകിരണും വൈസ് ചെയർമാൻമാരായും പി. അശോകൻ സെക്രട്ടറിയായും കെ. പി. മുത്തുക്കോയ, ഡോ. രാജൻ എന്നിവർ ജോയിന്റ്സെക്രട്ടറിമാരായും, കെ. പി. രാജേശ്വരൻ ട്രഷററായും തിരഞ്ഞെടുക്കപ്പെട്ട സംഘടനയുടെ രക്ഷാധികാരികൾ എ. കെ. ബാലൻ, പ്രൊഫ. ഇ. കുഞ്ഞിരാമൻ, കുഞ്ഞികൃഷ്ണൻ നമ്പ്യാർ,

കെ. ഭാസ്കരൻ, ഡോ. കെ. വി. കുഞ്ഞികൃഷ്ണൻ, എ. കെ. രമേശ് ബാബു, മാധവൻ കാഞ്ഞങ്ങാട് എന്നിവരാണ്.

ആയുർവേദ ഡോക്ടറും ലക്ഷദ്വീപുകാരനുമായ സയ്യിദ്, പി. രാമകൃഷ്ണൻ, സി. കെ. കെ. നായർ, റിട്ടയേഡ് ഡി. വൈ. എസ്. പി. രവി, അഡ്വ. എം. ശശിധരൻ, ശാന്ത, സുരേന്ദ്രൻ, വി. പി. ഗോപാലകൃഷ്ണൻ നായനാർ, എം. ദാമോദരൻ, ടി. ശശിധരൻ, ഇന്ദുകുമാർ, പ്രേമചന്ദ്രൻ, ഐ. വി. കൃഷ്ണൻ, മോഹൻദാസ്, പി. വി. നാരായണൻ, നരേന്ദ്രൻ, ടി. പവിത്രൻ, പി. ടി. മോഹൻ, മണിയൂർ രാജൻ എന്നിവരാണ് ഇപ്പോഴത്തെ എക്സിക്യൂട്ടീവ് കമ്മറ്റി മെമ്പർമാർ.

ബ്രണ്ണൻ ഫോക്സിന്റെ ആദ്യത്തെ ജനറൽ ബോഡി മീറ്റിംഗ് 2018 ഡിസംബർ 2-ന് കോളേജ് സെമിനാർ ഹാളിലാണ് നടന്നത്. അന്ന് സാംസ്കാരിക വകുപ്പ് മന്ത്രിയായിരുന്ന ബാലൻ, ഭാര്യ ഡോ. ജമീലയോടൊപ്പമാണ് പരിപാടിയിൽ പങ്കെടുക്കാനെത്തിയത്. ബ്രണ്ണൻ ഫോക്സ് കോളേജിലെ വിദ്യാർത്ഥികൾക്കും പൂർവവിദ്യാർത്ഥികൾക്കുമായി നടത്തിയ കഥാമത്സരത്തിൽ ഒന്നാം സമ്മാനം നേടിയ ദീപമോൾ മാത്യു(അസിസ്റ്റന്റ്പ്രൊഫസർ, നിർമലഗിരി കോളേജ്) വിനും രണ്ടാം സമ്മാനം നേടിയ അതുൽ പൂതാടി (ബ്രണ്ണൻ കോളേജ് രണ്ടാം വർഷ ബി. എ) ക്കും എ. കെ. ബാലൻ തന്നെ സമ്മാനങ്ങൾ വിതരണം ചെയ്തു.

ബ്രണ്ണൻ ഫോക്സിന്റെ ക്ഷണം സ്വീകരിച്ച് 19-1-2019ന് പി. കെ. ശ്രീമതി ടീച്ചർ ലേഡീസ് ഹോസ്റ്റലും മെൻസ് ഹോസ്റ്റലും സന്ദർശിക്കുകയും സംഘടന സംഭാവന ചെയ്ത ഓരോ ടി. വി. സെറ്റ് രണ്ടു ഹോസ്റ്റലുകൾക്കും നൽകുകയും ചെയ്തു. ബ്രണ്ണനിലെ വിദ്യാർത്ഥിനികൾക്ക് ഉപയോഗിക്കേണ്ടതിനായി ഒരു പുതിയ ടോയ്‌ലെറ്റ് ഉണ്ടാക്കുന്നതിന് എം. പി. ഫണ്ടിൽ നിന്ന് താൻ ഒരു തുക സംഭാവന നൽകുമെന്ന് അന്ന് ശ്രീമതി ടീച്ചർ വാഗ്ദാനം ചെയ്യുകയുണ്ടായി. പിന്നീട് ടീച്ചർ മുഖേന 12. 75 ലക്ഷം രൂപ ഈ ആവശ്യത്തിനായി പ്രിൻസിപ്പാളിന്റെ അക്കൗണ്ടിൽ എത്തുകയും ചെയ്തു. സെമിനാർ ഹോളിൽ അന്നു തന്നെ നടന്ന ഒരു മീറ്റിംഗിൽ വെച്ച് ശ്രീമതി ടീച്ചർ കോളേജ് വിദ്യാർത്ഥികൾക്കു വേണ്ടിയുള്ള മോട്ടിവേഷൻ ക്ലാസിന്റെ ഉദ്ഘാടനം നിർവഹിച്ചു. വി. പി. ഗോപാലകൃഷ്ണൻ നായനാർ, വി. കുഞ്ഞിക്കണ്ണൻ, കുഞ്ഞികൃഷ്ണൻ നമ്പ്യാർ, കെ. പി. മുത്തുക്കോയ, ബേബി ഉഷാകിരൺ എന്നിവർ വിദ്യാർത്ഥികൾക്ക് പ്രയോജനപ്പെടുന്ന വിവിധ കാര്യങ്ങളെക്കുറിച്ച് ഹ്രസ്വമായി സംസാരിച്ചു. അന്നത്തെ കോളേജ് പ്രിൻസിപ്പാൾ ഡോ. കെ. എൽ. ബീന, വൈസ് പ്രിൻസിപ്പാൾ ഡോ. ചന്ദ്രഭാനു, ഹോസ്റ്റൽ വാർഡൻ അബ്ദുൾ അസീസ് മാഷ്, ഹോസ്റ്റൽ ഡവലപ്മെന്റ്കമ്മിറ്റി

ചെയർമാനും ഫിസിക്കൽ എജ്ജുക്കേഷൻ അധ്യാപകനുമായ ജിനോ സെബാസ്റ്റ്യൻ എന്നിവരും സംസാരിച്ചു.

ഹോസ്റ്റലിൽ താമസിക്കുന്നവരിലും നിത്യവും പോയിവരുന്ന വിദ്യാർത്ഥികളിലും ഏറ്റവും കൂടുതൽ വിഷമമനുഭവിക്കുന്നവർക്ക് സാമ്പത്തിക സഹായം നൽകണമെന്ന കാര്യം സംഘടന ആദ്യമേ ആലോചിച്ചിരുന്നതാണ്. അത് തൃപ്തികരമായ രീതിയിൽ ചെയ്യാൻ പറ്റി എന്ന് അവകാശപ്പെടാനാവില്ല. അത്തരത്തിലുള്ള 33 വിദ്യാർത്ഥികൾക്കുള്ള താൽക്കാലിക സഹായമെന്ന നിലയിൽ 2019 മാർച്ച് 7-ന് അശോകനും ഞാനും കൂടി 47, 600 രൂപ (നാല്പത്തേഴായിരത്തി അറുന്നൂറ്) കോളേജ് പ്രിൻസിപ്പാളിന് കൈമാറി എന്നു മാത്രം. ഒരു മെഡിക്കൽ ക്യാമ്പ് ഉൾപ്പെടെ മറ്റു ചില കാര്യങ്ങൾ കൂടി ചെയ്തിരുന്നെങ്കിലും കോവിഡ് കാലം ബ്രണ്ണൻഫോക്സിന്റെ തുടർന്നുള്ള പ്രവർത്തനത്തെ വളരെ പ്രതികൂലമായി ബാധിച്ചു. ഇനിയങ്ങോട്ട് കൂടുതൽ ഫലപ്രദമായി എന്തെങ്കിലും ചെയ്യാനാവുമോ എന്നുള്ളതിനെപ്പറ്റി ആലോചിച്ചു വരുന്നുണ്ട്.

5

മരിച്ചുപോയ ഒരു സുഹൃത്തിനെക്കുറിച്ചാണ് എഴുതുന്നത്. അതിന്റെ വേദന ചിരിയുണർത്തുന്ന ഈ സംഭവത്തിന്റെ വിവരണത്തിനു ശേഷവും ബാക്കിനിൽക്കും. ഈ സുഹൃത്ത് എന്റെ സമകാലികനായി ബ്രണ്ണനിൽ ഹിന്ദി ബി. എ. ക്ക് പഠിച്ചതാണ്. പഠിത്തത്തിൽ വളരെ മിടുക്കനായിരുന്നെങ്കിലും ആധുനിക വിദ്യാഭ്യാസവും നാഗരികതയുമൊക്കെ സൃഷ്ടിക്കുന്ന മനോനിലയുമായി പൊരുത്തപ്പെടാനാവാത്ത കൂട്ടത്തിലായിരുന്നു. വലിയ സ്വപ്നങ്ങളൊന്നും കൊണ്ടു നടക്കുന്നതായി തോന്നിയിട്ടുമില്ല.

തെയ്യത്തിന്റെയും നാടൻകലകളുടെയും ലോകത്താണ് ഈ ചങ്ങാതി മനസ്സുകൊണ്ട് ഏറിയ കൂറും സഞ്ചരിച്ചിരുന്നത്. കേരളത്തിലും കുടകിലുമുള്ള ഏതാണ്ട് എല്ലാ തെയ്യങ്ങളെക്കുറിച്ചും മറ്റ് അനുഷ്ഠാനകലകളെക്കുറിച്ചും അയാൾക്ക് എന്തെങ്കിലും പറയാനുണ്ടാവും. എന്നെ കാണുമ്പോഴെല്ലാം നിണബലിക്കാരുടെ കൂടെയോ ഏതെങ്കിലും തെയ്യക്കാരുടെ കൂടെയോ പോയ അനുഭവമാണ് പറയുക. ഒരുച്ചനേരത്ത് ഈ സുഹൃത്തിനെ ഞാൻ കണ്ടത് ശാന്തിവനം എന്ന് വിളിക്കപ്പെടാറുണ്ടായിരുന്ന (ഇപ്പോൾ കെട്ടിടങ്ങൾ വന്ന് വനം ഇല്ലാതായി) സ്ഥലത്തേക്ക് പ്രവേശിക്കുന്നിടത്തെ സമചതുരത്തിലുള്ള ചെറിയ ഒരു സ്ഥലത്തായിരുന്നു. ആ സ്ഥലത്തിന്റെ അതിരുകളിലെല്ലാം ചെമ്പകക്കമ്പുകൾ കൊണ്ട് അതിരു കുറിച്ച് അകത്ത് മധ്യഭാഗത്തായി ഹോമത്തിനെന്നപോലെ ചിരട്ടയും ചെറിയ കമ്പുകളും മറ്റുംകൊണ്ട്

തീക്കൂട്ടിയിരുന്നു. അതിനു പിന്നിൽ ഷർട്ടിടാതെ പൂണൂലും ധരിച്ച് കയ്യ ണ്ടകളിലും നെറ്റിയിലും ഭസ്മം പൂശി ഇരുന്ന് മന്ത്രം എന്നു തോന്നിക്കുന്ന എന്തോ ഒന്ന് ചൊല്ലിക്കൊണ്ടിരിക്കയായിരുന്ന സുഹൃത്ത് വിയർപ്പിൽ കുളിച്ചിരുന്നു. മുന്നിൽ മണ്ണ് കുഴച്ച് ഏതാണ്ട് ശിവലിംഗം പോലൊന്ന് ഉണ്ടാക്കി വെച്ചിരുന്നു. ചുറ്റിലും കുറച്ചുപേർ കൂടി നിന്ന് കൗതുകത്തോടെ എല്ലാം കാണുന്നുണ്ടായിരുന്നു. അവരിലൊരാളോട് ഞാൻ ചോദിച്ചു:

"എന്താ സംഗതി?

"ലിംഗപൂജയാണെന്നാ പറയ്ന്ന്. മോളില് കത്തുന്ന വെയില്, മുന്നില് തീ, അകത്ത് ചൂട് വേറെയും ഉണ്ടാക്കിവെച്ചിറ്റ്ണ്ടെന്നാ തോന്ന്ന്ന്. പിന്നെ, എന്തും സംഭവിക്കാലോ."

പൂജ നടന്ന സ്ഥലത്തുടെ പിന്നീട് പല വട്ടം ഞാൻ കയറിപ്പോയി ട്ടുണ്ട്. തിരക്കിട്ട നടത്തത്തിനിടയിലും ചിലപ്പോഴൊക്കെ ലിംഗപൂജ ഓർമയിലെത്തും. ഇന്ന് തിരിഞ്ഞു നോക്കുമ്പോൾ തോന്നുന്നു: തനിക്ക് പൊരുത്തപ്പെടാൻ കഴിയാത്ത പലതിനെയും, മറികടന്നുപോവാനാ വാതെ വന്ന പല മാനസികസമ്മർദ്ദങ്ങളെയും, എതിരിടാൻ വേണ്ടി യായിരുന്നിരിക്കുമല്ലോ സുഹൃത്ത് അത് നടത്തിയിരിക്കുക. അനുഷ്ഠാ നങ്ങളിൽ ചിലതെങ്കിലും ഇങ്ങനെ വ്യക്തികൾ അവരുടെ മനസ്സിന് സന്തുലിതത്വം കൈവരുത്തുന്നതിനു വേണ്ടി സൃഷ്ടിച്ചെടുത്തതും പിന്നെ സമൂഹം അവയെ സ്വീകരിച്ചതും ആയിരുന്നിരിക്കാം.

6

ബ്രണ്ണൻ കോളേജിൽ അല്പകാലം പ്രിൻസിപ്പാളായിരുന്ന പി. എൻ. മൂഡിത്തായ മാഷ് കന്നടയിലെ ഒരു ഹാസ്യസാഹിത്യകാരനും രസികനായ ഒരു വ്യക്തിയുമാണെന്ന കാര്യം ഞാൻ നേരത്തെ എഴു തിയിരുന്നു. ഇനി അദ്ദേഹം എഴുതിയ ഒരു നർമകഥയുടെ പിന്നിലെ കഥ അഥവാ സംഭവം.

മഴക്കാലത്തൊരു ദിവസം ഞാൻ മാഷെ കണ്ടപ്പോൾ അദ്ദേഹം പറഞ്ഞു: "ഇന്നലെ വൈകുന്നേരം ഇവിടന്ന് പോവുമ്പോ എന്റെ ചെരിപ്പ് പൊട്ടിപ്പോയി സാർ. പുതിയ ഒന്ന് വാങ്ങേണ്ടി വന്നു. നൂറ്റയ്മ്പതുറുപ്പിക പോയി." രണ്ടുമൂന്നാഴ്ചയോളം കഴിഞ്ഞ് ഒരു ദിവസം ഞാൻ പ്രിൻസിപ്പാ ളിന്റെ മുറിയിൽ പോയപ്പോൾ മൂഡിത്തായ മാഷ് പറഞ്ഞു:

"അന്ന് വാങ്ങിയ ആ ചെരിപ്പില്ലേ സാർ. അത് മഴയത്ത് ഉപയോഗി ക്കാൻ പറ്റൂല്ല. ഭയങ്കര സ്മെല്ലാണ്. അതുകൊണ്ട് ബേറെ ഒന്ന് വാങ്ങി. പക്ഷേ, ആ പഴയ ചെരിപ്പിനെക്കൊണ്ട് ഒരു ഗുണംണ്ടായി. ഞാൻ

അതിനപ്പറ്റി ഒരു കഥയെഴുതി. ഇരുന്നൂറ് റുപ്പിക കിട്ടി. അയിമ്പതുറുപ്പിക ലാഭം."

വളരെ നിസ്സാരമെന്ന് മറ്റുള്ളവർക്ക് തോന്നുന്ന സംഗതികളിൽനിന്ന് കഥയും കവിതയുമൊക്കെ ഉണ്ടാക്കാൻ ഹാസ്യസാഹിത്യകാരന്മാർക്കും അല്ലാതുള്ള ചിലർക്കും വിരുത് കൂടുതലാണ്. അനുഭവങ്ങളെ ചെറുത്, വലുത് എന്ന് വേർതിരിക്കുന്നതിൽ അവർ വിമുഖരാണെന്നു തോന്നുന്നു. എന്തായാലും, എഴുത്തുകാർക്കിടയിൽ വലിപ്പച്ചെറുപ്പങ്ങളുള്ളതായി താൻ കരുതുന്നുണ്ടെന്ന് മൂഡിത്തായ മാഷ് തന്റെ പെരുമാറ്റത്തിലൂടെ വെളിപ്പെടുത്തുന്നത് കണ്ടിട്ടില്ല.

ഒരു ദിവസം, കൃത്യമായിത്തന്നെ തിയ്യതി പറയാം 2011 ജനവരി 14-ന് മാഷും ഞാനും ബായിക്കട്ടെ എന്ന സ്ഥലത്തുള്ള അദ്ദേഹത്തിന്റെ വീട്ടിൽ നിന്നിറങ്ങി പൈവളിഗെയിലേക്ക് പോവുകയായിരുന്നു. പൈവളിഗെ സ്കൂൾ ഗ്രൗണ്ടിൽ 'ദേശൊദ തുളു ജാത്രെ' (തുളു ഉത്സവം) എന്ന പരിപാടി നടക്കുന്നുണ്ട്. അന്ന് മുഖ്യമന്ത്രിയായിരുന്ന വി. എസ്. അച്യുതാനന്ദനാണ് പരിപാടി ഉദ്ഘാടനം ചെയ്യുന്നത്.

നാടുമായി ബന്ധപ്പെടുന്ന വ്യത്യസ്ത വിഷയങ്ങളെ അധികരിച്ചുള്ള സമ്മേളനങ്ങൾ, തുളുനാടിന്റെ വിവിധഭാഗങ്ങളിൽ നിന്നുള്ള കലാകാരന്മാർ അവതരിപ്പിക്കുന്ന പരിപാടികൾ, പുസ്തക പ്രദർശനം എല്ലാമുണ്ട്. നല്ല ഉത്സാഹത്തിലാണ് മൂഡിത്തായ മാഷും ഞാനും ബായിക്കട്ടെയിൽ നിന്ന് വലിയ ദൂരമില്ലാത്ത പൈവളിഗെ സ്കൂളിലേക്കു നടന്നത്. പോകുന്ന വഴിയിൽ അല്പമകലെയായി ഒരു ചെറുപ്പക്കാരിയെ കണ്ടപ്പോൾ മാഷ് പറഞ്ഞു:

"ആ വരുന്നത് തുളുവിൽ കവിത എഴുതുന്ന ആളാണ്."

ആ സ്ത്രീ ഏതോ വീട്ടുകാര്യത്തിനോ മറ്റോ പോവുകയായിരുന്നു. അവർ അടുത്തെത്തിയപ്പോൾ മൂഡിത്തായ മാഷ് ചോദിച്ചു:

"സരോജിനീ (പേര് സാങ്കല്പികം) പുതിയ കവിത എഴുതിയോ."

അവർ ഉണ്ട് എന്ന അർത്ഥത്തിൽ ലജ്ജയോടെ തലതാഴ്ത്തി. അവരുടെ കവിതയെഴുത്തിനെക്കുറിച്ച് പിന്നെയും രണ്ടോ മൂന്നോ കാര്യങ്ങൾ ചോദിച്ച ശേഷം മൂഡിത്തായ മാഷ് അവർക്ക് എന്നെ പരിചയപ്പെടുത്തി:

"ഇത് മലയാളത്തിലെ ഒരു സാഹിത്യകാരനാണ്. പ്രഭാകരൻ സാറ്. സരോജിനി കവിത എഴുതുന്ന കാര്യം ഞാൻ പറഞ്ഞിരുന്നു."

സരോജിനി ആകെ വല്ലതായതു പോലെ തോന്നി. സ്വന്തം സന്തോഷത്തിനു വേണ്ടി തന്റെ ഭാഷയായ തുളുവിൽ കവിത എഴുതുന്ന

എന്നതിനപ്പുറം അവർ ഏതെങ്കിലും ചെറിയ സാഹിത്യക്കൂട്ടായ്മയിൽപ്പോലും സ്വന്തം കവിതയെക്കുറിച്ച് സംസാരിച്ചിരിക്കാൻ ഇടയില്ല. കവിത എഴുതുന്നയാൾ എന്ന നിലയ്ക്ക് അപരിചിതനായ ഒരാൾക്ക് പരിചയപ്പെടുത്തപ്പെടുത്തുന്നത് ഒരു പക്ഷേ ആദ്യമായിരിക്കാം. സരോജിനിയുടെ മുഖത്തെ പരിഭ്രമം മൂഢിത്തായ മാഷും ശ്രദ്ധിച്ചിരിക്കണം. അദ്ദേഹം പിന്നെ അവരെ പിടിച്ചു നിർത്തിയില്ല. രക്ഷപ്പെട്ടതു പോലെ സരോജിനി പെട്ടെന്ന് നടന്നകലുകയും ചെയ്തു.

എന്റെ പരിമിതമായ പരിചയം വെച്ചു പറയുകയാണ്. തുളുനാട്ടിലെ ജനങ്ങളിൽ ഗണ്യമായ ഒരു വിഭാഗം ആധുനികനാഗരികതയുടെ ഭാഗമായ നാട്യങ്ങളിലേക്കും ഭ്രമങ്ങളിലേക്കും വന്നു ചേർന്നിട്ടില്ലാത്തവരാണ്. അവരുടെ കലാതാൽപര്യങ്ങൾ കാർഷിക സംസ്കാരത്തിൽ ആഴത്തിൽ വേരുകളുള്ളതും ലളിതവുമായ ജിവിതവുമായി ഇണങ്ങിപ്പോവുന്നതുമായ ഒന്നാണ്. തുളുനാടകങ്ങളിലെ തമാശകളും (ഇവയിൽ പലതും പുതിയകാല ജീവിതത്തെ സ്പർശിച്ചു കൊണ്ടുള്ളതാണെങ്കിലും) യക്ഷഗാനത്തിലെ വിദൂഷകൻ അപ്പപ്പോൾ ഉണ്ടാക്കുന്ന സംഭാഷണങ്ങളുമെല്ലാം കേട്ടാൽ ഇത് ബോധ്യപ്പെടും.

7

എന്റെ ഓർമ്മയിൽ പെട്ടെന്നു കടന്നുവരാത്ത പേരുകൾ ബ്രണ്ണൻ ഓർമ്മകളുടെ രേഖപ്പെടുത്തൽ പരമപ്രധാനമായിത്തീർന്നിരിക്കുന്ന ഈ ആത്മകഥയെ സംബന്ധിച്ചിടത്തോളം ഒരു പ്രശ്നമായിത്തീരുന്നതിനെക്കുറിച്ച് നേരത്തേ എഴുതിയിട്ടുണ്ട്. ഇതേ വരെ മറഞ്ഞുനിന്ന് ഈ അവസാനപേജുകളിലെത്തുമ്പോഴേക്കും ഉത്സാഹപൂർവം കടന്നുവന്നിരിക്കുന്ന ചില പേരുകളുണ്ട്. അവ ഇവിടെ രേഖപ്പെടുത്താം. ഇംഗ്ലീഷ് പുസ്തക പ്രസിദ്ധീകരണ രംഗത്തുള്ള ശ്രീനാഥ്, ഒരു മാധ്യമ പ്രവർത്തകയായിരുന്ന ലീനാരഘുനാഥ്, ബ്രണ്ണൻ കോളേജ് യൂനിയൻ ഭാരവാഹിയും പിന്നീട് ബ്രണ്ണൻ മലയാള സമിതിയുടെ ഭാരവാഹിയുമായിരുന്ന, കോളേജിന്റെ ഓർമകളുമായി ബന്ധപ്പെട്ട എല്ലാ പ്രധാന പരിപാടികളിലും ഏറെ ഉന്മേഷപൂർവം പങ്കെടുക്കുന്ന, ഇപ്പോൾ കണ്ണൂരിൽ പി. ഡബ്ള്യു. ഡി ജീവനക്കാരിയായ ഹരിത (ഹരിത തിരുത്തേരി പുത്തൻ വീട്ടിൽ), കുട്ടിക്കാലം തൊട്ടേ എനിക്കു പരിചയമുള്ള, പിന്നീട് തലശ്ശേരി സെന്റ്ജോസഫ് സ്കൂളിൽ അധ്യാപകനായ, സദാ ഉന്മേഷവാനായിരുന്ന, ആരിലും പ്രസാദം പരത്തുന്ന, അകാലത്തിൽ അന്തരിച്ച മാർക്കോസ്, കോളേജ് ഹോസ്റ്റലിലെ ഒരു സൗമ്യ സാന്നിധ്യമായിരുന്ന പരേതനായ പുരുഷോത്തമൻ. ഇപ്പോഴും മറവിയിൽ മറഞ്ഞു നിൽക്കുന്ന പേരുകൾ വേറെയും ഒരുപാടുണ്ടാവും.

8

ബ്രണ്ണനെക്കുറിച്ചെഴുതുമ്പോൾ വിട്ടുകളഞ്ഞു കൂടാത്ത ചിലർ പിന്നെയും ഓർമയിൽ വന്നു കൊണ്ടേയിരിക്കുന്നുണ്ട്. ജീവിച്ചിരിക്കുന്ന ബ്രണ്ണനൈറ്റ്സിൽ ഏറ്റവും പ്രായം കൂടിയ, ഇപ്പോൾ നൂറ് വയസ്സ് പിന്നിട്ട കെ.സുകുമാരൻ മാഷ്, കോഴിക്കോട് യൂനിവേഴ്സിറ്റി വൈസ് ചാൻസിലറും കേരള ഭാഷാ ഇൻസ്റ്റിറ്റ്യൂട്ട് ഡയരക്ടറുമായിരുന്ന പരേതനായ ഡോ. എ. എൻ. പി. ഉമ്മർകുട്ടി, കൽക്കത്തയിലെ ഇന്ത്യൻ നാഷണൽ ലൈബ്രറിയിൽ ദീർഘകാലം ജോലി ചെയ്ത പരേതനായ കെ. എം. ഗോവി, മുൻ എം.പി.യും ഇപ്പോൾ കേരളാ വിമൻസ് കമ്മീഷൻ ചെയർപേഴ്സണുമായ അഡ്വ. പി. സതീദേവി, വിവിധ സർക്കാർ കോളേജുകളിലായി ഇരുപത് വർഷം ജോലി ചെയ്ത, ഗവണ്മെന്റ് കോളേജ് അധ്യാപകരുടെ സംഘടനയായ എ. കെ. ജി. സി. ടിയുടെ സംസ്ഥാന സെക്രട്ടറിയായിരുന്ന, കേരള ഭാഷാ ഇൻസ്റ്റിറ്റ്യൂട്ടിന്റെ ഇപ്പോഴത്തെ ഡയരക്ടറായ ഡോ. സത്യൻ എം., 'പണിയഭാഷാ നിഘണ്ടു' ഉൾപ്പെടെ വയനാട്ടിലെ ആദിവാസികളുടെ ജീവിതവും സംസ്കാരവുമായി ബന്ധപ്പെടുന്ന ശ്രദ്ധേയമായ പല പുസ്തകങ്ങളുടെയും രചയിതാവായ ഡോ. പി. ജി. പത്മിനി, കോഴിക്കോട് യൂനിവേഴ്സിറ്റിയുടെ ഡീൻ ഓഫ് സ്റ്റുഡന്റ് വെൽഫെയർ ആയിരുന്ന 'വച്ച' എന്ന് ഞങ്ങൾ അധ്യാപകരും സുഹൃത്തുക്കളും വിളിക്കുന്ന വത്സരാജ്, ബാലാവകാശ കമ്മീഷൻ ചെയർമാനായ അഡ്വ.കെ. വി. മനോജ് കുമാർഎന്നിവരാണവർ.

1941-42 കാലത്ത് ബ്രണ്ണനിൽ ഇന്റർമീഡിയറ്റിനു പഠിച്ച ആളാണ് സുകുമാരൻ മാഷ്. പഠിക്കുന്ന കാലത്ത് കോളേജിലെ ഏറ്റവും മികച്ച കായികതാരമായിരുന്നു അദ്ദേഹം. താൻ പഠിക്കുന്ന കാലത്ത് ബ്രണ്ണൻ കോളേജിലുണ്ടായിരുന്ന അധ്യാപകരിൽ മലയാളത്തിലെ മാനൻ ഗുരിക്കൾ, ഇംഗ്ലീഷിലെ രമാരമണനുണ്ണി, കെമിസ്ട്രിയിലെ സുന്ദർരാജ്, മാത്സിലെ ലോബോ, സൂര്യനാരായണമൂർത്തി, ഫിസിക്സിലെ രാമയ്യർ, ഫിസിക്കൽ എജ്യുക്കേഷൻ അധ്യാപകനായ ഇ. കെ. വരദൻ മാഷ് എന്നിവരെയാണ് സുകുമാരൻ മാഷ് പ്രത്യേകമായി ഓർമിക്കുന്നത്. പല ആഫ്രിക്കൻ രാജ്യങ്ങളിലെ സ്കൂളുകൾക്കും പ്രിയപ്പെട്ട മാത്തമാറ്റിക്സ് അധ്യാപകനായിരുന്ന അദ്ദേഹം വയസ്സ് 77 കഴിഞ്ഞാണ് തിരിയെ നാട്ടിലേക്കു വന്നത്. 'ബ്രണ്ണൻ 125'നുവേണ്ടി സുകുമാരൻ മാഷെ അദ്ദേഹത്തിന്റെ വീട്ടിൽ പോയി കണ്ടു ദീർഘനേരം സംസാരിച്ചത് നല്ല ഒരോർമയാണ്.

കെ. എം. ഗോവി എനിക്ക് നേരിട്ട് പരിചയമുള്ള ആളായിരുന്നു. വാർധക്യത്തിന്റെ അവശത നന്നായി അനുഭവിക്കുന്ന കാലത്തും

വൈകുന്നേരം തലശ്ശേരി മാർക്കറ്റിൽ നിന്നു വാങ്ങിയ പച്ചക്കറിയും നിറച്ച സഞ്ചിയുമായി സാവകാശത്തിൽ നടന്നുപോകുന്ന അദ്ദേഹത്തിന്റെ രൂപം ഇപ്പോഴും ഓർമയിലുണ്ട്. അഡ്വ. പി. സതീദേവി ഞാൻ പഠിച്ച കാലത്ത് ബ്രണ്ണനിൽ പഠിച്ചിരുന്നതാണ്. എസ്. എഫ്. ഐ. യുടെ ഒരു സജീവ പ്രവർത്തകയെന്ന നിലയിൽ അവരെ എനിക്ക് അന്നു തൊട്ടേ നല്ല പരിചയമുണ്ട്. ഭാഷാ ഇൻസ്റ്റിറ്റ്യൂട്ട് ഡയരക്ടർ സത്യനുമായി ബ്രണ്ണൻ കോളേജിൽ എന്റെ വിദ്യാർത്ഥിയായിരുന്ന കാലം മുതൽ ആരംഭിച്ച സൗഹൃദം ഇപ്പോഴും അതുപോലെ തുടരുന്നു. അഡ്വ. മനോജ് കുമാർ ബ്രണ്ണനിൽ ഞാൻ അധ്യാപകനായി ജോലി ചെയ്യുന്ന കാലത്ത് അവിടെ വിദ്യാർത്ഥിയായിരുന്നു. അന്നും അതിനു ശേഷവും മനോജ്കുമാറുമായി അടുത്ത സൗഹൃദത്തിൽത്തന്നെ.

ഇനി ഞാൻ ഓർക്കുന്നത് പ്രധാനമായും രണ്ടുപേരെയാണ്. ഒന്ന് മൾബറി ബുക്സിന്റെ ഷെൽവി. ഷെൽവി മൾബറി ബുക്സ് ആരംഭിച്ച കാലത്ത് (1985-86കാലത്ത്) താൻ പ്രസിദ്ധീകരിച്ച പുസ്തകങ്ങൾ വിൽക്കാനായി ബ്രണ്ണനിൽ വരാറുണ്ടായിരുന്നു. കറുത്ത കവറുള്ള 'മാർക്കേസിന്റെ കഥകൾ' എന്ന സമാഹരവുമായി വന്ന ഷെൽവിയുടെ രൂപം അതേപടി മനസ്സിലുണ്ട്. 'പുലിജന്മ'ത്തിന്റെ കയ്യെഴുത്തു പ്രതി ആ നാടകത്തിന് അംഗീകാരങ്ങൾ കിട്ടിത്തുടങ്ങുന്നതിനു മുമ്പുതന്നെ ഞാൻ അയച്ചു കൊടുത്തപ്പോൾ ഷെൽവി, ആ ചെറിയ പുസ്തകം, ഭാഷയിലെ ഏറ്റവും ചെറിയ നാടകങ്ങളിലൊന്ന്, സന്തോഷപൂർവം പ്രസിദ്ധീകരിക്കാൻ തയ്യാറായി. നാടകത്തിലെ സ്റ്റെയ്ജിന്റെ രൂപരേഖ ഞാൻ പറഞ്ഞുകൊടുത്തതനുസരിച്ച് വരച്ചു തന്നത് അന്ന് എന്റെ സഹപ്രവർത്തകനായിരുന്ന എം. എ. റഹ്മാനാണ്.

ഷാജൻ എന്ന വിദ്യാർത്ഥിയെക്കുറിച്ചാണ് ഇനി പറയാനുള്ളത്. കാഴ്ചപരിമിതിയുടെ പ്രശ്നം വർധിച്ചതുകൊണ്ടു കൂടിത്തന്നെ ഷാജന് ഹിസ്റ്ററി എം. എ പൂർത്തിയാക്കാൻ കഴിഞ്ഞില്ല. പിന്നെ ബ്രണ്ണൻ, കണ്ണൂർ വിമൻസ് കോളേജ്, നിർമലഗിരി കോളേജ് എന്നിവടങ്ങളിലൊക്കെ വിദ്യാർത്ഥികൾക്കാവശ്യമായ പാഠപുസ്തകങ്ങളും സഹായകഗ്രന്ഥങ്ങളും അധ്യാപകർക്കാവശ്യമായ പുസ്തകങ്ങളും എത്തിച്ചുകൊടുക്കുന്ന ജോലിയാണ് പ്രധാനമായും ചെയ്തത്. കുറച്ചു കാലം ഷാജൻ ഒരു സാക്ഷരതാപ്രവർത്തകനായിരുന്നു. സാക്ഷരതാപ്രവർത്തകർക്ക് സർക്കാർ നൽകിക്കൊണ്ടിരുന്ന ചെറിയ തുക മാസങ്ങളോളം കിട്ടാതായപ്പോൾ ഷാജൻ ആ ജോലി ഉപേക്ഷിച്ചു. ഷാജനോടൊപ്പം ഞാൻ പല സാക്ഷരതാകേന്ദ്രങ്ങളിലും പോയിരുന്നു. സാക്ഷരതാപ്രവർത്തകർ അനുഭവിക്കുന്ന പ്രയാസങ്ങളെക്കുറിച്ച് ഷാജൻ തന്ന വിവരങ്ങളും

നേരിൽ കണ്ട കാര്യങ്ങളും അടിസ്ഥാനമാക്കി പല ജീവിതസന്ദർഭങ്ങളും സങ്കല്പിച്ചെടുത്താണ് ഞാൻ 'ജീവന്റെ തെളിവുകൾ' എന്ന നോവലെഴുതിയത്.

9

ബ്രണ്ണനിൽ പഠിച്ചവരെല്ലാം കോളേജിനു പിന്നിലെ ചേരമാൻകോട്ട എന്നറിയപ്പെടുന്ന ഒരു കെട്ടിടാവശിഷ്ടത്തെ ഓർമിക്കും. അത് ചേരമാൻ പെരുമാളുടെ കോട്ടയുടെ അവശിഷ്ടമാണെന്ന് ഏതെങ്കിലും ചരിത്രകാരൻ പറഞ്ഞതായി അറിയില്ല. എങ്കിലും എല്ലാവരും അതിനെ അങ്ങനെ വിളിച്ചുപോന്നു. നാട്ടുകാരിലെ പ്രായമായ ചിലർക്ക് അത് അവരുടെ കുട്ടിക്കാലത്ത് സ്വാതന്ത്ര്യദിനത്തിന് ദേശീയ പതാക ഉയർത്താൻ വരാറുണ്ടായിരുന്ന കുന്നാണ്. കുന്നിൻപുറം എന്നേ കോളേജിനടുത്തുള്ള നാട്ടുകാരിൽ പലരും പറയാറുള്ളൂ. ഹോസ്റ്റലിലും സമീപത്തെ ലോഡ്ജുകളിലും താമസിച്ചവർ സന്ധ്യാനേരത്ത് ഈ കുന്നിലെ ഇടിഞ്ഞു വീണ കോട്ടയുടെ മുകളിൽ കയറി നിന്നാൽ കിട്ടുന്ന കാഴ്ചയുടെ ഓർമ എന്നും മനസ്സിൽ സൂക്ഷിക്കും. കണ്ണെത്താദൂരത്തോളം പരന്നു കിടക്കുന്ന തെങ്ങിൻ നിരയ്ക്കിടയിലൂടെ കാഴ്ചയിൽ പെട്ട കടലും ഇരുളാൻ തുടങ്ങുന്ന സാന്ധ്യാകാശം ഉള്ളിലുണർത്തിയ കാരണമറിയാത്ത വിഷാദവും കാലമെത്ര കഴിഞ്ഞാലും ഓർമയെ വിട്ടകലില്ല. കോട്ടയുടെ പരിസരം മാത്രമല്ല ശാന്തിവനവും പഴയ കാന്റീനിലേക്കു പോകുന്ന വഴിയുമെല്ലാം വൈകുന്നേരങ്ങളിലെ ശാന്തമായ നടത്തത്തിന് പറ്റിയ ഇടങ്ങളാണ്. നിത്യവും ആവർത്തിക്കുന്ന നടത്തത്തിലും മടുപ്പനുഭവിപ്പിക്കാത്ത എന്തോ ഒന്ന് അവിടങ്ങളിലെല്ലാമുണ്ടെന്ന് വിദ്യാർത്ഥിയായിരുന്നപ്പോഴും പിന്നീട് ചിലപ്പോഴും എനിക്ക് തോന്നിയിരുന്നു.അന്നേരത്തെല്ലാം മനസ്സിന് അനുഭവപ്പെട്ട ശാന്തത തന്നെയായിരുന്നിരിക്കാം കാരണം.

കോളേജിന്റെ പ്രധാന ഗേറ്റിലൂടെ അകത്തേക്കു കയറി പോർട്ടിക്കോഭാഗത്തേക്കു തിരിയുന്നിടത്ത് വഴിയരികിലുള്ള കൊന്നമരം മാർച്ച് അവസാനമോ ഏപ്രിൽ ആദ്യമോ പൂത്തുനിൽക്കുന്നത് വരാൻ പോകുന്ന വേർപിരിയലിന്റെ വേദനാജനകമായ സൂചനയായിരുന്നു പഴയകാല വിദ്യാർത്ഥികളിൽ പലർക്കും. പരീക്ഷ കഴിഞ്ഞാൽ പിന്നെ കോളേജിലേക്കില്ലല്ലോ എന്ന് മൂന്നാം വർഷ ഡിഗ്രിക്കാരും രണ്ടാം വർഷ പി.ജി.ക്കാരും ഇനി ജൂൺ വരെ കൂട്ടുകൂടി നടക്കാനോ പ്രിയപ്പെട്ടവരെ കാണാനോ കഴിയാതെ വീട്ടിലിരിക്കണമല്ലോ എന്ന് മറ്റുള്ളവരും സങ്കടപ്പെട്ടു.

'ഞേറക്ക' എന്ന് ധർമടത്തുകാർ പറയുന്ന ഞാവൽപ്പഴം എന്ന മധുരമുള്ള കുഞ്ഞു പഴങ്ങളുണ്ടാവുന്ന കുറേ മരങ്ങൾ കോളേജ്

കോമ്പൗണ്ടിലുണ്ട്. കോളേജ് കോർട്ടേഴ്സിന്റെ പിൻഭാഗത്തായിട്ടാണ് ആ മരങ്ങളിലേറെയും. വിദ്യാർത്ഥികൾ ആ ഭാഗത്തേക്ക് പോവാറില്ല. അധ്യാപകനായി, ക്വാർട്ടേഴ്സിലെ താമസക്കാരനായതിൽപ്പിന്നെയാണ് ഞാൻ മക്കളോടൊപ്പം പോയി ആ പഴങ്ങൾ വേണ്ടുവോളം പറിച്ചു തിന്നത്. ജീവിതത്തിലെ ഏറ്റവും ആർജവപൂർണമായ കാലം കഴിച്ചു കൂട്ടിയ ഇടമായതു കൊണ്ടു തന്നെയാകാം വർഷങ്ങളെത്ര കഴിഞ്ഞാലും ബ്രണ്ണനിൽ പഠിച്ചവരിൽ മഹാഭൂരിപക്ഷത്തിനും കോളേജും അതിന്റെ പരിസരവുമെല്ലാം മറ്റെങ്ങു നിന്നും കിട്ടാത്തതും വിവരണാതീതവുമായ എന്തോ ഒന്ന് മനസ്സിനു പകർന്നുതരുന്ന ഇടമായേ അനുഭവപ്പെട്ടു.

10

അനുഭവങ്ങളെ സ്നേഹിക്കുന്നതായി ഭാവിക്കുന്നവർ തന്നെ അനുഭവങ്ങളിൽ നിന്ന് ഓടിയകലാൻ ശ്രമിക്കുന്നത് ഞാൻ ശ്രദ്ധിച്ചിട്ടുണ്ട്. ഒന്നിനാലും ബാധിക്കപ്പെടാതെ അവനവനെ സംരക്ഷിച്ചു നിർത്തണമെന്ന നിർബന്ധമുള്ള അത്തരക്കാർ യഥാർത്ഥത്തിൽ ഏതനുഭവത്തെയും ഒരു തരം ഉദാസീനതയോടെയാണ് സമീപിക്കുക. തങ്ങൾക്ക് ഗുണകരമായിത്തീരും എന്നു തോന്നുന്ന ഓർമകളെ മാത്രമേ അവർ ഉള്ളിൽ കൊണ്ടുനടക്കൂ. ഓർമയിൽപ്പോലും ലാഭം തിരയുന്ന ആളുകളുടെ എണ്ണം കൂടിക്കൂടിവരികയാണല്ലോ എന്നു തോന്നിപ്പോവാറുണ്ട് പലപ്പോഴും. അനുഭവങ്ങളുടെയും ഓർമകളുടെയും നേർക്ക് ഇതിൽ നിന്ന് വ്യത്യസ്തമായ ഒരു സമീപനം സാധ്യമാണ്. ജീവിതത്തിന്റെ നശ്വരതയെ, മനുഷ്യാനുഭവങ്ങളുടെ മാറിക്കൊണ്ടേയിരിക്കുന്ന അവസ്ഥയെ, ഊന്നിപ്പറയുമ്പോഴും ഓരോ അനുഭവത്തിന്റെയും ഓരോ നിമിഷത്തിലും, അനുഭവത്താൽ ആഗിരണം ചെയ്യപ്പെടാതെ തന്നെ മനസ്സുകൊണ്ട് പൂർണമായി അതിൽ പങ്കാളിയാവാൻ ബൗദ്ധദർശനം പറയുന്നുണ്ട്.

അഷ്ടാംഗമാർഗങ്ങളിലൊന്നായ 'സമ്യക് സ്മൃതി' തന്നെയാണ് ഇത്. ഓർമയുടെയും അവബോധത്തിന്റെയും ഉയർന്ന അവസ്ഥയാണത്. സമ്യക് സ്മൃതി (Right mindfulness or Right or proper recollection or Right attentiveness) ശീലമാക്കിയാൽ, നശ്വരമായ പ്രതിഭാസമാണെന്നറിഞ്ഞുകൊണ്ടു തന്നെ, ഇന്ദ്രിയാനുഭവങ്ങൾ നിർദ്ദേശിക്കുന്ന വഴിയിലൂടെയല്ലാതെ, ജീവിതത്തെ സ്നേഹിക്കാൻ നമുക്കു കഴിയും. മമതയും നിർമമതയും ഇടകലരുന്ന സവിശേഷ മാനസികാവസ്ഥയാണിത്. ഇതിലേക്ക് എത്തിച്ചേർന്നു കഴിഞ്ഞാൽ അന്യഥാ എത്രയോ ദുഖകരമാകുമായിരുന്ന ഓർമകളും നമ്മെ വേദനിപ്പിക്കില്ല. ഈ ആത്മകഥ എഴുതി അവസാനിപ്പിക്കുമ്പോൾ പല നാളായി ഞാൻ 'സമ്യക് സ്മൃതി' ശീലിക്കുകയായിരുന്നോ എന്നു തോന്നിപ്പോവുന്നുണ്ട്.

www.ingramcontent.com/pod-product-compliance
Lightning Source LLC
LaVergne TN
LVHW052203071026
849525LV00036B/994